ഗ്രീൻ ബുക്സ്

നിളയുടെ കയ്യൊപ്പുകൾ

ഡോ. സി. രാജേന്ദ്രൻ

കോഴിക്കോട് സർവ്വകലാശാലയിൽ
സംസ്കൃത വിഭാഗം പ്രൊഫസറായും
ഭാഷാവിഭാഗം ഡീൻ ആയും പ്രവർത്തിച്ചു.
ഇംഗ്ലീഷിലും മലയാളത്തിലുമായി 30 ഗ്രന്ഥങ്ങളും
20ൽപരം ഗവേഷണ പ്രബന്ധങ്ങളും പ്രസിദ്ധീകരിച്ചിട്ടുണ്ട്.

അവാർഡുകൾ: *കേരള സാഹിത്യഅക്കാദമി അവാർഡ്,
ജി.എൻ. പിള്ള എൻഡോവ്മെന്റ് അവാർഡ്, എം.എസ്. മേനോൻ
അവാർഡ്, ഐ.സി. ചാക്കോ എൻഡോവ്മെന്റ്,
2003ൽ അധ്യാപന ഗവേഷണരംഗത്തെ മികച്ച സംഭാവനകൾക്ക്
കനേഡിയൻ വേൾഡ് എജ്യുക്കേഷൻ ഫൗണ്ടേഷൻ
ഏർപ്പെടുത്തിയ രാമകൃഷ്ണ സംസ്കൃത അവാർഡ്.*

പാരീസ് സർവ്വകലാശാലയുടെ സാമൂഹ്യശാസ്ത്ര
പഠനകേന്ദ്രം, പോളണ്ടിലെ ക്രാക്കോവിലുള്ള ജഗലീനിയൻ
യൂണിവേഴ്സിറ്റി എന്നിവിടങ്ങളിൽ വിസിറ്റിങ് പ്രൊഫസറായിരുന്നു.

ലേഖനം
നിളയുടെ കയ്യൊപ്പുകൾ

ഡോ. സി. രാജേന്ദ്രൻ

ഗ്രീൻ ബുക്സ്

green books private limited
gb building, civil lane road, ayyanthole,
thrissur- 680 003, kerala, ph: +91 487-2381066, 2381039
website: www.greenbooksindia.com
e-mail: info@greenbooksindia.com

malayalam
nilayute kayyoppukal
(article)
by
dr. c. rajendran

first published november 2019
copyright reserved

branches:
thrissur 0487-2422515
palakkad 0491-2546162
thiruvananthapuram 0471-2335301
calicut 0495 4854662
ernakulam 8589095007

isbn : 978-93-89671-03-2

---

no part of this publication may be reproduced,
or transmitted in any form or by any means,
without prior written permission of the publisher.

GBPL/1122/2019

മുഖക്കുറി

നിളയുമായി ആത്മബന്ധമുള്ള സാഹിത്യനിപുണന്റെ സംഭാവനകളിൽ ചിതറിക്കിടക്കുന്നത് പ്രധാനമായും അവിടത്തെ എഴുത്തുകാരും അതിന്റെ ചരിത്രവും സംസ്കാരവും സ്മൃതിയുമാണ്. സാഹിത്യത്തിന്റെ വെളിച്ചവും സൗരഭ്യവും നിറഞ്ഞ രചനകൾ.

കൃഷ്ണദാസ്
മാനേജിങ് എഡിറ്റർ

പല വിഷയങ്ങളെക്കുറിച്ച് പലപ്പോഴായി എഴുതിയ ഈ സമാഹാരത്തിനു *നിളയുടെ കയ്യൊപ്പുകൾ* എന്നു പേരിട്ടതിന് ഒരു വിശദീകരണം ആവശ്യമായേക്കും. ഇതേ ശീർഷകത്തിലുള്ള ലേഖനം എം.ടിയെ കോഴിക്കോട് സർവ്വകലാശാല ഡി.ലിറ്റ് ബിരുദം നൽകി ആദരിച്ച അവസരത്തിൽ കേരളകൗമുദിയിൽ പ്രസിദ്ധം ചെയ്തതാണ്. ഈ പുസ്തകത്തിലെ മറ്റു പല ലേഖന ങ്ങളിലും നിളാപരിസരവും അവിടുത്തെ വലിയ എഴുത്തുകാരും മുഖം കാണിക്കുന്നുണ്ട്. നിളാതടത്തിലെ പട്ടാമ്പി കോളേജും പരിസരവും മഹാകവി പിയും എം.പി. ശങ്കുണ്ണിനായരും തൊട്ടപ്പുറത്തെ മണക്കുളത്തെ കുഞ്ചുണ്ണിരാജാവും ലേഖനങ്ങളിൽ പരാമൃഷ്ടരാണ്.

ഇന്നു നിളയെന്നു എല്ലാവരും വിളിക്കുന്ന ഭാരതപ്പുഴ യുമായി ഈ ലേഖകന് ഒരു ആത്മബന്ധവുമുണ്ട്. പുഴയുടെ തീരത്തെ പെരുമുടിയൂരെന്ന പട്ടാമ്പിക്കടുത്ത കൊച്ചുനാട്ടിൻപുറത്താണ് ഞാൻ ജനിച്ചതും വളർന്ന തും. പുന്നശ്ശേരി നമ്പിയുടെ ജന്മഗ്രാമമെന്ന നിലയിൽ കേരളത്തിന്റെ സാംസ്കാരികചരിത്രത്തിൽ ഇടംപിടിച്ച ദേശമാണ് പെരുമുടിയൂർ. സംസ്കൃതഭാഷയിലേക്കും സാഹിത്യത്തിലേക്കും എന്നെ ഉപനയിച്ച അമ്മാമൻ വിദ്വാൻ സി. ഗോവിന്ദൻനായർ പുന്നശ്ശേരി നമ്പിയുടെ പ്രണതശിഷ്യനായിരുന്നു. കാളിദാസന്റെ ഉജ്ജയിനി യിലേക്കും മറ്റും യാത്ര ചെയ്യുമ്പോൾ എന്റെ നീക്കി യിരിപ്പുമുതൽ ഈ നിളാപാരമ്പര്യം മാത്രം. മാതൃഭൂമി യുടെ പാലക്കാടുപതിപ്പ് പ്രസിദ്ധീകരിച്ചുതുടങ്ങുന്ന അവസരത്തിൽ എഴുതിയ നിളാതീരത്തിലെ നളന്ദയെന്ന ലേഖനം പുന്നശ്ശേരി ഗുരുകുലത്തെക്കുറിച്ചുള്ളതാണ്.

ഈ സമാഹാരത്തിലെ പല ലേഖനങ്ങളും കേരളത്തിലെ പ്രമുഖ പ്രസിദ്ധീകരണങ്ങളിൽ വെളിച്ചം കണ്ടവയാണ്.

അന്നത്തെ വിവിധ മാധ്യമങ്ങളിൽ പത്രാധിപന്മാരായ സർവശ്രീ കെ.വി. രാമകൃഷ്ണൻ, കെ.സി. നാരായണൻ, എസ്. ജയചന്ദ്രൻ നായർ, ടി. ബാലകൃഷ്ണൻ തുടങ്ങിയവരോട് എനിക്കുള്ള കടപ്പാട് രേഖപ്പെടുത്തിയേ മതിയാവൂ. ചില ലേഖനങ്ങൾ എം.എൻ. കാരശ്ശേരി നൽകിയ വിലപ്പെട്ട നിർദ്ദേശങ്ങളുടെ വെളിച്ചത്തിൽ പരിഷ്കരിച്ചിട്ടുണ്ട്. ഈ സമാഹാരം പുറത്തു വരുന്നതിനു മുഖ്യകാരണം ശ്രീ വിജയൻ കോടഞ്ചേരിയുടെ സ്നേഹപൂർവ്വമായ പ്രേരണയാണ്.

ഗ്രീൻബുക്സിന് നന്ദി.

ഡോ. സി.രാജേന്ദ്രൻ

ഉള്ളടക്കം

സ്മൃതിമുദ്രകൾ

കാളിദാസന്റെ ഉജ്ജയിനിയിൽ 13
നിളാതീരത്തിലെ നളന്ദ 18
നിളാതീരത്തിലെ മഹാപണ്ഡിതൻ 21
സഞ്ജയനും പി.യും 25
പട്ടാമ്പിക്കാലം 31
തളരാത്ത ഗവേഷണസപര്യ 36
കോഴിക്കോടിന്റെ സംസ്കൃതപാരമ്പര്യം 41

സാഹിത്യം

കുഞ്ചന്റെ ചിരി 51
'മറ്റെന്തതിൻ നേർക്കു നമസ്കരിക്ക!" 57
ഇടശ്ശേരിയുടെ ദർശനം 65
കുടിയൊഴിക്കലിലെ ഋതുപരിവർത്തനങ്ങൾ 70
കസ്തൂരിയും കുങ്കുമവും 75
നിളയുടെ കയ്യൊപ്പുകൾ 83
സ്വപ്നകാലമയിലുകൾ യാത്രയാകുമ്പോൾ 86
കവിതയും സംഗീതവും 93

ചരിത്രം, സംസ്കാരം

കേരളത്തിന്റെ പഴയകാലമതബന്ധങ്ങൾ 101
മതവും മാനവികതയും 107
ഭാഷകൾ മരിക്കുമ്പോൾ 115
പുതിയ നിയമങ്ങളും പഴയ അറിവുകളും 121

സ്മൃതിമുദ്രകൾ

കാളിദാസന്റെ ഉജ്ജയിനിയിൽ

സ്വർഗ്ഗത്തിന്റെ ഒരു ഖണ്ഡം-കാളിദാസൻ ഉജ്ജയിനിയെക്കുറിച്ച് പാടി യത് അങ്ങനെയാണ്. തന്റെ സന്ദേശവാഹകനായ മേഘത്തോട് 'വഴി വളഞ്ഞുപോയാലും വേണ്ടില്ല, ഉജ്ജയിനിയിലൂടെ മതി അളകയിലേ ക്കുള്ള യാത്ര'യെന്നു യക്ഷൻ ശാഠ്യം പിടിക്കുന്നുണ്ട് മേഘസന്ദേശത്തിൽ. സ്വന്തം നാട്ടിലൂടെ ദീർഘദൂരബസ്സുകളെ തിരിച്ചുവിടുന്ന മന്ത്രിമാരെ ഓർമ്മവരും അപ്പോഴൊക്കെ. കാളിദാസനെ അറിയാൻ ഉജ്ജയിനി കണ്ടേ മതിയാവൂ എന്ന് അന്നെല്ലാം മനസ്സിൽ കുറിച്ചിട്ടിരുന്നു.

പിന്നെപ്പിന്നെ ഉജ്ജയിനി മനസ്സിനൊരു വിഹ്വലതയായും മാറി. *മൃച്ഛ കടിക* നാടകം ഉജ്ജയിനിയെയാണ് പശ്ചാത്തലമാക്കുന്നത്. വിടന്മാരു ടെയും ഭരണഘടനാബാഹ്യരായ അധികാരശക്തികളുടെയുമെല്ലാം കേന്ദ്രം. ശരിക്കുമൊരു അടിയന്തരാവസ്ഥതന്നെ. മൃച്ഛകടികത്തിൽ പേടി പ്പെടുത്തുന്ന ഒരധോലോകവുമുണ്ട്. എന്നിട്ടും ആ വല്ലാത്ത നാടകം ഉജ്ജ യിനിയുടെ നന്മകളെ ആഘോഷിക്കുന്നു. പാരീസുനഗരംപോലെ കച്ചേരി കളും നാടകങ്ങളുമെല്ലാം പ്രതിദിനം അരങ്ങേറുന്ന സംസ്കാരകേന്ദ്രം. ദാരിദ്ര്യത്തിൽപോലും ആഭിജാത്യം കളയാത്ത നാഗരികന്മാർ. ചൂതുകളി യിൽ സർവ്വസ്വവും നശിച്ചിട്ടും കരുക്കൾ വീഴുന്ന ഒച്ചകേട്ട് ഇയ്യാംപാറ്റ യെപ്പോലെ നാശഗർത്തത്തിലേക്ക് സഹർഷം പതിക്കുന്ന ക്രീഡാരസി കന്മാർ.

പാദതാഡിതക ഭാണത്തിലും കാദംബരിയിലും പ്രതിജ്ഞായൗഗന്ധ രായണത്തിലും ഉജ്ജയിനിയുണ്ട്. ഉജ്ജയിനിയിലെ തെരുവുകളുടെ കിടപ്പു പോലും വരച്ചുവച്ചിട്ടുണ്ട്.

ഒരു കാലത്ത് ഇന്ത്യയെന്നാൽ ഉജ്ജയിനിയായിരുന്നു. ഉജ്ജയിനി യെന്നാൽ ഇന്ത്യയും.

ഉജ്ജയിനിയിൽ പോകാൻ അവസരം ലഭിച്ചപ്പോൾ മടിച്ചുനിന്നില്ല. കൊങ്കണതീരവും മഹാരാഷ്ട്രവും പിന്നിട്ട് രണ്ടാംദിവസം രാവിലെ ഭോപ്പാലിലെത്തി.

മാൾവാ എക്സ്പ്രസ്സിൽ ഉജ്ജയിനിയിലേക്കു തിരിക്കുമ്പോൾ കാളിദാസന്റെ ശാഠ്യത്തെക്കുറിച്ച് ആശ്ചര്യം തോന്നി. ഭോപ്പാലിൽനിന്ന് നന്നെ പടിഞ്ഞാറോട്ടുള്ള ഒരു 'ഡൈവെർഷൻ' ആണ് ഉജ്ജയിനി. ഒരു കാരണവശാലും മേഘത്തിന് അളകയിലേക്കുള്ള 'ഫ്ളൈറ്റിൽ' ഈ ഇടത്താവളത്തിലിറങ്ങേണ്ട ആവശ്യമില്ല. യക്ഷന്റെ സന്ദേശം പത്നിയിലെത്താൻ ദിവസങ്ങളോളം വൈകുമെന്നു ഞാൻ കണക്കു കൂട്ടി. ഭോപ്പാലിൽനിന്നു ഉജ്ജയിനിയിലേക്കുള്ള യാത്രയ്ക്കു തീവണ്ടിക്ക് മൂന്നു മണിക്കൂറെങ്കിലും വേണം. മേഘത്തിന്റെ സ്പീഡ് മണിക്കൂറിലെത്രയാണ്? എനിക്ക് അത്ര നിശ്ചയമില്ല. ഏതായാലും കാളിദാസൻ ഒന്നും സൂചിപ്പിച്ചിട്ടില്ല.

മാളവികയുടെ നാട്ടിലേക്ക് പോകുന്ന എക്സ്പ്രസ്സ് വണ്ടിയിൽ ടി.ടി.ഇയുടെ ഔദാര്യംകൊണ്ട് കിട്ടിയ സൈഡ് സീറ്റിലിരുന്ന് ഞാൻ പുറത്തേക്കു നോക്കി. ചക്രവാളത്തോളം നീണ്ടുകിടക്കുന്ന വയലുകൾ. ഒരൊറ്റ മനുഷ്യനെയും എവിടെയും കാണാനില്ല. ഒരു വീടുപോലും വിദൂര ചക്രവാളത്തിലില്ല. ഇടയ്ക്കിടെ കലപില ശബ്ദിച്ചുകൊണ്ട് കിളിക്കൂട്ടങ്ങൾ പറന്നുപോകുന്നു. നീണ്ടുനിണ്ടുപോകുന്ന പാടനിരകൾ മാത്രം.

ഉച്ചയ്ക്ക് പന്ത്രണ്ടരയോടെ വണ്ടി 'ഉജ്ജയിനി'ൽ എത്തി. ഒരു സാധാരണ ഉത്തരേന്ത്യൻ റെയിൽവേസ്റ്റേഷൻ. വലിയ വൃത്തികേടില്ലാത്തതിന് ഈശ്വരനോട് നന്ദി പറഞ്ഞു. വർഷങ്ങളായി മനസ്സിൽ താലോലിക്കുന്ന സങ്കല്പങ്ങൾ തകർന്നടിയാൻ നിമിഷങ്ങൾ മതിയല്ലോ.

കാളിദാസ അക്കാദമിയിലേക്കു സ്റ്റേഷനിൽനിന്ന് രണ്ടുമൂന്നു കിലോമീറ്റർ ദൂരം കാണും. സൗമ്യനായ ഓട്ടോറിക്ഷാ ഡ്രൈവറുടെ മുഖലക്ഷണം കാളിദാസ വചനപ്രകാരം ഒരു പറ്റിപ്പുകാരന്റേതല്ല! റോഡ് അത്ര കേമമൊന്നുമല്ലെങ്കിലും മോശമില്ല.

ചുറ്റുപാടുകൾക്കൊന്നുമില്ലാത്തൊരു പച്ചപ്പ് ഉജ്ജയിനിയെ അനുഗ്രഹിച്ചിരുന്നു. അവളുടെ ഉപവനികകളിൽ കാളിദാസചിഹ്നങ്ങൾ! മറ്റേത് ഉത്തരേന്ത്യൻ നഗരത്തിനുമില്ലാത്ത ഒരു വശ്യത ഉജ്ജയിനിയിൽ ഉള്ളതോ അതോ തോന്നിയതോ? ഈ തെരുവുകളിലൂടെ കാളിദാസ മഹാകവി ആയിരത്താണ്ടുകൾ മുൻപു നടന്നിട്ടുണ്ടായിരിക്കണം. മണിമേടകളിലെ മയിലുകൾ അദ്ദേഹത്തെ എതിരേറ്റുകാണും. മാളികകളിലെ നൂപുരധ്വനികൾ അദ്ദേഹത്തിന്റെ ഭാവനയെ സ്വർഗത്തിലേക്ക് ആനയിച്ചിരിക്കാം. ആർക്കും ഉജ്ജയിനിയിലൂടെ നിർവ്വികാരനായി നടക്കാൻ കഴിയില്ല. എവിടെയും പുരാവൃത്തങ്ങളുടെ ഉദാഹരണങ്ങൾ.

ഉജ്ജയിനി അവസാനമില്ലാത്ത കഥകളുടെ രംഗമഞ്ചമാണ്. രുമണ്വാനും യൗഗന്ധരായണനും വസന്തകനും കൂടി ഉദയനമഹാരാജാവിനെ കാരാഗൃഹത്തിൽ നിന്നു മോചിപ്പിക്കാനുള്ള പരിപാടി ആസൂത്രണം ചെയ്തത് ഈ തെരുവുകളിലെവിടെയോവെച്ചാണ്. വസന്തസേനയുടെ ആന മദമിളകി ആളുകളെ ഭയവിഹ്വലരാക്കിയതും ഇവിടെവെച്ചാകണം. *പാദതാഡിതക*ത്തിലെ വിടനായകൻ അലഞ്ഞുതിരിഞ്ഞത് ഈ

വഴിയോരങ്ങളിൽ. ബാണന്റെ *കാദംബരി*യിലെ ശൂദ്രകരാജാവിന്റെ കൊട്ടാരം ഏത് ഭാഗത്താവും?

കല്ലും കുഴിയും കലർന്ന റോഡ് കാളിദാസ അക്കാദമിയുടെ മുൻപിൽ ചെന്നുനിന്നപ്പോഴാണ് മനോരാജ്യത്തിൽ നിന്നുണർന്നത്.

ഇന്ത്യൻ സാഹചര്യം വെച്ചുനോക്കുമ്പോൾ മധ്യപ്രദേശ് സർക്കാർ ചെയ്തതു വലിയ കാര്യമാണ്. കാളിദാസ മഹാകവിക്ക് ഒരു മഹനീയ സ്മാരകം പണിതുവല്ലോ. അക്കാദമിക്ക് സ്വന്തമായ കെട്ടിടവും സൗകര്യങ്ങളുമെല്ലാമുണ്ട്. വർഷംതോറും 'കാളിദാസ സമാരോഹ'ങ്ങൾ സംഘടിപ്പിക്കുന്നു. കാളിദാസ നാടകങ്ങൾ അരങ്ങേറുന്നു. സംസ്കൃത പണ്ഡിതരായ സഹൃദയരുടെ ഒരു നല്ല സദസ്സ് ഉജ്ജയിനിയിലുണ്ട്. കാളിദാസന്റെ ഭാഷയിൽ 'അഭിരൂപ ഭൂയിഷ്ഠമായ പരിഷത്ത്'. അവർക്ക് കവിത, നാടകം, സംഗീതം എന്നിവയെക്കുറിച്ചെല്ലാം ബോധമുണ്ട്. ധാരാളം സംസ്കൃത കവികളുമുണ്ട്. നമ്മുടെ മേൽപ്പുത്തൂർ സ്മാരകത്തിന്റെ കഥ മറക്കാം.

അക്കാദമി ഡയറക്ടർ കൃഷ്ണകാന്ത് ചതുർവേദി ആഹ്ലാദത്തോടെ എന്നെ സ്വാഗതം ചെയ്തു.

രണ്ടു കാര്യങ്ങൾ എനിക്കുവേണ്ടി ചെയ്തുതരണമെന്ന് ഞാൻ അദ്ദേഹത്തോടഭ്യർത്ഥിച്ചു. ഒന്ന്, ഉജ്ജയിനിയുടെ കുറെ പടങ്ങൾ തരണം. രണ്ട്, മഹാകാളക്ഷേത്രവും ശിപ്രാനദിയും കാണാൻ സൗകര്യം ചെയ്തു തരണം.

ആദ്യത്തെ സംഗതി വിഷമമാണെന്നു ചതുർവേദി അറിയിച്ചു. രണ്ടാമത്തേത് ശരിപ്പെടുത്താം.

താമസസൗകര്യം ഏർപ്പാടു ചെയ്തത് അക്കാദമി കെട്ടിടത്തിൽ ത്തന്നെ. തൊട്ടടുത്ത് പൊതുമരാമത്ത് വകുപ്പ് വക അതിഥിമന്ദിരത്തിലാണ് പ്രതിനിധികൾക്കുള്ള ഭക്ഷണം. അവിടെ ഹിമാചൽ പ്രദേശ്, സാഗർ തുടങ്ങിയ സ്ഥലങ്ങളിൽനിന്നുള്ള പല സുഹൃത്തുക്കളെയും കണ്ടു.

കാളിദാസോത്സവത്തിൽ ദിവസവും രാവിലെ സെമിനാറാണ്. വൈകുന്നേരം സ്മാരകപ്രഭാഷണങ്ങൾ. രാത്രി കലാപരിപാടികളും.

ഞാൻ ചെന്ന ദിവസത്തെ കലാപരിപാടി ഒരു മുംബൈ സംഘത്തിന്റെ ശാകുന്തളം ഭരതനാട്യമായിരുന്നു. സംഗീതം ഗംഭീരം. അഭിനയം തരക്കേടില്ല. സംഭാഷണം ശാകുന്തളത്തിന്റെ വിതാനത്തിലേക്ക് ഉയരുന്നില്ലെന്നു മാത്രം. രണ്ടാംദിവസത്തെ കുച്ചിപ്പുഡി ശൈലിയിലുള്ള കുമാര സംഭവം മോശമില്ല.

ക്ലാസിക്കൽ തിയേറ്ററും നാട്ടരങ്ങും തമ്മിലുള്ള ബന്ധത്തെക്കുറിച്ചായിരുന്നു സെമിനാർ. എനിക്ക് പുറമെ ഡോ. രാധാവല്ലഭ ത്രിപാഠി, ഡോ. രാജേന്ദ്രശർമ്മ, സംഗീത നാടക അക്കാദമി മുൻ സെക്രട്ടറി ഭരത് രത്ന ഭാർഗ്ഗവ തുടങ്ങിയ പ്രഗല്ഭരുടെ വൻനിര.

കൂടിയാട്ടത്തിന്റെ നാടോടിപ്പാരമ്പര്യത്തെക്കുറിച്ചുള്ളതായിരുന്നു എന്റെ പ്രബന്ധം. ഉജ്ജയിനീയന്മാർക്കെല്ലാം കൂടിയാട്ടത്തോട് നല്ല മതിപ്പാണ്. ഇന്ത്യയിലെ അന്യംനിന്നു പോകാത്ത ഒരേയൊരു സംസ്കൃത നാടകവേദിയെന്ന നിലയ്ക്ക് അവർ കൂടിയാട്ടത്തെ മാനിക്കുന്നു. നമ്മുടെ മാണിമാധവച്ചാക്യാർ, അമ്മന്നൂർ തുടങ്ങിയവരുടെയെല്ലാം അഭിനയകലയെക്കുറിച്ച് അവർ വാചാലരാകുന്നു. ഈ കാവ്യാത്മക നീതിയിൽ എനിക്ക് വളരെ സന്തോഷം തോന്നി. തലമുറകളായി കേരളത്തിലെ ചാക്യാന്മാർ എത്രയെത്ര വേദികളിൽ ഉജ്ജയിനിയെ വർണ്ണിച്ചു - ഒരിക്കലും തങ്ങൾ കണ്ടിട്ടില്ലാത്ത സ്വപ്നനഗരി! ഇന്ന് ഉജ്ജയിനി അവരെ തിരിച്ചു ബഹുമാനിക്കുന്നു. കേരളത്തിനു പുറത്തുള്ളവർ ഈ രംഗകലയെ മാനിക്കുന്നു. കൂടിയാട്ടത്തിൽനിന്ന് പലതും പഠിക്കാനുണ്ടെന്ന് ആദരപൂർവ്വം സമ്മതിക്കുന്നു. ഇന്നു കൂട്ടിയാട്ടം ആർക്കെങ്കിലും വേണ്ടെന്നു തോന്നുന്നുണ്ടെങ്കിൽ അത് നമ്മുടെ നാട്ടുകാർക്ക് മാത്രമാണ്. കാലത്തിന്റെ കളി!

സെമിനാർ കഴിഞ്ഞപ്പോൾ എനിക്ക് മഹാകാളക്ഷേത്രം കാണാൻ തിടുക്കമായി. കാളിദാസഭാവന അതിന്റെ ഗാംഭീര്യം സാക്ഷാൽക്കരിക്കുന്നത് ഈ മഹാക്ഷേത്രത്തിന്റെ വർണനയിലാണ്. സാന്ധ്യശോഭയിൽ മേഘം രക്തം കിനിയുന്ന ഒളികലർന്ന്, നൃത്തം ചെയ്യുന്ന ശിവന്റെ ഭുജവലയത്തിൽ തങ്ങിനിൽക്കുന്നതിനെ കാളിദാസൻ വിഭാവനം ചെയ്യുന്നുണ്ട് - ഒരു കോസ്മിക് ഭാവന. നമ്മുടെ മഹാകവി ജിയുടെ 'ശിവതാണ്ഡവ'ത്തിൽ ഒരു വിദൂരധ്വനിയായി ആ മേഘസന്ദേശ ശ്ലോകമുണ്ട്. പതിഞ്ഞ ഒരു ശങ്കരാഭരണപ്പദം പോലെ ആ ഭാഗം മനസ്സിൽ കത്തിപ്പടരുന്നത് എത്രയോ തവണ അനുഭവിച്ചതാണ്.

സന്ധ്യാസമയത്താണ് മേഘം മഹാകാളക്ഷേത്രത്തിൽ ശിവന് കൊട്ടിപ്പാടിസ്സേവ ചെയ്യേണ്ടത് - തന്റെ ഗംഭീരധ്വനികളിലൂടെ. യാദൃച്ഛികമാവാം. ഞാൻ മഹാകാളത്തിലെത്തുന്നതും സന്ധ്യയ്ക്കുതന്നെ.

അവിടെ ചെന്നെത്തുമ്പോൾ അനിർവചനീയമായൊരനുഭൂതി ആവേശിക്കുന്നതുപോലെ. ക്ഷേത്രത്തിന്റെ ഉത്തുംഗഗോപുരത്തിൽ സാന്ധ്യപ്രഭ കുങ്കുമം ചാർത്തി. ആയിരക്കണക്കിനു വർഷങ്ങൾ പഴക്കമുള്ള ക്ഷേത്രം. ശൈവനായ കാളിദാസൻ ഈ പരിസരത്ത് പ്രാഞ്ജലിയായി അലഞ്ഞുതിരിഞ്ഞിട്ടുണ്ടായിരിക്കണം. *കുമാരസംഭവ*ത്തിലെ ഗംഭീരപദ്യങ്ങൾ എഴുതുമ്പോൾ അദ്ദേഹം മഹാകാളേശ്വരനെ ഓർത്തു കാണും. ഇവിടെ ദേവദാസികൾ ചാമരം വീശി കൈകഴയുമ്പോൾ ഉതിരുന്ന മഴത്തുള്ളി തട്ടി കുളിരാർന്ന് മേഘത്തെ കൃതജ്ഞതാപൂർവ്വം കടാക്ഷിച്ചിരിക്കണം. ഞാൻ ആകാശത്തേക്ക് നോക്കി. ചെറിയൊരു മേഘപാളി എവിടെയോ തങ്ങിക്കിടക്കുന്നുണ്ട്.

യുഗാന്തരസ്മൃതികളുയർത്തുന്നതുപോലെ ക്ഷേത്രകവാടത്തിൽ നിന്ന് മണിമുഴങ്ങി.

ഒരുപക്ഷേ, ഒരുപക്ഷേ, ഒന്നും മാറിയിട്ടില്ല.

വളഞ്ഞും പുളഞ്ഞും കിടക്കുന്ന നിരത്തിലൂടെ ശിപ്രയിലേക്ക് ദൂര മേറെയില്ല. ചതുർവ്വേദി ഏർപ്പാട് ചെയ്ത കാറിലെ ഡ്രൈവർ സഹൃദ യനും സൗമ്യനുമാണ്. ഞങ്ങൾ അവിടേക്ക് തിരിച്ചു.

ശിപ്രാനദിയിലെ കാറ്റിനെക്കുറിച്ചു കാളിദാസൻ ഗൃഹാതുരതയോടെ പാടിയിട്ടുണ്ട്: ആ വരികളിൽ ഒരു പ്രവാസിയുടെ ദുഃഖം കലർന്നതായി പലപ്പോഴും തോന്നിയിട്ടുണ്ട്. (*മേഘസന്ദേശം* തന്നെ ഒരു പ്രവാസിയുടെ ആത്മകഥയല്ലേ?) സാരസപ്പക്ഷികളുടെ മദമധുര കൂജനത്തിനു നീളം കൂട്ടുന്ന കാറ്റ്: പൊട്ടിവിടർന്ന താമരപ്പൂക്കളുടെ ചങ്ങാത്തംകൊണ്ട് സുഗന്ധമാർന്ന കാറ്റ്; അത് പുലർകാലങ്ങളിൽ പ്രിയതമനെപ്പോലെ സ്ത്രീകളുടെ സുരതത്തളർച്ച മാറ്റുമത്രേ! പ്രത്യക്ഷാനുഭവത്തിന്റെ ആത്മ വിശ്വാസത്തോടെയാണ് കാളിദാസൻ സംസാരിക്കുന്നത്.

ശിപ്ര: ഇരുവശത്തും സ്നാനഘട്ടങ്ങൾ. വെള്ളവും കുറവല്ല. എന്നാൽ അമിതമായ ചൂഷണം നിമിത്തം നൈസർഗ്ഗികഭംഗി നഷ്ടപ്പെട്ടിരിക്കുന്നു. ഇരുകരകളിലും ആളുകൾ തമ്പടിച്ചുകൂടിയിട്ടുണ്ട്. പൂജാസാമഗ്രികളും മാലകളും ചിതറിക്കിടക്കുന്നു. ശിപ്രയുടെ കാറ്റിന് കാല്പനികവശ്യത യില്ല. സുഗന്ധം ഒട്ടുമില്ല. ദുർഗന്ധമുണ്ടോ എന്നു പരിശോധിക്കാതിരി ക്കാൻ ഞാൻ പാടുപെട്ടു. മറ്റൊരു കാല്പനിക സ്വപ്നംകൂടി തകർന്നു പോകേണ്ടെന്നു കരുതി. ഗെയ്ഥെയുടെ ജർമ്മനിയിലെ മനോഹരമായ റൈൻനദിയെക്കുറിച്ച് ഓർത്തുപോയി. എത്ര സൂക്ഷ്മതയോടെയാണ് ജർമ്മൻകാർ റൈൻ നദിയെ പരിപാലിക്കുന്നത്! ഒരു കരടുപോലും നദീ തീരത്ത് കാണാനുണ്ടായിരുന്നില്ല. പൂമരങ്ങളും പുൽത്തകിടികളും ആ നദീതടത്തെ മനോഹരമാക്കിയിരുന്നു. ശിപ്ര ഒരു വേദനയായി. യമുന യോളം പീഡിതയായില്ലല്ലോ എന്നാശ്വസിക്കാൻ ശ്രമിച്ചു.

അകലെയെവിടെയോ വാങ്കുവിളി മുഴങ്ങി. സകലമതങ്ങളോടും ഒരേ ആദരവു പുലർത്തിയ കാളിദാസന്റെ നഗരം ആ പാരമ്പര്യം ഇന്നും പിന്തു ടരുന്നു. ജൈനദർശനത്തെയും ബൗദ്ധദർശനത്തെയും കാളിദാസൻ പരാ മർശിക്കുന്നത് ഏറെ ബഹുമാനത്തോടെയാണ്. തൊട്ടപ്പുറത്തു സിക്കു കാരുടെ ഉത്സവഘോഷയാത്ര കടന്നുപോയി.

രണ്ടാമത്തെ രാത്രികൂടി കാളിദാസ നഗരിയിൽ കഴിച്ചുകൂട്ടി. കാലത്ത് ഉജ്ജയിനിയോടു വിട പറയുമ്പോൾ കാളിദാസ കവിതയോട് വീട്ടാനു ണ്ടായിരുന്ന ഒരു കടം തീർത്തതിന്റെ സംതൃപ്തിയായിരുന്നു ഉള്ളിൽ.

ഇനിയും പുതിയ പുതിയ ഉജ്ജയിനികൾ ഉയർന്നുവരട്ടെയെന്ന് വൈലോപ്പിള്ളി എവിടെയോ പാടിയത് മനസ്സേറ്റുപാടി.

(മാതൃഭൂമി ആഴ്ചപ്പതിപ്പ് 2000 ജനുവരി 23-24)

നിളാതീരത്തിലെ നളന്ദ

ഒരു സ്വപ്നംപോലെ ചേതോഹരമാണ് ആ കാലം. നിളാതടത്തിന്റെ ഗുരുകുലം. പ്രണതശിഷ്യർക്ക് സംസ്കൃതത്തിലെ വിദ്യാമൃതം പകർന്നു കൊടുക്കുന്ന കുലഗുരു. ശിഷ്യരുടെ 'ഗുരുനാഥൻ'. (പട്ടാമ്പിക്കാർക്ക് ഗുരുനാഥൻ എന്ന വാക്കിന് ഒറ്റ അർത്ഥമേ ഉണ്ടായിരുന്നുള്ളൂ: പുന്നശ്ശേരി നമ്പി നീലകണ്ഠശർമ്മ). വിവിധ ദേശങ്ങളിൽനിന്നു വന്ന ധിഷണാശാലികളായ ശിഷ്യഗണങ്ങളുടെ ഒരു ഗ്യാലക്സി. തൊട്ടപ്പുറത്ത് 'നാകസൗഭഗത്തോടെ മന്ദസ്മിതം തൂകി നിൽക്കുന്ന' ഈഹാപുരേശ്വരിയുടെ ക്ഷേത്രം; അരികിൽ വെള്ളം നിറഞ്ഞു പുളഞ്ഞൊഴുകുന്ന നിളാനദി. പട്ടാമ്പി കോളേജ് കേരളത്തിന്റെ സാംസ്കാരിക ചരിത്രത്തിലെ പ്രകാശപൂർണമായ ഒരധ്യായം എഴുതിച്ചേർത്തത് നൂറ്റാണ്ടിനുമപ്പുറത്താണ്.

സംസ്കൃതപ്രചാരണത്തിന് ജീവിതം ഉപയോഗിച്ച പുന്നശ്ശേരി നമ്പി സാരസ്വതോദ്യോതിനി സംസ്കൃതപാഠശാല സ്ഥാപിക്കുന്നത് 1889ലാണ്. അന്നു സാധാരണജനങ്ങൾക്ക് സംസ്കൃതം പഠിക്കാനുള്ള അവസരങ്ങൾ വിരളമായിരുന്നു. തിരുവിതാംകൂറിലും മറ്റും അവർണർക്ക് ആ അവസരം നിഷേധിച്ചതുമായിരുന്നു. നമ്പിയുടെ ഗുരുകുലം വലിപ്പവും ചെറുപ്പവും നോക്കാതെ, ജാതിമതഭേദമെന്യേ എല്ലാവർക്കും പഠിക്കാനവസരമേകി.

ഇന്നു തമാശ തോന്നും. മലയാളത്തിലെ മുൻനിരക്കവിയായുർന്ന കുഞ്ഞിരാമൻനായർപോലും പട്ടാമ്പിക്കളരിയിൽ ഒരു 'കുട്ടിത്തര'മായിരുന്നു ഒരു കാലത്ത്. 'ഇതാ നമ്മുടെ കുഞ്ഞിരാമനും കവിതയെഴുത്തു തുടങ്ങി' എന്നായിരുന്നു കവി ആദ്യവരികളെഴുതിയപ്പോൾ പട്ടാമ്പിക്കാരുടെ പ്രതികരണം. വമ്പന്മാരുടെ ഒരു വൻനിരതന്നെയുണ്ടായിരുന്നു അന്നത്തെ കലാശാലയിൽ. സി.എസ്. നായർ, കുട്ടികൃഷ്ണമാരാർ, കെ.വി.എം., കെ.പി. നാരായണ പിഷാരോടി, എം.പി. ശങ്കുണ്ണി നായർ, ഇ.ആർ. ശ്രീകൃഷ്ണവർമ്മ എന്നിവരെയൊക്കെ അവരാക്കിയത് പട്ടാമ്പി ക്കോളേജായിരുന്നു. കല്ലന്മാർതൊടി രാവുണ്ണിനായർ, ചെറുളിയിൽ കുഞ്ഞുണ്ണി നമ്പീശൻ, വടക്കേപ്പാട്ട് നാരായണൻ നായർ, കുറുവാന്തൊടി ശങ്കരനെഴുത്തച്ഛൻ, ചെമ്പ്ര രാമനെഴുത്തച്ഛൻ, യു.പി. ശങ്കുണ്ണിമേനോൻ, അസൈനാർ വൈദ്യർ - ഇങ്ങനെ ആ പട്ടിക നീളുന്നു.

നാട്ടിനും വീട്ടിനും കൊള്ളാത്ത 'ഉണക്കുശാസ്ത്രി'മാരെ സൃഷ്ടി ക്കുന്നതിലായിരുന്നില്ല പ്രായോഗികമതിയായ പുന്നശ്ശേരി നമ്പിക്ക് കമ്പം. സംസ്കൃതം ജനനന്മയ്ക്ക് എന്നതായിരുന്നു അദ്ദേഹത്തിന്റെ വിശ്വാസ പ്രമാണം. മലയാളത്തിനു പട്ടാമ്പി കോളേജിൽ അയിത്തം കല്പിച്ചിരു ന്നില്ല. സംസ്കൃതം അറിവുള്ള മലയാള പണ്ഡിതന്മാരും മലയാളത്തിൽ താത്പര്യമുള്ള സംസ്കൃത പണ്ഡിതന്മാരുമാണ് പട്ടാമ്പിയിൽനിന്നു പുറത്തുവന്നത്. പണ്ടത്തെ കൊച്ചിയിലെയും മലബാറിലെയും ഒട്ടേറെ ഹൈസ്കൂളുകളിലെ ആദർശസമ്പന്നരായ ഭാഷാധ്യാപകരിൽ വലി യൊരു പങ്ക് പട്ടാമ്പി കോളേജിന്റെ സംഭാവനയായിരുന്നു.

പ്രായോഗികജീവിതത്തിന്റെ അവിഭാജ്യഘടകങ്ങളായിരുന്ന ജ്യോതിഷത്തിലും ആയുർവേദത്തിലും ഉപരിപഠനത്തിന് പട്ടാമ്പി കോളേജ് അവസരമൊരുക്കി. രണ്ടു ശാസ്ത്രങ്ങളും ഗുരുനാഥനു കരത ലാമലകംപോലെയായിരുന്നു. പട്ടാമ്പി പഞ്ചാംഗം ഏറെക്കാലം കൃത്യത യുടെ പര്യായമായി നിലനിന്നു. ജ്യോതിശ്ശാസ്ത്രത്തെ ജ്യോതിഷ ത്തിൽനിന്നു വേർതിരിച്ച പുന്നശ്ശേരി നമ്പി ഗണിതാധ്യാപനവേളയിൽ ഫലഭാഗവിദ്യാർത്ഥികളോട് 'എടോ, ഇവിടെ നിക്കണ്ട! തന്റെ രാഹുവും കേതുവും സൂര്യനെ വിഴുങ്ങുന്ന അസുരന്മാരാണ്; താനങ്ങനെ പഠിച്ചാൽ മതി' എന്നു തമാശപൂർവം പറയാറുണ്ടായിരുന്നുവത്രെ.

ഇന്നാലോചിക്കുമ്പോൾ ഒരു സർവകലാശാലയുടെ ധർമ്മമാണ് വിഭവ ദരിദ്രമെങ്കിലും ധിഷണാധന്യമായ പട്ടാമ്പി കോളേജ് ഒരു കാലഘട്ടത്തിൽ നിർവഹിച്ചതെന്നു നാം തിരിച്ചറിയുന്നു. അധ്യാപനത്തിനു പുറമെ പുന്ന ശ്ശേരി നമ്പി ഏറ്റെടുത്ത ഒരു കൃത്യം പ്രസാധനമാണ്. പട്ടാമ്പി മുദ്രണാ ലയത്തിലൂടെ സംസ്കൃതത്തിലെയും മലയാളത്തിലെയും കൃതികൾ പുറത്തുവന്ന ഒരു കാലമുണ്ടായിരുന്നു. *വിജ്ഞാനചിന്താമണി*യെന്ന ഒരു മാസികയും. *വിജ്ഞാന ചിന്താമണി* 29 സംവത്സരങ്ങളാണ് മുടങ്ങാതെ പ്രസിദ്ധീകരിക്കപ്പെട്ടത്. സംസ്കൃതമയൂഖം, കേരളമയൂഖം എന്നിങ്ങനെ രണ്ടു ഭാഗങ്ങൾ. പട്ടാമ്പിക്കളരിയിലെ എഴുത്തുകാർ എഴുതിത്തെളി ഞ്ഞത് *വിജ്ഞാന ചിന്താമണി*യിലൂടെയാണ്.

ഇരുപതാം നൂറ്റാണ്ടിന്റെ പൂർവാർദ്ധത്തിൽ മധ്യകേരളത്തിന്റെ സാംസ്കാരികകേന്ദ്രമായി പട്ടാമ്പി രൂപപ്പെട്ടത് അതിവേഗത്തിലായിരുന്നു. വലിയ എഴുത്തുകാർ അവിടെ നിത്യസന്ദർശകരായിരുന്നു. വള്ളത്തോൾ പുന്നശ്ശേരി നമ്പിയുടെ ശിഷ്യകല്പനും ആത്മമിത്രവുമായിരുന്നു. ഉള്ളൂ രിന്റെ വലിയൊരു മോഹം ഗുരുകുലത്തിൽ ഒരു മാസമെങ്കിലും കഴിച്ചു കൂട്ടുകയായിരുന്നു. നിളാതടത്തിലേക്കു വീണ്ടും വരാൻ ആഗ്രഹിച്ചു കൊണ്ട് ജി. എഴുതിയ കവിത പ്രസിദ്ധമാണ്.വി.സി. ബാലകൃഷ്ണപ്പണി ക്കർ പട്ടാമ്പിയിലെ ഒരന്തേവാസിയായിട്ടുണ്ട്.

കുട്ടികൃഷ്ണമാരാരുടെ ഗുരുവായ ശംഭുശർമ്മ, സി.എസ്. നായർ, അനന്തനാരായണശാസ്ത്രി, പി.വി. രാമയ്യർ, കുഞ്ഞിരാമ പതിയാർ,

സി.പി. കൃഷ്ണനെളയത്, കെ.വി. നാരായണശാസ്ത്രി, പണ്ഡിതരാജൻ കലക്കത്തു ഗോവിന്ദൻ നമ്പ്യാർ തുടങ്ങിയ മഹാപണ്ഡിതന്മാർ ഒരു കാലത്ത് പട്ടാമ്പിയിൽ ക്ലാസുകൾ കൈകാര്യം ചെയ്തവരായിരുന്നു.

സൗരയൂഥത്തിൽനിന്നു സൂര്യൻ തിരോധാനം ചെയ്താലുള്ള സ്ഥിതിയാണ് പുന്നശ്ശേരി നമ്പിയുടെ ദേഹവിയോഗത്തിനുശേഷം ഗുരുകുലത്തിനുണ്ടായത്. എല്ലാ നല്ലതിനും ഒരവസാനമുണ്ടെന്നു കരുതി ആശ്വസിക്കാം. ശിഷ്യരും സഹപ്രവർത്തകരും ആവുംപാടും ശ്രമിച്ചെങ്കിലും പയ്യെപ്പയ്യെ അനാഥമായി പട്ടാമ്പി സങ്കേതം. വർഷങ്ങൾക്കുശേഷം ഏതാനും ചില സുകൃതികളുടെ ശ്രമഫലമായി കോളേജ് ഡിസ്ട്രിക്ട് ബോർഡ് ഏറ്റെടുത്തത് താൽക്കാലികാശ്വാസമായി. പഴയ ടൈറ്റിൽ കോളേജിന് ആവശ്യക്കാരില്ലാതായി. പട്ടാമ്പി കോളേജ് ഒരു ഡിഗ്രി കോളേജായി. പുതിയ വിഷയങ്ങൾ, വിദ്യാർത്ഥികൾ, അദ്ധ്യാപകർ, കോളേജ് പെരുമുടിയൂർ സങ്കേതത്തിൽനിന്ന് മരുതൂരിലേക്കു പറിച്ചു നടപ്പെട്ടു. തേന്മാവിന്റെ സ്ഥാനത്ത് ഒട്ടുമാവു നട്ടതിനെപ്പറ്റി പി. കുഞ്ഞിരാമൻനായർ പരിതപിച്ചു. എന്നാൽ പട്ടാമ്പി കോളേജിന്റെ പഴയ ചില നന്മകൾ എവിടെയൊക്കെയോ നിലനിന്നുപോന്നിട്ടുണ്ട്. പഴയ ആഴങ്ങൾ പൊയ്പോയിരിക്കാം. പുതിയ പരപ്പുകൾ കൈവന്നുവെന്നു സമാധാനിക്കാം. പുന്നശ്ശേരി നമ്പിയുടെ ശിഷ്യനായ ഗോപിമാഷും പഴയ കോളേജിലെത്തന്നെ അധ്യാപകനായിരുന്ന ചെറുകാടുമാഷുമായിരുന്നു രണ്ടു കാലങ്ങളിലെ ഇണക്കുകണ്ണികൾ. വിഷ്ണുനാരായണൻ നമ്പൂതിരി, ബാലകൃഷ്ണ വാരിയർ, ആറ്റൂർ രവിവർമ്മ, കെ.ജി. ശങ്കരപ്പിള്ള, വി.പി. ശിവകുമാർ, സാറാ ജോസഫ്, സുജാതാദേവി, ദേശമംഗലം രാമകൃഷ്ണൻ തുടങ്ങിയ തിളക്കമാർന്ന അധ്യാപകർ ഇവിടെ പുതിയകാലത്തു വന്നുചേർന്നു. പുതിയ കൂട്ടായ്മകൾ ഉണ്ടായി.

ഇനിയെന്ത്? നിളാനദിയിലെ വെള്ളക്കയങ്ങൾ വറ്റിവരണ്ടിരിക്കുന്നു.

നമ്മുടെ ആർദ്രതകളും ഉണങ്ങിക്കഴിഞ്ഞുവോ? കലയ്ക്കും സംസ്കാരത്തിനും കൂട്ടായ്മകൾക്കുമൊക്കെ ആർക്കുനേരം? കുമിഞ്ഞുകൂടിക്കിടക്കുന്ന ചാരത്തിനിടയിൽ എവിടെയെങ്കിലും തീക്കനലുകൾ കനക്കുന്നുണ്ടോ? എല്ലാം കാലം തെളിയിക്കേണ്ടിയിരിക്കുന്നു.

(മാതൃഭൂമി ദിനപത്രം പാലക്കാട് എഡിഷൻ തുടങ്ങിയപ്പോൾ പ്രസിദ്ധീകരിച്ച ലേഖനം.)

നിളാതീരത്തിലെ മഹാപണ്ഡിതൻ

എളുപ്പത്തിൽ പിണങ്ങുന്ന ആളാണെന്നും അടുത്തിടപഴകുന്നതു സൂക്ഷിച്ചു വേണമെന്നുമൊക്കെ പരിചയക്കാർ മുന്നറിയിപ്പു തന്നിരുന്നു വെങ്കിലും പ്രൊഫ. എം.പി. ശങ്കുണ്ണിനായർ തേഞ്ഞിപ്പലത്തെ ടീച്ചേഴ്സ് ഹോസ്റ്റലിൽ എന്റെ കൂടെ താമസിക്കാൻ വന്നപ്പോൾ ആഹ്ലാദത്തിനതി രുണ്ടായിരുന്നില്ല. എൺപതുകളുടെ ആദ്യത്തിൽ പട്ടാമ്പി കോളേജിൽ നിന്നാണ് ആളെ ആദ്യം കാണാനിടയായത്. അദ്ദേഹത്തിന് ഗവേഷണ സംബന്ധിയായി തേഞ്ഞിപ്പലത്തുവന്ന് താമസിക്കാൻ ഒരിടം വേണം. ഹോസ്റ്റലിൽ പതിന്നാലാം നമ്പർ മുറിയിൽ ഒറ്റയ്ക്കു കഴിഞ്ഞിരുന്ന ഞാന ദ്ദേഹത്തെ കൂടെ താമസിക്കാൻ ക്ഷണിച്ചപ്പോൾ ജീവിതത്തിലെ ഒരു വിജ്ഞാനോത്സവത്തിനു തുടക്കം കുറിക്കുകയായിരുന്നു. മാഷെക്കുറി ച്ചുള്ള കേട്ടറിവുകൾ ഞാൻ മനസ്സിൽ നിന്നകറ്റി. അദ്ദേഹം എന്നോടോ ഹോസ്റ്റലിലെ ചെറുപ്പക്കാരായ മറ്റു സുഹൃത്തുക്കളോടോ ഒരിക്കലും പിണങ്ങിയില്ല. ഞങ്ങളിൽ ഒരാളായി മാറുകയായിരുന്നു അദ്ദേഹം. സമ നോടെന്നപോലെ അദ്ദേഹത്തോടു സ്വാതന്ത്ര്യമെടുത്തു സംസാരിച്ചിരുന്ന ചില കൂട്ടുകാരെങ്കിലും പിന്നീട് നിരവധി അവാർഡുകളിലൂടെ പത്ര ങ്ങളുടെ മുൻപേജിൽ സ്ഥാനം പിടിച്ച അദ്ദേഹത്തിന്റെ യഥാർത്ഥ വ്യക്തിത്വമറിഞ്ഞപ്പോൾ അമ്പരന്നിരിക്കണം.

ഹോസ്റ്റലിലെ മെസ്സിൽനിന്നുള്ള പ്രഭാതഭക്ഷണം കഴിഞ്ഞ് മുറിയി ലെത്തിയാൽ ശങ്കുണ്ണിമാഷ് രണ്ടു കാര്യങ്ങൾ മാത്രമേ ചെയ്തിരുന്നുള്ളൂ. സന്ദർശകരുള്ളപ്പോൾ നിർത്താത്ത വർത്തമാനം. അല്ലാത്തപ്പോൾ നിർത്താത്ത വായന. വർത്തമാനത്തിനൊരു വിശേഷമുണ്ട്. വിജ്ഞാന കോശത്തിനു ജീവൻ കൈവന്നാലത്തെ അനുഭവമായിരുന്നു അത്. സംസ്കൃതവും പ്രാകൃതവും സമകാലിക സാഹിത്യവും ചരിത്രവും തത്ത്വശാസ്ത്രവുമെല്ലാം കലർന്ന ഒരു മഹാസാരസ്വതപ്രവാഹം. ഇടയ്ക്കിടെ പൊട്ടിച്ചിരികൾകൊണ്ടു മുഖരിതമാവും ആ സംഭാഷണം. മണിക്കൂറുകളോളം നീണ്ടുനീണ്ടുപോകുന്ന വൈജ്ഞാനികയജ്ഞ ത്തിൽ അദ്ദേഹത്തെപ്പോലെ ശ്രോതാക്കളും സ്ഥലകാലങ്ങൾ മറന്നു

പോകുമായിരുന്നു. ഇടയ്ക്കൊക്കെ ചില ചോദ്യങ്ങൾ വരും, "ഏഴു ദിവസങ്ങളുള്ള ആഴ്ച എന്ന കണക്ക് ആരാണ് ആദ്യമുണ്ടാക്കിയത്?" "ഉർ എന്ന ദേശത്തെ പൂജാരിണിയല്ലേ ഉർവശി?" എന്നിങ്ങനെ. അമ്പരന്നു നോക്കുന്ന ശ്രോതാക്കളിൽനിന്ന് അദ്ദേഹം ഉത്തരമൊന്നും പ്രതീക്ഷിച്ചിരുന്നില്ല. ആരും ചോദിക്കാത്ത ചോദ്യങ്ങൾ തന്നോടുതന്നെ ചോദിച്ചുകൊണ്ടിരിക്കുകയായിരുന്നു അദ്ദേഹം.

ശങ്കുണ്ണിമാസ്റ്ററുടെ വായനയ്ക്കുമുണ്ടായിരുന്നു ഒരു വിശേഷം. ഒരു കാൽ നിലത്തും മറ്റേത് കസേരയിലും വെച്ചുകൊണ്ടുള്ള ഒരു നില്പിലായിരുന്നു ആ വായന. ഗജേന്ദ്രമോക്ഷ കഥയിലെ മുതല പിടിച്ച പാണ്ഡ്യരാജാവിന്റെ അവസ്ഥയെയാണ് ഞാൻ ഓർത്തിരുന്നത്. മുതലയ്ക്കു പകരം ഇവിടെ പുസ്തകങ്ങളായിരുന്നുവെന്നു മാത്രം. ചെയിൻ സ്മോക്കർ സിഗരറ്റുകളെയെന്നോണം അദ്ദേഹം പുസ്തകങ്ങളെ വായിച്ചു തള്ളി. വായിക്കുകയായിരുന്നില്ല, 'സ്കാൻ' ചെയ്യുകയായിരുന്നു അദ്ദേഹം. കൈയിലൊരു പെൻസിലുമുണ്ടാവും, എന്തെങ്കിലും അസാധാരണമായതു കണ്ടാൽ മാർജിനിൽ അടയാളമിടാൻ. വാക്കുകളുടെ ചരിത്രം തേടി അദ്ദേഹം അനേകഭാഷാസമുദ്രങ്ങളിലൂടെ പര്യവേക്ഷണം ചെയ്യുമായിരുന്നു. വാക്കിന്റെ ചരിത്രം മനുഷ്യസംസ്കാരത്തിന്റെ ചരിത്രമാണെന്ന തിരിച്ചറിവ് അദ്ദേഹത്തിന് സഹജാവബോധമായിരുന്നു. എത്ര പുസ്തകങ്ങൾ വായിച്ചാലും തീരാത്തതാണ് അറിവിന്റെ മഹാസാമ്രാജ്യമെന്നും അദ്ദേഹം മനസ്സിലാക്കിയിരുന്നു. മദിരാശിയിലെ കന്നിമാറ ലൈബ്രറിയിലെ പുസ്തകശേഖരത്തിനുപോലും തീർക്കാനാവാത്ത ആ പുസ്തകദാഹം ജീവിതാന്ത്യം വരെ അദ്ദേഹം കൊണ്ടുനടന്നു; അവസാനം കണ്ണുകൾ പണിമുടക്കാൻ തുടങ്ങിയപ്പോൾ സർവവും മടുത്ത് മഹാമൗനം കൈക്കൊള്ളുകയായിരുന്നു അദ്ദേഹം. രണ്ടു വർഷം കഴിച്ചുകൂട്ടിയതിന്റെ പെൻസിലടയാളങ്ങൾ സംഗീതഗ്രന്ഥങ്ങളുൾപ്പെടെയുള്ള എന്റെ പുസ്തകശേഖരത്തിലവശേഷിപ്പിച്ചിട്ടേ അദ്ദേഹം തിരിച്ചു പോയുള്ളൂ.

ശങ്കുണ്ണിനായർമാഷുള്ളപ്പോൾ എന്റെ റൂമിൽ സന്ദർശകർ ധാരാളമായി വന്നുതുടങ്ങി. പിൻഭാഗത്തെ ക്വാർട്ടേഴ്സിൽനിന്ന് എം.ജി.എസ്. ചരിത്രകാര്യങ്ങളുമായി വരും. അന്നത്തെ അജൻഡ കേരളചരിത്രമാവും. അപാരമായ ഉൾക്കാഴ്ചകളടങ്ങിയ ശങ്കുണ്ണി മാസ്റ്ററുടെ ചരിത്രലേഖനങ്ങളെക്കുറിച്ച് എംജി.എസ്സിന് ഒരൊറ്റ കാര്യത്തിൽ മാത്രമേ വിസംവാദമുണ്ടായിരുന്നുള്ളൂ; അടിക്കുറിപ്പുകളോ പ്രമാണരേഖകളുടെ വിവരണങ്ങളോ നൽകാൻ ഒരിക്കലും മാഷ് ശ്രമിച്ചിരുന്നില്ല. 'അത് ശങ്കുണ്ണി പറഞ്ഞതാണെന്നു പറഞ്ഞാൽ മതി' എന്നു പറഞ്ഞുകൊണ്ട് മാഷ് എതിർവാദങ്ങളെ ചിരിച്ചുതള്ളും. മാഷ് ഉദ്ധരിക്കുന്ന ഭാഗങ്ങൾ മൂലഗ്രന്ഥങ്ങൾ തപ്പിപ്പിടിച്ചു കണ്ടുപിടിക്കുന്നവർക്ക് ഒരിക്കലും നിരാശപ്പെടേണ്ടി വരില്ലെന്നതായിരുന്നു സത്യം. ചിലപ്പോൾ മദിരാശിയിൽനിന്ന്

ഉണ്ണിക്കിടാവ് പഴയ കൂട്ടുകാരനെ അന്വേഷിച്ചുവരും. ഭാഷാശാസ്ത്രമാവും അന്നത്തെ ചർച്ചാവിഷയം. വീറോടെ ശബ്ദമുയർത്തി സംസാരിക്കുന്ന ഉണ്ണിക്കിടാവ് മാഷ് ശങ്കുണ്ണിമാസ്റ്ററുടെ മുന്നിലെത്തിയാൽ മാനിനെപ്പോലെ ശാന്തസ്വഭാവനാവും.

മലയാളവിഭാഗം ആയിടെ സംഘടിപ്പിച്ച സാഹിത്യവിമർശന സമ്മേളനത്തിൽ പങ്കെടുത്ത ശങ്കുണ്ണിമാസ്റ്റർക്കായിരുന്നു താരപദവി. ഒരു സമ്മേളനത്തിലും പങ്കെടുക്കുന്നത് അദ്ദേഹത്തിനിഷ്ടമില്ലായിരുന്നുവെങ്കിലും അഴീക്കോട് മാഷിനോടുള്ള സ്നേഹംകൊണ്ടും ഞങ്ങളുടെയൊക്കെ നിർബന്ധംകൊണ്ടും വഴങ്ങുകയായിരുന്നു അദ്ദേഹം. ലേഖനങ്ങളിലൂടെ മാത്രം പരിചയമുള്ള ആ പ്രതിഭാധനനെ നേരിൽക്കാണാൻ ആളുകൾക്ക് ഉത്സാഹമായിരുന്നു. തന്റെ വിജ്ഞാനോജ്ജ്വലമായ പ്രഭാഷണത്തിലൂടെ അദ്ദേഹം അവരുടെ പ്രതീക്ഷകൾ അസ്ഥാനത്തല്ലെന്നു തെളിയിച്ചു. പ്രൊഫ. എം.എൻ. വിജയന്റെ പ്രബന്ധാവതരണവേളയിൽ മാഷൊന്നു കൊമ്പുകോർത്തു. എഴുത്തുകാരന്റെ മനസ്സിനെ അപഗ്രഥിക്കുന്നതുകൊണ്ട് സാഹിത്യകൃതിയുടെ പഠനത്തിനെന്താണൊരു നേട്ടമെന്നായിരുന്നു വളരെ നിർദോഷഭാവത്തിലുള്ള അദ്ദേഹത്തിന്റെ ചോദ്യം. കാരണത്തിന്റെ കാരണം അന്വേഷിച്ചുപോകുന്നതു വൃഥാവ്യായാമമാണെന്നും കുടത്തിന്റെ കാരണമന്വേഷിച്ചു പോയി അതു പണിയാനുള്ള കളിമണ്ണു ചുമന്ന കഴുതയിലൂടെ ആദിമകഴുതാ ദമ്പതിമാരോളം അന്വേഷിച്ചു ചെല്ലുന്നതുപോലെയാണതെന്നുമൊക്കെ കുസൃതിച്ചിരിയോടെ മാഷ് തുടർന്നു. സദസ്സിൽ പൊട്ടിച്ചിരി മുഴങ്ങി.

മലയാളത്തിൽ മനഃശാസ്ത്രാപഗ്രഥനത്തിന്റെ ആദിമകാരണമന്വേഷിച്ചുപോയാൽ നാം ചെന്നെത്തുക സാക്ഷാൽ എം.പി. ശങ്കുണ്ണിനായരിൽത്തന്നെയായിരിക്കുമെന്ന് വിജയൻമാഷ് തിരിച്ചടിച്ചപ്പോൾ ശങ്കുണ്ണി മാസ്റ്റർ കൈകൂപ്പി അടിയറവു പറയുകയാണുണ്ടായത്. പിന്നീടൊരിക്കൽ മേഴത്തൂരിൽ ചെന്നപ്പോൾ കണ്ടത് അദ്ദേഹം വിജയൻമാസ്റ്ററുടെ 'ചിതയിലെ വെളിച്ചം' വായിച്ചുരസിക്കുന്നതായിരുന്നു.

ജീവിതത്തിൽ ആരുടെയൊക്കെയോ കുടിലതകൾകൊണ്ട് ഒട്ടേറെ കയ്പുകുടിക്കേണ്ടിവന്നിരുന്ന മാഷ് ഒരു പരുക്കൻ ആവരണമണിഞ്ഞാണ് പുറംലോകത്തെ നേരിട്ടിരുന്നതെന്ന് എപ്പോഴും തോന്നിയിരുന്നു. എന്തിനെയും സംശയത്തോടെ മാത്രം നോക്കാൻ അനുഭവങ്ങൾ അദ്ദേഹത്തെ പഠിപ്പിച്ചിരിക്കണം. പല ഉദ്യോഗങ്ങളും അദ്ദേഹത്തെ തേടിയെത്തിയെങ്കിലും അതിനൊന്നും അദ്ദേഹം വഴങ്ങിക്കൊടുത്തില്ല. ബഹുമതികൾ ഏറ്റുവാങ്ങുന്നതിൽ അദ്ദേഹം പരാങ്മുഖനായിരുന്നു. ജാടകളില്ലാത്ത ആളുകളെ അദ്ദേഹം ഇഷ്ടപ്പെട്ടു. ഞാങ്ങാട്ടിരി വെച്ച് ഒരു സ്വീകരണത്തിനു സംഘാടകരുടെ നിർബന്ധത്തിനു വഴങ്ങി വന്ന അദ്ദേഹം സന്തോഷിച്ചത് തനിക്കു ലഭിച്ച ആദരവുകൊണ്ടല്ല, അവിടെ വന്ന് തകർപ്പൻ പഞ്ചവാദ്യം കൊട്ടിയ പെരിങ്ങോട് സ്കൂളിലെ കുട്ടികളുടെ

മിടുക്കുകണ്ടാണ്. അധികമാരെയും കാണാൻ മിനക്കെടാത്ത അദ്ദേഹം തൃശൂരിൽപ്പോയാൽ വൈലോപ്പിള്ളിയുടെയും അഴീക്കോടു മാസ്റ്ററുടെയും ആതിഥ്യം സ്വീകരിക്കുന്നതിൽ മാത്രം താത്പര്യം കാണിച്ചു. ഒരിക്കൽ എൻ.വി. രോഗബാധിതനായി കോഴിക്കോട് മെഡിക്കൽ കോളേജ് ആശുപത്രിയിൽ കിടക്കുമ്പോൾ ചെന്നുകാണാൻ ആഗ്രഹം പ്രകടിപ്പിച്ചു. എവിടെയൊക്കെയോ വഴിതെറ്റിപ്പോയി അവസാനം എൻ.വിയുടെ മുറിയിലെത്തിയപ്പോൾ മാഷ് പറഞ്ഞു: "എൻ.വിയെക്കാണാൻ വന്ന് ഞാനെത്തിയത് മോർച്ചറിയിലാണ്." പൂർണാനുകമ്പാമൃദുവായൊരു മന്ദഹാസത്തോടെ എൻ.വി. തനിക്കു തുല്യനായ ആ മഹാപണ്ഡിതനെ എതിരേറ്റു.

തന്റെ അറിവിന്റെ ഒരു ചെറിയ ഭാഗം മാത്രമേ ശങ്കുണ്ണിനായർമാഷ് പുസ്തകങ്ങളിലൂടെ നമുക്കു പകർന്നുതന്നിട്ടുള്ളൂ. അതുതന്നെ എത്ര കനപ്പെട്ട വിജ്ഞാനസമ്പത്ത്! തുഞ്ചത്തെഴുത്തച്ഛനെയും നവ്യന്യായത്തെയും മഹാഭാരതത്തെയും മിളിന്ദപഞ്ചകത്തെയുമെല്ലാം കുറിച്ച് എഴുതണമെന്ന് അദ്ദേഹം പറയുമായിരുന്നു. കാഴ്ചശക്തി കുറഞ്ഞത് തിരിച്ചടിയായി. വായനയെന്ന ജീവിതത്തിലെ ഏക സൗഭാഗ്യം നഷ്ടപ്പെട്ടപ്പോൾ അദ്ദേഹം തന്നിലേക്ക് ഉൾവലിയുകയായിരുന്നു. ഒരിക്കൽ മഹാഭാരതത്തിന്റെ മൂലകഥ തേടി നാം പോകേണ്ടത് യൂഫ്രട്ടീസ്, ടൈഗ്രീസ് നദിക്കരയിലാണെന്നദ്ദേഹം സൂചിപ്പിച്ചിരുന്നു. ഏതാനും മാസങ്ങൾക്കുശേഷം 'കൈരളി' ചാനലിനുവേണ്ടി അഭിമുഖം നടത്താൻ അനുവാദം തന്നപ്പോൾ ഞാനദ്ദേഹത്തോട് അതേപ്പറ്റി ചോദിച്ചു. അപ്പോഴേക്കും മറവി അദ്ദേഹത്തിന്റെ മസ്തിഷ്കത്തിന്റെ പ്രവർത്തനത്തെ സാരമായി ബാധിച്ചിരുന്നു. നമുക്കൊരിക്കലും ഉത്തരങ്ങൾ പറഞ്ഞുതരാതെ അദ്ദേഹം യാത്രയായി.

(മാതൃഭൂമി വാരാന്തപ്പതിപ്പ്)

സഞ്ജയനും പി.യും

'മലയാളത്തിൽ നിരൂപകന്മാരുണ്ടോ?' എന്ന് തന്നോടൊരാൾ ഒരിക്കൽ ചോദിച്ചതായി മഹാകവി പി. കുഞ്ഞിരാമൻനായർ സാക്ഷ്യപ്പെടുത്തുന്നു.* ഇതിന് കവിയുടെ മറുപടി അല്പം അസാധാരണമായിരുന്നു. 'ഉണ്ടായിരുന്നു; എ.ആർ. തമ്പുരാൻ. പിന്നീട് ഒരാൾ വന്നു സഞ്ജയൻ. പിന്നീട് ചിലർ കേറിവന്നു. അവരെല്ലാം സർക്കാർ വാഹനങ്ങളിൽ ഉയർന്ന ഉദ്യോഗങ്ങളിൽ കേറിപ്പറ്റി. നാളെയുടെ കള്ളത്തൂക്കമറിയാത്ത നിരൂപകനെ ഞങ്ങൾ കാത്തിരിക്കുന്നു.'

മലയാളത്തിലെ നവോത്ഥാനത്തിന്റെ ശബ്ദമായിരുന്ന സാക്ഷാൽ എ.ആർ. രാജരാജവർമ്മയ്ക്ക് സമശീർഷമായൊരു സ്ഥാനം സഞ്ജയന് കവി കല്പിച്ചുകൊടുത്തത് യാദൃച്ഛികമല്ലെന്ന് വ്യക്തമാണ്. 'നളിനി'യുടെ അവതാരികയിലൂടെ എ.ആർ. നിർവ്വഹിച്ച സാഹിത്യസേവനം നവോത്ഥാനകവിതയ്ക്കു മാർഗ്ഗശോധനം നടത്തുകയെന്നതായിരുന്നു. സഞ്ജയൻ നിർവ്വഹിച്ചതും ഇതേ ധർമ്മമാണെന്നു കുഞ്ഞിരാമൻനായർ വിലയിരുത്തുന്നു.

പട്ടാമ്പി സംസ്കൃതകോളേജിലെ തന്റെ മുൻഗാമിയും തന്നേപ്പോലെത്തന്നെ സംസ്കൃതസാഹിത്യത്തിൽ നിഷ്ണാതനുമായിരുന്ന കുട്ടികൃഷ്ണമാരാരെക്കുറിച്ച് കവി–പ്രായേണ നിശ്ശബ്ദത പുലർത്തുന്നു. മാരാരും പി.യെക്കുറിച്ച് കാര്യമായൊന്നും എഴുതിക്കണ്ടിട്ടില്ല. സമകാലിക സാഹിത്യത്തോട് വളരെയൊന്നും സംവദിച്ചിട്ടില്ലാത്ത നിരൂപകനാണല്ലോ മാരാർ. ക്ലാസിക്കുകളുടെ ഉദാത്തമേഖലകളായിരുന്നു ആ ഒറ്റയാന്റെ സഞ്ചാരപഥം. മാരാർതന്നെ വേണ്ടവിധം പരിഗണിച്ചില്ലെന്ന വേദന പി. എന്നും കൊണ്ടുനടന്നിരുന്നുവെന്നുവേണം അനുമാനിക്കാൻ. അക്കിത്തവുമായി നടന്ന അഭിമുഖസംഭാഷണത്തിൽ അദ്ദേഹം ഇങ്ങനെ പറഞ്ഞു.

"മലയാള നിരൂപണ ഗോദായിലെ പ്രമുഖ ഗുസ്തിവിദഗ്ധനായിരുന്ന നമ്മുടെ കുട്ടികൃഷ്ണമാരാരുപോലും ഒറ്റയ്ക്കിരിക്കുമ്പോൾ തന്റെ പഴയ നിരൂപണവിക്രിയയെക്കുറിച്ച് ഓർത്ത് പശ്ചാത്തപിക്കുന്നതായി ആരോ

---

* *കവിയുടെ കാല്പാടുകൾ* പേജ് 315. 'കവിസല്ലാപം' മാതൃഭൂമി ആഴ്ചപ്പതിപ്പ് 1970 മെയ് 3.

പറഞ്ഞുകേൾക്കുകയുണ്ടായി. പലരും പശ്ചാത്തപിക്കുവാൻ ഇനിയും ബാക്കിയാണ്, മന്സാക്ഷിയുടെ കുത്തേറ്റ്."*[1]

മുണ്ടശ്ശേരിയുമായുള്ള കവിയുടെ ബന്ധം രാഗദ്വേഷസമ്മിശ്രമായിരുന്നു. മുണ്ടശ്ശേരിയെ 'സംഹരിക്കാൻ' താൻ 'നാലുകെട്ടിലെ രക്തചാമുണ്ഡി' എന്ന ഒരു കവിതയെഴുതിയതായി കവി രേഖപ്പെടുത്തുന്നുണ്ട്.[2] തുടർന്ന് പടവിളിയുണ്ടായതായും പെരുംപടയുണ്ടായതായും 'നിരൂപകന്മാർക്ക് ഒന്നടങ്കം ഓണപ്പുടവ കൊടുത്ത'തായുമൊക്കെ കവി അനുസ്മരിക്കുന്നുണ്ട്. 'കവിയും നിരൂപകനും' എന്ന കവിത തന്നെ കവിക്ക് നിരൂപകനു നൽകാനുള്ള ഒരു താക്കീതാണ്. 'കവിയെ സംഹരിക്കുമ്പോൾ നിരൂപകൻ സംഹരിക്കുന്നതു തന്നെത്തന്നെ'യെന്നാണ് ഇവിടെ കവിവാക്യം. എന്നാൽ കഥയിതുകൊണ്ട് തീരുന്നില്ല. മുണ്ടശ്ശേരി തന്റെ ആർജ്ജവംകൊണ്ടും സ്നേഹവായ്പുകൊണ്ടും കുഞ്ഞിരാമൻ നായരുടെ ഹൃദയത്തെ വശീകരിച്ചുകളഞ്ഞു. പഴയ കഥയെല്ലാം മറന്ന് കവിയുടെ ഷഷ്ടിപൂർത്തിക്ക് കാഞ്ഞങ്ങാട്ടുവന്ന ആ സ്നേഹസമ്പന്നൻ കവിയുടെ അമ്മയെ വീട്ടിൽച്ചെന്നുകണ്ട് പ്രണമിക്കുകയും തുടർന്ന് ഗംഭീരമായ ഒരാശംസാപ്രസംഗം നടത്തുകയും ചെയ്ത കാര്യം കവി രേഖപ്പെടുത്തുന്നു. തീർന്നില്ല, മുണ്ടശ്ശേരിയുടെ അന്ത്യനാളുകളിൽ കവി തൃശ്ശൂരിൽച്ചെന്ന് അദ്ദേഹത്തെ സന്ദർശിച്ചു. 'ആളെയറിഞ്ഞു. കരഞ്ഞു കെട്ടിപ്പിടിച്ചു. കരൾ നൊന്ത് അന്തിമാഭിവാദ്യമർപ്പിച്ചു' എന്നാണ് ആ സംഭവത്തെ അദ്ദേഹം അനുസ്മരിക്കുന്നത്.

'സാഹിത്യദാസ'നെന്ന തൂലികയിൽ കനപ്പെട്ട നിരൂപണലേഖനങ്ങളും 'സഞ്ജയ'നെന്ന പേരിൽ ഹാസ്യകൃതികളും രചിച്ചു മലയാളത്തിലെ വേറിട്ട ശബ്ദത്തിന്റെ ഉടമയായിത്തീർന്ന എം.ആർ. നായർ, പി. സാഹിത്യവേദിയിൽ നവാഗതനായ അവസരത്തിൽത്തന്നെ അദ്ദേഹത്തെ ശ്രദ്ധിച്ചിരുന്നു. ജി. ശങ്കരക്കുറുപ്പ്, വൈലോപ്പിള്ളി, പി. എന്നീ യുവപ്രതിഭകളെക്കുറിച്ച് തികഞ്ഞ മതിപ്പായിരുന്നു, സഞ്ജയന്. പി.യുടെ ഉല്ലേഖചാതുരിയും പ്രകൃതിയോടുള്ള സാന്ദ്രബന്ധവും അനർഗളമായ കല്പനാവൈഭവവുമെല്ലാം അദ്ദേഹത്തെ ആകർഷിച്ചു.

പി.യുടെ 'ശ്രീരാമചരിതം', 'ദീപാരാധന' എന്നീ കവിതകൾക്ക് സഞ്ജയൻ 'കേരളപത്രിക'യിൽ മനോഹരമായ നിരൂപണങ്ങൾ എഴുതിയിരുന്നതായി കവിതന്നെ അനുസ്മരിക്കുന്നുണ്ട്. എന്നാൽ ആ ലേഖനങ്ങളൊന്നും ഇന്നു കിട്ടാനില്ല. ക്ഷേത്രപ്രവേശനവിളംബരത്തോടനുബന്ധിച്ച് മാതൃഭൂമി 1937-ൽ പ്രസിദ്ധീകരിച്ച വിശേഷാൽ പ്രതിയിൽ പി. എഴുതിയ 'നീലോല്പലപ്പൂ' എന്ന ലഘുകവനത്തിന് സഞ്ജയൻ 'കാക്കപ്പൂ' എന്ന ശീർഷകത്തിൽ രചിച്ച ഹാസ്യവിഡംബനം മാത്രമാണ് ഇന്ന് സഞ്ജയസാഹിത്യത്തിൽ ഉപലബ്ധമായ പി.യുടെ കവിതയെക്കുറിച്ചുള്ള

1. 'കവിയും നിരൂപകനും' എന്ന കവിതയുടെ മുഖവുരയിൽ.
2. *കവിയുടെ കാല്പാടുകൾ* പേജ് 354

പരാമർശം. ഹാസ്യവിഡംബനം വെറും കളിയാക്കലാണെന്ന തെറ്റിദ്ധാരണ ഇന്നെന്നപോലെ അന്നും വ്യാപകമായിരുന്നതിനാൽ സഞ്ജയൻ തന്നെ അതേക്കുറിച്ച് വിശദീകരണങ്ങൾ നടത്തിയിട്ടുണ്ട്. കഠിനമായ അവജ്ഞയുള്ള രചനകളെയോ അഗാധമായ ആഭിമുഖ്യമുള്ള രചനകളെയോ മാത്രമേ ഒരു ഹാസ്യസാഹിത്യകാരൻ ഹാസ്യവിഡംബനത്തിനു വിധേയമാക്കാൻ മിനക്കെടുള്ളൂവെന്നതായിരുന്നു സഞ്ജയന്റെ സുചിന്തിതാഭിപ്രായം. സഞ്ജയൻ മികച്ച ഹാസ്യാനുകരണങ്ങൾ രചിച്ചിട്ടുള്ളത് വള്ളത്തോളിന്റെ 'എന്റെ ഗുരുനാഥൻ' പോലുള്ള കൃതികൾക്കാണെന്നും അത്തരം രചനകളെ അദ്ദേഹം എത്ര ആദരിച്ചിരുന്നുവെന്നും നാം ഇവിടെ ഓർക്കേണ്ടതുണ്ട്.

അധഃകൃതരായി മാറ്റിനിർത്തപ്പെട്ടിരുന്ന ജനവിഭാഗങ്ങൾക്കായി തിരുവിതാംകൂർ മഹാരാജാവ് ക്ഷേത്രകവാടങ്ങൾ തുറന്നുകൊടുത്ത ചരിത്രനിമിഷത്തെ ആഹ്ലാദപൂർവ്വം വരവേൽക്കുന്ന കൃതിയാണ് 'നീലോല്പലപ്പൂ'.

ദിവ്യപ്രഭയൊടും പൊങ്ങീ - ദൂരെ
നവ്യയുഗത്തിന്റെ ദൂതൻ
ഏവർക്കുമായിത്തുറന്നു - വച്ചു
ജീവിതത്തിൻ കവാടങ്ങൾ

എന്നിങ്ങനെ ആ ലഘുകവനം ആരംഭിക്കുന്നു.

ആഹ്ലാദമെങ്ങും നിറഞ്ഞു - പുല്ലി-
നാനന്ദബാഷ്പം പൊടിഞ്ഞു.
നീർച്ചോല പാടുന്ന പാട്ടും - കേട്ടു
നില്ക്കുന്ന കുന്നിൻചെരുവിൽ
ശാന്തിതൻ കണ്ണാടിപോലെ - തെളി-
വേന്തിയ പൊയ്കതൻ വക്കിൽ,
കൂറ്റൻമരം മുൾപ്പടർപ്പും-കൂടി-
ത്തീർത്ത തുറുങ്കറയിങ്കൽ,
വന്നെത്തി നോക്കിനിൽക്കുന്നു - നവ്യ
സുന്ദരോഷസ്സിൻ കിരണം.
കണ്ണുമിഴിക്കൂ മിഴിക്കൂ - ചളി-
ക്കുണ്ടിൻ നീലോല്പലപ്പൂവേ.
ഈടെഴും പ്രേമമാർഗ്ഗത്തിൽ-ക്കൂടി
യീരഥ ചക്രമോടുന്നു.

എന്നിങ്ങനെ പോകുന്നു ആ കവിത. ക്ഷേത്രപ്രവേശനത്തെ നൂറു ശതമാനവും അംഗീകരിച്ച വ്യക്തിയാണെങ്കിലും ഹാസ്യാനുകരണത്തിന് സഞ്ജയന് അതൊന്നും പ്രശ്നമായിരുന്നില്ല. സഞ്ജയൻ കവിതയുടെ ശൈലി, ബിംബാവലി, താളം, ഈണം എന്നിവയെ ഏറെ തന്മയത്വത്തോടെ അനുകരിക്കുന്നതു നോക്കൂ:

വല്ലായ്മയില്ലാവെളിച്ചം - ഭൂവി-
ലെല്ലാടവും പരന്നല്ലോ.
ആർക്കും കടക്കുമാറായി - ട്ടെങ്ങു
മൂക്കിൽത്തുറന്നു കവാടം;
ഭേകന്മാർ പാടുന്ന പാട്ടു - കേട്ടു
മൂകമായി നിൽക്കുന്നു പാടം.
ചട്ടുകക്കള്ളിതൻ മുൾപ്പൊന്തകൾ
കൂട്ടിനിർമ്മിച്ച തുറുങ്കിൽ
മണ്ണുപുരണ്ടുകിടക്കും - കാക്കേ!
കണ്ണുമിഴിക്കൂ മിഴിക്കൂ!
പ്രേമത്തിൻ സുന്ദര റോട്ടിൽ - ക്കൂടി
യീ മഞ്ജു മോട്ടോർക്കാറോടും

സഞ്ജയന്റെ 'മാസ്റ്റർ സ്ട്രോക്ക്' അവസാനത്തെ ഈരടിയായിരുന്നു. പി.യുടെ നിലയ്ക്കാത്ത കാവ്യധാരയെക്കുറിച്ച് തികഞ്ഞ ബോധ്യമുള്ള അദ്ദേഹം എഴുതി:

പിന്നെയുമുണ്ടുപലതു-മെന്നാ-
ലിന്നിതു പോരയോ-പൂവേ?

സഞ്ജയനുമായി ഇടഞ്ഞ രസകരമായൊരു സംഭവത്തെക്കുറിച്ച് പി. പരാമർശിക്കുന്നുണ്ട്. ദാരിദ്ര്യം അലട്ടിക്കൊണ്ടിരുന്നകാലത്ത് (പി.യുടെ ജീവിതം മുഴുവൻ ഇങ്ങനെയായിരുന്നുവെന്നതു നേര്) പി. 'പ്രേമ പൗർണമി' എന്നൊരു കാവ്യമെഴുതുന്നു (1935). 'ഏറെ മുമ്പ് കോഴിക്കോട്ടു വെച്ച് ഒരു ഹിന്ദി സിനിമ കണ്ടു; ഉള്ളിൽത്തട്ടി - കാലം ചെന്നപ്പോൾ ഈ വരികളെഴുതി' എന്ന ആമുഖത്തോടെ പ്രസിദ്ധീകൃതമായ ഈ സാമാന്യം ദീർഘമായ കവിതയിൽ അജയൻ എന്ന ഹിന്ദുയുവാവും ആയിഷ എന്ന മുസ്ലീം യുവതിയും തമ്മിലുള്ള പ്രണയബന്ധമാണ് പ്രതിപാദ്യം. പുസ്തകത്തിന്റെ ഏതാനും കോപ്പി വിറ്റുകിട്ടുന്ന പണംകൊണ്ട് ഋണബാധ്യതയിൽനിന്നു മോചനം നേടാനുള്ള വെപ്രാളത്തിലായിരുന്നു കവി. പത്രമാസികകളിൽ നിരൂപണം വന്നാൽ വില്പന എളുപ്പമായി. എന്നാൽ സഞ്ജയന്റെ 'കേരളപത്രിക'യ്ക്ക് ഒരു കോപ്പി അയച്ചു കൊടുത്തുവെങ്കിലും പ്രതികരണമുണ്ടായില്ല. 'പ്രേമപൗർണമി' സഞ്ജയന് അത്ര ഇഷ്ടപ്പെട്ടില്ലെന്നു കൂട്ടുകാരൻ മുഖേന കവി മനസ്സിലാക്കി. സഞ്ജയനെ നേരിട്ടുകാണാൻ പത്രമാപ്പീസിൽ ചെന്നുവെങ്കിലും കാണാനായില്ല. മേശപ്പുറത്ത് ഒരു കത്തെഴുതിവച്ചു തിരിച്ചുവരികയാണ് കവി ചെയ്തത്. 'ധിക്കാരത്തിന്റെ കത്ത്', 'അഹങ്കാരത്തിന്റെ കത്ത്' എന്നാണ് അതിനെ കവിതന്നെ പിന്നീടു വിശേഷിപ്പിച്ചത്. 'ഹിന്ദു മുസ്ലീം പ്രണയ വിവാഹകഥ നിങ്ങൾക്ക് പിടിച്ചില്ലെന്നു കേട്ടു. നിരൂപകശിരോമണേ, ആ പഴഞ്ചൻ ചിന്താഗതി, ആ മാമൂൽക്കോട്ട് അഴിച്ചുമാറ്റൂ,' എന്നതായിരുന്നു ആ കുറിപ്പിലെ ഉള്ളടക്കം.

എന്നിട്ടും സഞ്ജയനിൽനിന്ന് പ്രതികരണമൊന്നുമുണ്ടായില്ല. രണ്ടു മാസം കഴിഞ്ഞ് കവി സഞ്ജയനെ വഴിയിൽവെച്ച് കണ്ടുമുട്ടുന്നു.

'ഭാവഭേദമില്ല. ഗൂഢസ്മിതം. ആത്മാവിലിറങ്ങിത്തപ്പുന്ന ആഴമുള്ള നോട്ടം. ചെറുനെറ്റിമുറ്റം, മല്ലുമുണ്ട്, കോട്ട്, മഹായോഗി മനസ്സുള്ള സഞ്ജയൻ' എന്നാണ് കവി ആ രംഗം വിവരിക്കുന്നത്.*

'പ്രേമപൗർണമി'യോടുള്ള തന്റെ വിപ്രതിപത്തി ഇതിവൃത്ത സംബന്ധിയേയല്ലെന്നു സഞ്ജയൻ വിശദീകരിച്ചു. കഥയ്ക്കു കെട്ടുറപ്പി ല്ലെന്നതും സന്ധിബന്ധങ്ങൾ ശിഥിലമാണെന്നതുമായിരുന്നു അദ്ദേഹം കണ്ട തകരാറ്. 'മനസ്സുവെക്കാതെ, പെട്ടെന്നെഴുതി, വായിച്ചുനോക്കാതെ, അച്ചടിച്ച പുസ്തകമാണെന്നു തോന്നി' എന്ന് അദ്ദേഹം തുറന്നുപറഞ്ഞു. ഇക്കാര്യം കവിക്കും ബോധ്യപ്പെട്ടുവെന്നതാണ് തുടർന്നുള്ള സംഭവങ്ങൾ തെളിയിക്കുന്നത്. കുഞ്ഞിരാമൻനായർ സഞ്ജയന്റെ വലിയൊരാരാധ കനായി മാറുന്ന കാഴ്ചയാണ് നാം കാണുന്നത്. സഞ്ജയന്റെ ആതി ഥേയത്വം സ്വീകരിച്ച് വീട്ടിൽ പ്രാതലിനു ചെല്ലുന്നതും അദ്ദേഹം തന്റെ ഹൃദ്യഭാഷയിൽ വിവരിക്കുന്നുണ്ട്. 'ഉരസുമ്പോൾ മാറ്ററിയാം. അടുക്കു മ്പോൾ മനസ്സറിയാം. ഒരു നാഴികനേരം തുറന്ന സാഹിത്യസല്ലാപം നടന്നു. പനിനീർപ്പൂഞ്ചോലയിൽ ഒരു മുങ്ങിക്കുളി കഴിഞ്ഞു' എന്നാണ് ആ അനുഭവത്തെ കവി വിവരിക്കുന്നത്.

വ്യക്തിദ്വേഷം തൊട്ടുതീണ്ടാതെ തന്റെ അഭിപ്രായങ്ങൾ ശക്തിപൂർവ്വം അവതരിപ്പിക്കുന്ന സഞ്ജയന്റെ നിരൂപണങ്ങൾ ശത്രുവിന്റെ കത്തി ക്കുത്തല്ലെന്നും ഡോക്ടറുടെ ശസ്ത്രക്രിയയാണെന്നും കുഞ്ഞിരാമൻ നായർ ആണയിടുന്നു. 'വിശ്വവിജ്ഞാനകോശമാണ് ആ അഗാധചിന്ത കന്റെ തലയെന്നു മനസ്സിലായി. ഒടുങ്ങാത്ത തേക്ക്, വീട്ടി, ചന്ദനക്കാട് സ്വന്തം വരുതിയിലുള്ള സഞ്ജയൻ'.

സഞ്ജയനോടുള്ള അടുപ്പംമൂലം കവിക്ക് തന്റെ ഇഷ്ടസുഹൃത്തായ ചങ്ങമ്പുഴയുമായി കലമ്പൽകൂടേണ്ടിവന്നു. ചങ്ങമ്പുഴക്കവിതയിലെ വിഷാദാത്മകതയോട് സന്ധിയില്ലാസമരം നടത്തിയ നിരൂപകനായിരുന്നു സഞ്ജയൻ. പ്രശ്നം ആശയപരമായിരുന്നു. ചങ്ങമ്പുഴ സഞ്ജയനെ 'പാറപ്പുറത്തെ പേക്കോലം' എന്നധിക്ഷേപിച്ചപ്പോൾ കവി അതിന് അതേ ശീർഷകത്തിലൊരു ലേഖനമെഴുതി മറുപടി പറഞ്ഞു. 'പേക്കോലത്തിന്റെ മുഖംമൂടിക്കുള്ളിൽ കാവ്യസമാധിയുറപ്പിച്ച മഹായോഗിയുടെ തേജോ മയമായ മുഖം നേരിൽ ചൂണ്ടിക്കാട്ടി' എന്നാണ് അതേക്കുറിച്ച് കവി പറ യുന്നത്. നിർഭാഗ്യവശാൽ ആ ലേഖനം ഇന്നു കിട്ടാനില്ല.

സഞ്ജയൻ 1943-ൽ ചരമമടഞ്ഞപ്പോൾ കുഞ്ഞിരാമൻ നായരെഴുതിയ 'ശേഷക്രിയ' എന്ന മനോഹരകാവ്യം ആ മഹാപ്രതിഭാശാലിക്കുമുമ്പിൽ മലയാളത്തിലെ മഹാനായ കവി സമർപ്പിക്കുന്ന തിലോദകം തന്നെ യാണ്. കവിത തുടങ്ങുന്നതിങ്ങനെയാണ്.

ഭാരതത്തറവാടിൻ പക്കലുമേല്പുക്കുവാൻ
ധൈര്യമില്ലാതെ വന്നു വശമാവുകമൂലം

---
* *കവിയുടെ കാല്പാടുകൾ*, പേ. 354

തിരിയെ കൂട്ടിക്കൊണ്ടു പോയ്ക്കളഞ്ഞിതു വാനം
ധരയിൽക്കളിച്ചൊരപ്പൊന്നൊളിനക്ഷത്രത്തെ.

സഞ്ജയന്റെ വാങ്മയത്തെ കവി വിവരിക്കുന്നത് ഈ സമുജ്ജ്വല ഭാഷയിലാണ്.

പാർത്ഥസാരഥിയുടെ പാഞ്ചജന്യാഹ്വാനവും
പാവനധനഞ്ജയഗാണ്ഡീവരണിതവും
വന്നു മാറ്റൊലിക്കൊണ്ടു നിന്നിതു രണ്ടാമതും
സഞ്ജയ, ഭവദുക്തിനർമ്മദാതരംഗത്തിൽ

ആംഗലസാഹിത്യത്തിൽ വൈദുഷ്യം നേടിയ സഞ്ജയൻ യഥാർത്ഥത്തിൽ ആമഗ്നനായിരുന്നത് ഭാരതീയസാഹിത്യത്തിലാണെന്നു കവി ചൂണ്ടിക്കാണിക്കുന്നു.

സാർവ്വലൗകികചിത്തം തന്നിലാഴ്ത്തിയ ഹൂണ
സാഹിത്യക്കടൽ ദൂരാൽ കൈമാടിവിളക്കിലും
സൗന്ദര്യം കിനിയുന്ന കാളിദാസൻ തൻ കാവ്യ-
ചന്ദ്രികയിലലതല്ലും ജാഹ്നവീതടത്തിലും
വന്ദ്യയാം ഭവഭൂതിവൈഖരി വിഹരിച്ചു
വന്നതാം ഗോദാവരീ ശ്വേതസൈകതത്തിലും
പ്രീതിയാൽ മാറിമാറി വിഹരിച്ചിതു ദിവ്യ-
മാധുരിയാരായും തേ മാനസകളഹംസം.

സഞ്ജയന്റെ നിസ്തുലമായ ഗദ്യശൈലിയെ കവി അവതരിപ്പിക്കുന്നത് അവിസ്മരണീയമായിരിക്കുന്നു:

അരുണകിരണവും തരുണസുധാംശുവും
വരുണപ്രകരവുമശനിപ്രഹരവും
മുരളീനിനദവും മുഖരസ്തനിതവു-
മുരുക്കിയൊഴിച്ചതാം താവകോജ്ജ്വലഗദ്യം
വെണ്ണിലാവൊളിയെങ്ങും വീശി കാൽക്ഷണംകൊണ്ടു
വെൽക വെൽക തേ വരതൂലികാകരശില്പം

സ്വാതന്ത്ര്യലബ്ധിക്കുശേഷം കവി സഞ്ജയന് ഒരു പുനരവതാരമാശംസിക്കുന്നു:

പാരിന്റെ വിമുക്തിക്കായ് ഭാരതമിതുവീണ്ടും
ഭാരതമായിട്ടുയിർക്കൊള്ളുന്ന വിഭാതത്തിൽ
ഭാവനാരൂപൻ ഭവാൻ വരുമീ ഭൃഗുരാമ-
ഭൂവിലേക്കൊരു കമ്രകാഞ്ചനകിരണമായ്!

ഉള്ളിൽത്തട്ടിയെഴുതിയ ചരമഗീതമാണ് 'ശേഷക്രിയ'. സഞ്ജയനും പി.യും തമ്മിലുള്ള ഹൃദയബന്ധത്തിനു നിശ്ശബ്ദസാക്ഷ്യം വഹിക്കുന്ന ആ അശ്രുപൂജ സഞ്ജയനെക്കുറിച്ചുണ്ടായിട്ടുള്ള ചരമഗീതങ്ങളുടെ മുൻപന്തിയിൽ നിൽക്കുന്നു.

(സാഹിത്യലോകം 2006 സെപ്തംബർ)

പട്ടാമ്പിക്കാലം

എം.പി. ശങ്കുണ്ണിനായർ സംസാരിക്കുന്നു

'കാവ്യവ്യുൽപത്തി', 'ഛത്രവും ചാമരവും' തുടങ്ങിയ കൃതികളിലൂടെ സാഹിത്യ സംവേദനത്തിന് ഗഹനതയും ഉൾക്കരുത്തും നൽകിയ എം.പി. ശങ്കുണ്ണിനായർ ഇന്ന് മേഴത്തൂരിലെ സ്വവസതിയിൽ വിശ്രമജീവിതം നയിക്കുന്നു. എൺപതു കഴിഞ്ഞു പ്രായം. അദ്ദേഹത്തിന് പഴയതുപോലെ വായിക്കാനും എഴുതാനും വിഷമമുണ്ട്. അഭിമുഖസംഭാഷണങ്ങളോട് ആഭിമുഖ്യം കുറവാണ്. പലപ്പോഴും വിലക്കു പറഞ്ഞിട്ടുണ്ട്. ഈ നവംബറിൽ വീണ്ടും ഒരു എഴുത്തയച്ചപ്പോൾ മറുപടി വന്നു 'പുതിയ പ്രസ്ഥാനങ്ങളെപ്പറ്റിയും മറ്റും എനിക്കറിയില്ല. വാരികകളോ മാസികകളോ ഞാൻ വായിക്കാറില്ല. പഴയ കാര്യമേ പറയാനുണ്ടാവൂ. ഏതായാലും പരിചിതനെന്ന നിലയ്ക്ക് താങ്കൾക്കു വരാം. ചോദിക്കാം.' ഒരു മണിക്കൂറോളം സംസാരിച്ചതും പഴയകാലത്തെയും പഴയ ആളുകളെയുമെല്ലാം കുറിച്ചായിരുന്നു.

- പട്ടാമ്പി സംസ്കൃത കോളേജിലാണല്ലോ പഠിച്ചത്. പഴയ വിദ്യാഭ്യാസ കാലത്തെക്കുറിച്ചുള്ള ഓർമ്മകളെന്തെല്ലാമാണ്?

ഞാൻ ആദ്യം തൃത്താലയിലെ ഒരു മിഷ്യൻ സ്കൂളിലാണ് പഠിച്ചത്. പാതിരിമാർ നടത്തിയിരുന്ന ആ സ്കൂളിൽ വെച്ചാണ് ബൈബിൾ ആദ്യം വായിച്ചത്. പ്രാർത്ഥനയും മറ്റും ഉണ്ടായിരുന്നു. രണ്ടു നേരവും ജോർജ് പഞ്ചമഭൂപന്റെ മംഗളം ചൊല്ലിയിരുന്നു. ഞാൻ പട്ടാമ്പിയിലെത്തുന്നത് രാമനെഴുത്തച്ഛൻ, സി.കെ. വാരിയർ എന്നിവരുടെ പ്രേരണകൊണ്ടാണ്. സി.കെ. വാരിയരാണ് എന്നെ ഇംഗ്ലീഷ് പഠിപ്പിച്ച ഒരേയൊരു ഗുരു. സി.കെ. വാരിയരുടെ കൂടെയാണ് കോളേജിൽപോക്ക്. അദ്ദേഹം യാത്ര തിരിക്കുമ്പോൾ എന്നോടു വായിക്കാൻ പറയും. ഞാൻ വായിക്കുന്നതിനനുസരിച്ച് വിവരിച്ചു തരും. 'sentence analysis' ഒക്കെ അങ്ങനെയാണ് പഠിച്ചത്. പിന്നീട് എൻട്രൻസിൽ ഇംഗ്ലീഷ് പരീക്ഷയിൽ എനിക്കാണ് ഏറ്റവും മാർക്കു ലഭിച്ചത്. ദേശമംഗലത്തു നമ്പൂതിരിപ്പാട് അധ്യക്ഷനായിരുന്ന ഒരു മീറ്റിംഗിൽ വച്ച് എനിക്ക് അഞ്ചു രൂപ സമ്മാനം ലഭിച്ചിരുന്നു.

- പട്ടാമ്പി കോളേജിലെ അന്നത്തെ വിദ്യാഭ്യാസരീതി എങ്ങനെയായിരുന്നു?

പഴയ മട്ടിലായിരുന്നു പഠിപ്പ്. പദച്ഛേദം, അന്വയം എന്നൊക്കെയുള്ള മട്ടില്ലേ? അത്. കുറെയൊക്കെ യാന്ത്രികമായിരുന്നു. ഞാൻ കാവ്യങ്ങൾ, ന്യായം, വ്യാകരണം, മീമാംസ തുടങ്ങിയവയെല്ലാം അവിടെവച്ചാണ ഭ്യസിച്ചത്.

- അന്നത്തെ അധ്യാപകരും സതീർഥ്യരുമൊക്കെ?

പുന്നശ്ശേരി നമ്പിക്കു പുറമെ കുഞ്ഞിരാമപ്പതിയാര്, പി.വി. രാമയ്യർ, രാമമാരാര്, വിദ്വാൻ സി.എസ്. നായർ, കെ.വി. നാരായണശാസ്ത്രികൾ എന്നിങ്ങനെ ഒരു പ്രഗല്ഭന്മാരുടെ നിരയാണവിടെയുണ്ടായിരുന്നത്. കുഞ്ഞിരാമപ്പതിയാർ ഭാഷാശാസ്ത്രത്തിൽ പ്രഗല്ഭനാണ്. രാമമാരാർ കോളേജിൽ വരുന്നത് ദിവസവും അഷ്ടാധ്യായി ഉരുവിട്ടുകൊണ്ടാണ്. സി.പി. കൃഷ്ണനെളയത്, കെ.വി.എം., യു.പി. ശങ്കുണ്ണിനായർ, ചെമ്പ്ര എഴുത്തച്ഛൻ എന്നിവരൊക്കെ പട്ടാമ്പിയിലെ അന്തേവാസികളും അധ്യാപകരുമായിരുന്നു. നമ്മുടെ കെ.പി. നാരായണപ്പിഷാരോടി ഷർട്ടൊന്നും ഇടാതെ ഒരു കുടുമയുമായിട്ടായിരുന്നു വന്നിരുന്നത്. ഞാൻ കുപ്പായം ഇടും. കുടുമയുണ്ടായിരുന്നു.

അന്നു കോളേജിലെ ചില വലിയ ആളുകളിൽ മുമ്പൻ സി.എസ്. നായരായിരുന്നു. സി.എസ്. നായരാണ് അന്നത്തെ മാതൃക. നാഷണലിസ്റ്റ്, ഖദർ ഷർട്ടേ ഇടൂ. കോൺഗ്രസ്സിന്റെ നവീന സമരമുറകളോടൊക്കെ വലിയ അനുകൂലി. ഒരു കെട്ട് ന്യൂസ്പേപ്പറുമുണ്ടാവും കൈയിൽ. മറ്റു പലർക്കും സ്വാതന്ത്ര്യസമരത്തോട് ഉള്ളിൽ ആനുകൂല്യമുണ്ടായിരുന്നുവെങ്കിലും അങ്ങനെ തുറന്നു പറയില്ല. അധികം ആളുകൾക്കും രാഷ്ട്രീയമൊന്നുമുണ്ടായിരുന്നില്ല.

- കുട്ടിക്കൃഷ്ണമാരാർ അവിടെ പഠിച്ചിരുന്നില്ലേ?

ഉവ്വ്. മാരാരാണ്. പട്ടാമ്പിയിൽ പഠിച്ചവരിൽ ഏറ്റവും പ്രസിദ്ധനായത്. മാരാരവിടെ നിന്നുപോയി വള്ളത്തോളിന്റെ അന്തേവാസിയായി. സ്വാതന്ത്ര്യസമരത്തിനനുകൂലിയായിരുന്നു. 'ലോകമേ തറവാട്' എന്നൊക്കെ സാഹിത്യമഞ്ജരിയിലില്ലേ. ആ നില. എന്നാൽ അന്നൊക്കെ അതൊന്നും പുറമെ കാണിക്കാൻ പാടില്ല. സ്വാതന്ത്ര്യകാര്യം നമ്മുടെ കാര്യമല്ല എന്ന മട്ടുകാരായിരുന്നു അധികവും.

- മാരാരുടെ ഗുരു ശംഭുശർമ്മയെ കണ്ടിട്ടുണ്ടോ?

അദ്ദേഹത്തെ ഞാൻ കണ്ടിട്ടില്ല. വലിയ സംസ്കൃത ശാസ്ത്രജ്ഞനായിരുന്നു. ഞാൻ ചെന്നപ്പോഴേക്കും മരിച്ചുപോയിരുന്നു. അദ്ദേഹത്തിന്റെ ഒഴിവിലാണ് കുഞ്ഞിരാമപ്പതിയാര് വന്നത്.

- ശംഭുശർമ്മയുടെ 'സാത്വികസ്വപ്നം' വായിച്ചിട്ടുണ്ടോ?

ഉവ്വ്. അതു മുഴുവൻ വെള്ളക്കാരെ കളിയാക്കുന്ന രീതിയിലാണ്. മാരാര് അതിനൊരു നിരൂപണമെഴുതിയിട്ടുണ്ട്. അന്നത്തെ കാലത്ത് സാത്വിക സ്വപ്നം പോലൊരു കൃതി എഴുതാൻ ധൈര്യം വേണമായിരുന്നു. തികഞ്ഞ ഉല്പതിഷ്ണുവായിരുന്നു ശംഭുശർമ്മ.

- മാരാര് എന്തെങ്കിലും സ്വാധീനം ചെലുത്തിയിട്ടുണ്ടോ?

ഭാഷയെ സംബന്ധിച്ചിടത്തോളം മാരാരാണ് എന്റെയൊക്കെ മാതൃക. 'മലയാളശൈലി' അനുസരിച്ചാണ് എഴുത്ത്.

- പി. കുഞ്ഞിരാമൻനായരെക്കുറിച്ച് ഓർമ്മകൾ വല്ലതുമുണ്ടോ?

ഉണ്ടല്ലോ. (ചിരിക്കുന്നു.) ഞാൻ ചെന്ന കൊല്ലം അദ്ദേഹം കോളേജ് വിട്ടു പോയി. വലിയ പരാക്രമങ്ങൾ ഒക്കെ കാണിച്ചിട്ടുണ്ട്. വിചിത്രപുരുഷൻ. ഒരു പെൺകുട്ടിയുമായി ഒളിച്ചോടുകയായിരുന്നു. നല്ല കവിത. നാടൻ കാഴ്ചകളും ഒരു നാഷണൽ സ്പിരിറ്റും ഉണ്ടായിരുന്നു.

- പട്ടാമ്പി കോളേജിന്റെ അധ്യയനരീതിയിലെ ഏതു മൂല്യങ്ങളാണ് ഇന്നു ശ്രദ്ധേയമായിത്തോന്നുന്നത്?

സവർണരല്ലാത്തവർക്കും സംസ്കൃതം പഠിക്കാനുള്ള അവസരമുണ്ടാക്കിയതു തന്നെയാണ് വലിയ കാര്യം. രാജഭരണം നിലവിലുണ്ടായിരുന്ന തിരുവിതാംകൂറിലും മറ്റും അതിനു സൗകര്യമുണ്ടായിരുന്നില്ല. ശ്രീനാരായണഗുരുവിന്റെ ശിഷ്യരായ ഒട്ടേറെ വിദ്യാർത്ഥികൾ അന്നു പട്ടാമ്പിയിൽ പഠിക്കാനായി വന്നിരുന്നു. അവരിൽ പലരും ഇന്നും ജീവിച്ചിരിക്കുന്നുണ്ട്. ഒരു ആശാരി ശങ്കുണ്ണി, കരുവാൻ കൃഷ്ണനൻ, ചക്കുട്ടി ഇങ്ങനെ പല പേരും ഓർക്കുന്നു.

- പട്ടാമ്പിയിൽ വിശിഷ്ടാതിഥികളായി എത്തിയിരുന്നവരെപ്പറ്റി ഓർമ്മകൾ വല്ലതുമുണ്ടോ?

ആശാനും ഉള്ളൂരും വള്ളത്തോളുമൊക്കെ സന്ദർശകരായിരുന്നു. ആശാൻ കോളേജിനെപ്പറ്റി സംസ്കൃതത്തിൽ കവിതയെഴുതിയിട്ടുണ്ട്. ഉള്ളൂർ സ്ഥിരം പ്രസംഗകനായിരുന്നു. മഹാഭാരതത്തിൽനിന്നുള്ള ക്വട്ടേഷൻസ് ആയിരുന്നു പ്രധാനം. ഞാൻ ഉള്ളൂരിന്റെ പ്രസംഗം കേട്ടിട്ടുണ്ട്.

- പട്ടാമ്പി പഠിപ്പുകഴിഞ്ഞു മാഷിന്റെ പിൽക്കാലജീവിതം എങ്ങനെയായിരുന്നു?

തഞ്ചാവൂരിനടുത്ത് തിരുവയ്യാറിൽ ഒരു രാജാസ് കോളേജുണ്ടായിരുന്നു. അവിടെ എനിക്കൊരു സ്കോളർഷിപ്പു കിട്ടി. പേരുകേട്ട പണ്ഡിതന്മാർ ഒക്കെ ഉള്ള സ്ഥലമായിരുന്നു. അവിടെ കാളിദാസകൃതികളിൽ രണ്ടു കൊല്ലം ഗവേഷണം ചെയ്തു. പ്രിൻസിപ്പൽ ഡോ. സുബ്രഹ്മണ്യ

ശാസ്ത്രിയുടെ കീഴിലാണ് ഗവേഷണം. ഞാനദ്ദേഹത്തിന്റെ ക്ലാസും അറ്റന്റു ചെയ്തിരുന്നു. ലിംഗ്വിസ്റ്റിക്സ്, വ്യാകരണഭാഷ്യത്തിലെ ചില ഭാഗങ്ങൾ ഒക്കെ പഠിച്ചു. അതുകഴിഞ്ഞു പാവർട്ടി കോളേജിൽ ചേർന്നു. നാരായണപിഷാരോടിയുടെ ശ്രമംകൊണ്ടാണ് അവിടെ ജോലി കിട്ടിയത്. ഞാൻ ഷൊർണൂർ ഹൈസ്കൂളിലും കുറച്ചുകാലം അധ്യാപകനായി ഇരുന്നു. അന്നൊന്നും ഡിഗ്രി എടുത്തിട്ടില്ല. സാഹിത്യശിരോമണിയേ ഉള്ളൂ. പിന്നെ പഠിച്ച് BOL എടുത്തു. അതുകഴിഞ്ഞ് പച്ചയ്യപ്പാസിലേക്കു പോയി. അവിടെ എന്റെ ജ്യേഷ്ഠൻ എം.പി. ബാലകൃഷ്ണൻ നായരുണ്ടായിരുന്നു.

- സാഹിത്യപരിശ്രമങ്ങൾ തുടങ്ങിയത് എപ്പോഴാണ്?

അതൊക്കെ വളരെ വൈകിയിട്ടാണ്. എന്റെ ആദ്യത്തെ ലേഖനം റിജക്റ്റ് ചെയ്യുകയാണുണ്ടായത്. നമ്മുടെ കെ.എം. ജോർജില്ലേ? അദ്ദേഹം ലോക വാണി എന്ന പത്രം നടത്തിയിരുന്നു. അതിൽ ഞാൻ വള്ളത്തോളിനെപ്പറ്റി എന്തോ എഴുതി. അപ്പോൾ അതു മലയാളത്തിലെഴുതണമെന്നു പറഞ്ഞ് ജോർജ് മടക്കി (ചിരിക്കുന്നു.)

- 'നല്ല ഭൂമി' തർജ്ജമ ചെയ്യാനുള്ള സാഹചര്യമെന്തായിരുന്നു?

വി.എ. കേശവൻനായരെയാണ് അതേല്പിച്ചിരുന്നത്. അദ്ദേഹം എന്നെയും കൂട്ടിനുകൂട്ടി. കൂട്ടുതർജ്ജമയായിരുന്നു അത്. ചിലഭാഗം അദ്ദേഹമെഴുതി. മറ്റു ചിലത് ഞാനും. എന്നെ വളരെ വലുതാക്കിയത് ആ തർജ്ജമയാണ്. ആ കൃതിക്ക് പ്രസിഡണ്ടിന്റെ സമ്മാനം കിട്ടി.

- കാവ്യവ്യുൽപത്തി എഴുതുമ്പോൾ എന്തായിരുന്നു സങ്കല്പം?

വ്യുൽപത്തി ഒരു ഓറിയന്റൽ വാക്കാണ്. അന്നൊക്കെ സാഹിത്യം വിനോദത്തിനുവേണ്ടി പഠിക്കുന്നതായിട്ടാണ് ആളുകൾ കരുതിയിരുന്നത്. ഇംഗ്ലീഷു പുസ്തകങ്ങൾ വായിക്കാൻ തുടങ്ങിയപ്പോൾ ഞാൻ ആ രീതി ഉപയോഗിക്കാൻ തുടങ്ങി. അന്നൊക്കെ പാശ്ചാത്യ വിമർശനം വളരെ ആകർഷകമായിത്തോന്നി. വാസ്തവത്തിൽ പാശ്ചാത്യവും പൗരസ്ത്യവുമായ രീതികളെ കൂട്ടിച്ചേർക്കാനാണ് ഞാൻ ശ്രമിച്ചത്. പഴയ പണ്ഡിതന്മാർ വിഭക്തി പറയുകയെന്ന മട്ടിൽ പോവും. യാന്ത്രികമായ ആ രീതി മാറ്റി ഒരു പുതിയ രീതിയുണ്ടാക്കാനാണ് ഞാൻ ശ്രമിച്ചത്. ഒരു സമ്മിശ്ര സൗന്ദര്യശാസ്ത്രം എന്നൊക്കെ പറഞ്ഞോളൂ. ഹഡ്സനും മറ്റും മാതൃകകളായിരുന്നു.

- ഛത്രവും ചാമരവും എഴുതാനുണ്ടായ സാഹചര്യം എന്താണ്?

പണ്ടേ കാളിദാസകവിത എന്നെ ആകർഷിച്ചിരുന്നു. ഛത്രവും ചാമരവും ഒഴികെയുള്ളതെല്ലാം രഘു ദാനം ചെയ്തു. അവ മാത്രം സമ്മാനമായിക്കൊടുത്തില്ല. ആ ശീർഷകമാണ് ആളുകളെ ആകർഷിച്ചതെന്നു തോന്നുന്നു. പാശ്ചാത്യരീതി തന്നെയാണ് ഈ പുസ്തകത്തിലുള്ളത്.

എന്നാൽ സംസ്കൃതരീതി തീരെ വർജ്ജ്യവുമല്ല. സംസ്കൃതത്തിൽ നവീനാശയങ്ങളുണ്ട്. തിരച്ചിൽ നടത്തിയാൽ കിട്ടും. അങ്ങനെയാണ് എന്റെ പോക്ക്.

- മലയാളത്തിൽ ഏറ്റവും ആകർഷിച്ച കവി?

അതൊക്കെ പറയാൻ പാടുണ്ടോ? ആളുകൾ പിണങ്ങില്ലേ?

- കൂടുതൽ പഠിക്കാൻ സമയം ചെലവഴിച്ചതു വൈലോപ്പിള്ളിക്കവിതയുടെ കാര്യത്തിലാണോ?

ആണെന്നു പറയാം.

- കൃഷ്ണവാരിയരുമായി പരിചയപ്പെടുന്നത് എങ്ങനെ?

എന്റെ ലേഖനങ്ങൾ മാതൃഭൂമിയിൽ വരുന്നത് കൃഷ്ണവാരിയർ പത്രാധിപരായിരിക്കുമ്പോഴാണെന്നു തോന്നുന്നു. അതിനുമുമ്പുള്ള സി.എച്ച്. കുഞ്ഞപ്പയെയും എനിക്കു പരിചയമുണ്ടായിരുന്നു. എൻ.വി. എന്നെ പലവിധത്തിൽ സഹായിച്ചിട്ടുണ്ട്. അദ്ദേഹത്തിനു രാഷ്ട്രീയവുമുണ്ടായിരുന്നു. വളരെ യാഥാസ്ഥിതികമായിരുന്ന തൃപ്പൂണിത്തുറ കോളേജന്തരീക്ഷത്തിലാണ് അദ്ദേഹം പഠിച്ചിരുന്നത്. കോവിലകത്തെ കുട്ടികൾക്കും മറ്റും നടവഴിയും ഇരിപ്പിടവുമൊക്കെ വേറെയായിരുന്നു. ഇതൊക്കെ എൻ.വിയെ വിപ്ലവകാരിയാക്കുന്നതിൽ പങ്കുവഹിച്ചിട്ടുണ്ടാവും. ദേശീയസമരാനുകൂലിയുമായിരുന്നു. എൻ.വി.

- എം.ടിയുടെ ഇരുട്ടിന്റെ ആത്മാവിനെക്കുറിച്ച് പഠനം നടത്തിയിട്ടുണ്ടല്ലോ. ആ കൃതിയിൽ അകർഷിച്ച ഘടകം എന്താണ്?

അതിൽ ഒരു കഥാപാത്രമില്ലേ? വേലായുധൻ, അത്തരം പാത്രങ്ങളൊന്നും അതിനുമുമ്പുണ്ടായിരുന്നില്ല.

- മാഷ് കവിത വല്ലതും എഴുതിയിട്ടുണ്ടോ?

ഇല്ല. വല്ല ശ്ലോകങ്ങളും മംഗളപത്രങ്ങളും കാണും.

- ജീവിതത്തിന്റെ ആത്യന്തികമൂല്യങ്ങളെപ്പറ്റി ആലോചിച്ചിട്ടുണ്ടോ?

എങ്ങനെയെങ്കിലും നാലു കാശുണ്ടാക്കണം എന്നതല്ലേ ആളുകളുടെ മൂല്യം?

(ഉറക്കെച്ചിരിക്കുന്നു.)

(ഭാഷാപോഷിണി മാർച്ച് 2002)

തളരാത്ത ഗവേഷണസപര്യ

അന്താരാഷ്ട്രതലത്തിൽ അംഗീകാരം പിടിച്ചുപറ്റിയ ചുരുക്കം ചില കേര ളീയ ഗവേഷകരിൽ മുൻപന്തിയിൽ നിൽക്കുന്നു ഡോ. കെ. കുഞ്ചുണ്ണി രാജ. അദ്ദേഹം അഡയാർ ഗവേഷണകേന്ദ്രത്തിന്റെ ഓണററി ഡയറ ക്ടറാണ്. ഈയിടെ എൺപതാം പിറന്നാൾ ആഘോഷിച്ച വിഖ്യാതനായ ഈ സംസ്കൃത പണ്ഡിതൻ തന്റെ ജീവിതത്തെയും പ്രവർത്തനമേഖല യെയുംകുറിച്ച് സംസാരിക്കുന്നു.

- ബിരുദതലത്തിൽ ഗണിതശാസ്ത്രം ഐച്ഛികമായെടുത്തു പ്രശസ്ത വിജയം നേടിയ സമർത്ഥനായ വിദ്യാർത്ഥിയായിരുന്നു മാഷെന്ന് കേട്ടിട്ടുണ്ട്. ഗണിതശാസ്ത്രത്തിൽനിന്നു സംസ്കൃതത്തിലേക്കു മാറാ നുണ്ടായ കാരണമെന്താണ്?

തൃശൂർ സെന്റ് തോമസ് കോളേജിൽനിന്ന് ഒന്നാംറാങ്കോടെ ഗണിത ശാസ്ത്രത്തിൽ ബി.എ. പാസ്സായി. ആരോ പറഞ്ഞതനുസരിച്ച് അന്നു മദിരാശി സർവകലാശാലയിലുണ്ടായിരുന്ന അമ്മാമൻ ഡോ. കുഞ്ഞൻ രാജയ്ക്ക് ഞാനൊരെഴുത്തയച്ചു. വന്നോളൂ, എന്റെ കൂടെ പഠിക്കാനെന്നു മറുപടി ഉടൻ വന്നു. അദ്ദേഹം സംസ്കൃത പ്രൊഫസറായിരുന്നത് എന്റെ മനസ്സിനെ സ്വാധീനിച്ചിരിക്കണം. എനിക്ക് സംസ്കൃതത്തോട് ഇഷ്ടവു മായിരുന്നു.

- സംസ്കൃതം പഠിച്ചത് ആധുനികരീതിയിലാണല്ലോ. പരമ്പരാഗതമായ പഠനരീതിക്കും കേരളം പ്രസിദ്ധമാണ്. എന്താണവ തമ്മിൽ വ്യത്യാസം?

ഞാനൊരഞ്ചെട്ടു മാസം പഴയരീതിയിലും സംസ്കൃതം പഠിച്ചിരുന്നു. അമരകോശം, സിദ്ധരൂപം, ശ്രീരാമോദന്തം എന്നിവയെല്ലാം പഠിച്ചു കഴിഞ്ഞ് സ്കൂളിൽച്ചേർന്നു നാലാംക്ലാസ് പാസ്സായി. തൃശൂരിൽ അമ്മാ മൻ കെ.കെ. രാജാവിന്റെ കൂടെ താമസിച്ചു പഠിച്ചു. അവിടെ മൂന്നാം ക്ലാസിൽ ചേരേണ്ടിവന്നു. ഇംഗ്ലീഷ് എ.ബി.സി.ഡി. അറിഞ്ഞിരുന്നില്ല. ബി.എ. വരെ ഇതായിരുന്നു നില. അടിയുറച്ചു സംസ്കൃതം പഠിക്കാ ഞ്ഞാൽ പലപ്പോഴും സംശയങ്ങൾ ഉണ്ടാവും.

- തൃശൂർ ജീവിതം എങ്ങനെ വ്യക്തിത്വത്തെ സ്വാധീനിച്ചു?

പണ്ഡിതനും സഹൃദയനുമായിരുന്നു അമ്മാവൻ കെ.കെ. രാജ. അദ്ദേഹത്തിന് ഒട്ടേറെ സാഹിത്യകാരന്മാരുമായി പരിചയമുണ്ടായിരുന്നു. അമ്മാവൻ പഠനക്കുറിപ്പുകൾ തയ്യാറാക്കുമ്പോൾ സഹായിക്കാൻ ആവശ്യപ്പെടുമായിരുന്നു. ഗുണ്ടർട്ടിന്റെ നിഘണ്ടുവും മറ്റും നോക്കി അർത്ഥം മനസ്സിലാക്കാൻ ഞാൻ അക്കാലത്ത് സ്വയം പരിശീലനം നേടി. ഇതിനൊക്കെ പുറമെ അമ്മാവന് നിരവധി സരസശ്ലോകങ്ങൾ ഹൃദിസ്ഥമായിരുന്നു - അദ്ദേഹം പലപ്പോഴും അത് ചൊല്ലും. ഇതൊക്കെ എന്റെ വിജ്ഞാനചക്രവാളം വികസിപ്പിക്കാൻ എത്രമാത്രം സഹായകമായിട്ടുണ്ടെന്നു പറയുക വിഷമം.

- ഗവേഷണരംഗത്തിലേക്ക് ശ്രദ്ധതിരിയാനുള്ള സാഹചര്യമെന്തായിരുന്നു?

ഞാൻ മദ്രാസിലുണ്ടായിരുന്ന കാലത്താണ് കുഞ്ഞൻ രാജാവ് കാളിദാസനെക്കുറിച്ചുള്ള തന്റെ ഗവേഷണലേഖനങ്ങൾ 'മാതൃഭൂമി'യിൽ പ്രസിദ്ധീകരിച്ചത്: ഇവ അന്നത്തെ കാലത്ത് ഒട്ടേറെ ഒച്ചപ്പാടുകൾ സൃഷ്ടിച്ചിരുന്നു. കാളിദാസന്റെ കാലത്തെക്കുറിച്ചും കുമാരസംഭവം എട്ടാം സർഗത്തിന്റെ കർതൃത്വത്തെക്കുറിച്ചുമെല്ലാം അദ്ദേഹം പ്രകടിപ്പിച്ച അഭിപ്രായങ്ങൾ വിവാദങ്ങൾക്കു തിരികൊളുത്തി. ഈ സാഹചര്യം എന്നിലും ഗവേഷണതൃഷ്ണയുളവാക്കി. ഞാനും ചില ലേഖനങ്ങൾ എഴുതാൻ തുടങ്ങി. ഗവേഷണത്തിന് സ്കോളർഷിപ്പ് ലഭിച്ചപ്പോൾ എനിക്കു പ്രിയംകരമായ വിഷയംതന്നെ ഗവേഷണത്തിനു തിരഞ്ഞെടുത്തു - കേരളീയ സംസ്കൃതസാഹിത്യം. വിഷയം എളുപ്പമാവുമെന്ന ധാരണ തിരുത്തേണ്ടിവന്നത് ഗവേഷണത്തിൽ മുന്നോട്ടുപോയപ്പോഴാണ്. കഠിനാധ്വാനം, അഡയാർ ലൈബ്രറിയുടെ സാമീപ്യം, കുഞ്ഞൻരാജാവ്, ഡോ. പി. രാഘവൻ തുടങ്ങിയ മനീഷികളുടെ ഉപദേശനിർദ്ദേശങ്ങൾ എന്നിവയാണ് ഗവേഷണത്തിൽ എനിക്കു താങ്ങായത്. ഇപ്പോഴും ഗവേഷണത്തോടുള്ള അഭിനിവേശം കെട്ടടങ്ങിയതായി തോന്നുന്നില്ല.

- മാഷ് ഗവേഷണത്തിനു തിരഞ്ഞെടുത്ത കേരളീയ സംസ്കൃത സാഹിത്യത്തിൽ ഉള്ളൂർ, വടക്കുംകൂർ തുടങ്ങിയ പല പൂർവസൂരികളും ധാരാളം ഗവേഷണപ്രവർത്തനങ്ങൾ നടത്തിയിട്ടുണ്ടല്ലോ. ഇവരുടെ സംഭാവനകളെ എങ്ങനെ വിലയിരുത്തുന്നു?

ഞാൻ ഗവേഷണം തുടങ്ങുന്ന സമയത്ത് വടക്കുംകൂറിന്റെ കേരളീയ സംസ്കൃതസാഹിത്യചരിത്രത്തിന്റെ ഒന്നാംവാല്യം മാത്രമേ പുറത്തുവന്നിട്ടുണ്ടായിരുന്നുള്ളൂ. ഉള്ളൂരിന്റെ വിജ്ഞാനദീപികയിലെ ഗവേഷണാത്മകമായ ലേഖനങ്ങളും ഞാൻ സൂക്ഷിച്ചുനോക്കാറുണ്ടായിരുന്നു. അന്നത്തെ കാലത്തെ പല ലേഖനങ്ങളും ഐതിഹ്യപ്രധാനങ്ങളായിരുന്നു. ഐതിഹ്യങ്ങളെയും മറ്റും വിമർശനാത്മകമായി സമീപിക്കണമെന്ന

ധാരണ ഗവേഷണം ചെയ്യുമ്പോൾ ആണ് എന്നിൽ രൂഢമൂലമായത്. 'നാമൂലം ലിഖ്യതേ കിഞ്ചിദ്' എന്നു മല്ലീനാഥൻ പറഞ്ഞിട്ടില്ലേ. ഇതിനെ ഐതിഹ്യങ്ങൾക്കു പുറകിലും എന്തെങ്കിലും വസ്തുതയുണ്ടായിരിക്കും എന്ന അർത്ഥത്തിലും എടുക്കണമെന്നും മനസ്സിലായി.

- കേരളീയ സംസ്കൃത ചരിത്രത്തിലെ ഒരു കീറാമുട്ടിയായി അനുഭവപ്പെടുന്നത് കാലനിർണയമാണല്ലോ. ഈ രംഗത്ത് പരിഹരിക്കാൻ സാധിച്ച ചില സമസ്യകളെക്കുറിച്ച് പറയാമോ?

തമിഴിൽനിന്നു മലയാളം വേർപിരിഞ്ഞ് സ്വതന്ത്രമായൊരു ഭാഷയായിത്തീരുന്നത് എട്ടാംനൂറ്റാണ്ടിനു ശേഷമാണല്ലോ. ഈ കാലഘട്ടത്തിലെ സംസ്കൃതസാഹിത്യത്തെക്കുറിച്ച് ഒരു ഏകദേശധാരണയിലെത്തിച്ചേരാൻ കഴിഞ്ഞതായി എനിക്കു തോന്നുന്നു. ആശ്ചര്യചൂഡാമണിക്കാരനായ ശക്തിഭദ്രനാണ് ഒരു പ്രധാനവ്യക്തി. സുഭദ്രാധനഞ്ജയം, തപതീസംവരണം എന്നീ നാടകങ്ങളെഴുതിയ കുലശേഖരൻ ഒമ്പതും പത്തും നൂറ്റാണ്ടുകളുടെ ഇടയിലാണ് ജീവിച്ചിരുന്നതെന്ന നിഗമനത്തിലാണ് ഞാനെത്തിയിട്ടുള്ളത്. അദ്ദേഹത്തിന് ആനന്ദവർധനന്റെ ധ്വനിദർശനം പരിചിതമായിരുന്നുവെന്നതിന് സൂചനകളുണ്ട്. ആനന്ദവർധന്റെ കാലം ഒമ്പതാം ശതകമാണല്ലോ.

ക്ഷേത്രകേന്ദ്രിതമായ നാടകാഭിനയത്തെ പരിഷ്കരിച്ചത് ഈ കുലശേഖരനാണ്; ആശ്ചര്യമഞ്ജരിയെന്ന ഗദ്യകാവ്യവും അദ്ദേഹം രചിച്ചിട്ടുണ്ട്. 'ആശ്ചര്യചൂഡാമണി' രചിച്ച ശക്തിഭദ്രൻ ഇദ്ദേഹത്തിനും പ്രാചീനനായിരുന്നുവെന്നാണ് തോന്നുന്നത്.

പന്ത്രണ്ടാം നൂറ്റാണ്ടു മുതൽക്കുള്ള കൃതികളിൽ ആശ്ചര്യമഞ്ജരിയിൽനിന്നുള്ള ഉദ്ധരണങ്ങൾ സുലഭമാണ്. യമക കാവ്യമായ യുധിഷ്ഠിരവിജയം രചിച്ച വാസുദേവകവി ഇക്കാലത്തെ പ്രമുഖനായ ഒരു കവിയായിരുന്നു. ത്രിപുരദഹനം, ശൗരീകഥോദയം എന്ന മറ്റു രണ്ടു കാവ്യങ്ങളും അദ്ദേഹത്തിന്റേതായുണ്ട്.

ഈ കാലഘട്ടത്തിലേക്കു വെളിച്ചം വീശുന്ന പല പരാമർശങ്ങളും കണ്ടെത്താൻ കഴിഞ്ഞിട്ടുണ്ട്. അക്കാലത്തുതന്നെ ഒരു വ്യാപകമായ കുടിയേറ്റം നടന്നിരിക്കാം. മാമല്ലപുരത്ത് ഒരു വിഷ്ണുവിഗ്രഹത്തിന് കേടുപാടുകൾ സംഭവിച്ചപ്പോൾ അത് ശില്പികൾ ശരിയാക്കിയെന്നും വിദഗ്ധപരിശോധനയ്ക്കു വന്നത് കേരളീയനായൊരു ശില്പിയാണെന്നും ദണ്ഡിയുടെ അവന്തിസുന്ദരീകഥയിൽ പരാമർശമുണ്ട്. മാതൃദത്തനെപ്പോലുള്ള കേരളീയ പണ്ഡിതന്മാരെക്കുറിച്ചും ദണ്ഡി പരാമർശിക്കുന്നതിൽനിന്ന് അന്ന് കേരളത്തിന് പുറംനാടുകളുമായുണ്ടായിരുന്ന സാംസ്കാരിക ബന്ധം വ്യക്തമാകും. കേരളത്തിലെത്തപ്പെട്ട സംസ്കൃതനാടകവേദിയെ ക്ഷേത്രവ്യവസ്ഥയുമായി ഇണക്കിച്ചേർത്തത് കുലശേഖരനാവാനാണ്

വഴി. കേരളീയ നാടകവേദിയിൽ വിദൂഷകന് ഏറെ പ്രാധാന്യം സിദ്ധിച്ചു. ഇന്ന് വിദേശങ്ങളിൽ അരങ്ങേറുമ്പോൾ ഇത്തരം ഹാസ്യഭാഗങ്ങൾക്കല്ല. ക്രിയാപ്രധാനമായ ഭാഗങ്ങൾക്കാണ് മുൻതൂക്കം കൊടുക്കുന്നത്. തികച്ചും കേരളീയമായ സാഹചര്യത്തെ ചിത്രണം ചെയ്യുന്ന ചാക്യാർ ഫലിതത്തിന്റെ മർമ്മം വിദേശികൾക്ക് എളുപ്പത്തിൽ വഴങ്ങുന്നതല്ലല്ലോ.

- ഭാഷാശാസ്ത്രത്തിൽ മാഷ് ലണ്ടനിൽ ഗവേഷണം നടത്തി ഡോക്ടറേറ്റ് എടുത്തിരുന്നുവല്ലോ. ഭാഷാശാസ്ത്രപഠനത്തിനുണ്ടായ സാഹചര്യമെന്താണ്? ഏതെല്ലാം മേഖലയിലാണ് പഠനം നടത്തിയത്?

ലണ്ടനിലെ പ്രൊഫ. ബ്രഫിന്റെ നിർദ്ദേശപ്രകാരമാണ് Indian theories of Meaning ഗവേഷണവിഷയമായി തിരഞ്ഞെടുത്തത്. സ്ഫോടവാദം. സാമൂഹിക ഭാഷാശാസ്ത്രം, ആചാരഭാഷ തുടങ്ങിയ പല മേഖലകളിലും ഗവേഷണം നടത്താൻ സാധിച്ചിട്ടുണ്ട്.

- സ്ഫോടദർശനം വിശദീകരിക്കാമോ?

വാക്യശ്രവണ വേളയിലുണ്ടാവുന്ന അഖണ്ഡാനുഭൂതിയാണ് സ്ഫോടം. വാക്യം കേൾക്കുമ്പോൾ ഭാഷാഭിജ്ഞനായ ഒരാൾക്കുണ്ടാവുന്നത് വർണങ്ങളുടെയും മറ്റും വിശീർണമായ പ്രതീതിയല്ല - ഒറ്റയടിക്കുള്ള സമഗ്ര പ്രതീതിയാണ്. കുതിരയുടെ ചിത്രം അപഗ്രഥിച്ചാൽ കിട്ടുന്നത് വർണങ്ങളും വരകളും മാത്രം: എന്നാൽ നമുക്കുണ്ടാവുന്ന പ്രതീതി കുതിരയെക്കുറിച്ചുള്ളതാണ്. അദ്വൈതികൾ അപഗ്രഥനാതീതമായ അഖണ്ഡാനുഭൂതിയെക്കുറിച്ചു പറയുമ്പോഴും ജർമ്മൻ മനഃശാസ്ത്രജ്ഞന്മാർ 'Gestalt'നെക്കുറിച്ചു സൂചിപ്പിക്കുമ്പോഴും ആവിഷ്കരിക്കുന്നത് സമാന സങ്കല്പമാണ്. അനേകവർണങ്ങളെ ഏകോപിപ്പിച്ച് വാക്യത്തെക്കുറിച്ചുള്ള സമഗ്രധാരണ സൃഷ്ടിക്കാനുള്ള കഴിവ് ബുദ്ധിക്കുണ്ടെന്ന് പറയപ്പെടുന്നു.

- കേരളീയ സംസ്കൃതോച്ചാരണത്തിന്റെ ചില വൈകല്യങ്ങളെക്കുറിച്ച് മാഷ് എഴുതിയിട്ടുണ്ടല്ലോ. ചിലത് സൂചിപ്പിക്കുമോ?

എല്ലാവരും അവരവരുടെ ഉച്ചാരണമാണ് ശരിയെന്ന് പറയും. നമ്മളും അങ്ങനെത്തന്നെ. മലയാളിയുടെ അകാരോച്ചാരണം അല്പം താലവ്യച്ഛായ കലർന്നതാണ്. വിവൃതച്ഛായയുമുണ്ട്. ദെയ, രെമ എന്നൊക്കെ പറയും. 'Rema' എന്നു സ്പെല്ലിങ്ങുപോലും നാം എഴുതും. വാസ്തവത്തിൽ അകാരോച്ചാരണം മറ്റുള്ളവരുടേതാണ് ശരി. പാണിനി 'അഅ' എന്ന സൂത്രത്തിൽ അകാരോച്ചാരണം വിധിക്കുന്നുണ്ട്. തകാരത്തിനെ ലകാരമായും നാമുച്ചരിക്കും. 'ധീയോയോ ന പ്രചോദയാൽ' എന്ന മട്ടിൽ. ബാർസലോമിയെന്ന വിദേശമിഷണറി ശങ്കരനാശാനെന്ന കേരളീയ പണ്ഡിതന്റെയടുത്തു സംസ്കൃതം പഠിച്ച് സിദ്ധരൂപഗ്രന്ഥമെഴുതി. അദ്ദേഹം കൽക്കത്തയിൽച്ചെന്ന് Sanskrit എന്ന് തദ്ദേശീയർ പറയുന്നത്

തെറ്റാണെന്നും Samskritam എന്നാണ് ശരിയെന്നും ശഠിച്ചപ്പോൾ സിദ്ധ രൂപം പോലും ശരിക്കറിയാത്തയാളെന്ന് അദ്ദേഹത്തെ ആളുകൾ കളിയാക്കിയത്രേ! 'വൃക്ഷാത്' എന്നതിന് അദ്ദേഹം കേരള മട്ടിൽ 'വൃക്ഷാൽ' എന്നായിരുന്നുവത്രേ എഴുതിയിരുന്നത്!

- കേരളം കണ്ട ഏറ്റവും വലിയ രണ്ടു സംസ്കൃത കവികളെ നിർദ്ദേശിക്കാൻ പറഞ്ഞാൽ എന്താവും ഉത്തരം?

ഒന്ന് ശ്രീകൃഷ്ണവിലാസം രചിച്ച സുകുമാരകവി. രണ്ടാമത്തേത് (കാലക്രമമനുസരിച്ചാണ്) മേല്പ്പുത്തൂർതന്നെ. ഏറ്റവും വലിയ ദാർശനികൻ ശങ്കരാചാര്യർതന്നെ – അദ്ദേഹം കേരളീയനാണെന്നുതന്നെ ഞാൻ കരുതുന്നു.

(മാതൃഭൂമി ആഴ്ചപ്പതിപ്പ്)

കോഴിക്കോടിന്റെ സംസ്കൃതപാരമ്പര്യം

കേരളത്തിൽ ഏറ്റവുമധികം വിദേശബന്ധമുള്ള നഗരങ്ങളിൽ ഒന്നാണ് കോഴിക്കോട്. അതിനാൽ ഇതൊരു കോസ്മോപൊളിറ്റൻ നഗരമായി അറിയപ്പെടുന്നു. പ്രാചീനകാലം മുതൽക്കേ ഇവിടെ അറബികളും ജൂതന്മാരും ചീനക്കാരും സുറിയാനികളും അടങ്ങിയ വലിയൊരു വിഭാഗം ജനങ്ങൾ ആവാസമുറപ്പിച്ചിരുന്നതിനു തെളിവുകളുണ്ട്. ഇതുപോലെ ത്തന്നെ പ്രധാനപ്പെട്ടതാണ് കോഴിക്കോടിന് തനതു സംസ്കാരത്തിന്റെ ഈറ്റില്ലമെന്ന സ്ഥാനവും.

സംസ്കൃതസാഹിത്യത്തിനും തത്ത്വചിന്തയ്ക്കും മറ്റും ഈ കടൽ ത്തീരപട്ടണം നൽകിയ സംഭാവനകൾ ഇന്നു നമ്മുടെ നാട്ടിൽ പ്രായേണ വിസ്മൃതമായിപ്പോയിട്ടുണ്ടെങ്കിലും പുറംലോകം അന്നെന്നപോലെ ഇന്നും ഈ സാംസ്കാരികപൈതൃകത്തെ ആദരപൂർവ്വം നോക്കി ക്കാണുന്നു. കോഴിക്കോട് നഗരം സംസ്കൃതഭാഷയ്ക്കും സംസ്കൃ തിക്കും നൽകിയ സംഭാവനകളുടെ വ്യാപ്തി അവലോകനം ചെയ്യാ നാണീ പ്രബന്ധത്തിലൂടെ ഉദ്ദേശിക്കുന്നത്.

സാമൂതിരി രാജവംശത്തിന്റെ ഉയർച്ചയുമായി ബന്ധപ്പെട്ടാണ് കോഴി ക്കോടിനെ കേന്ദ്രീകരിച്ചുകൊണ്ടുള്ള സംസ്കൃതഭാഷയുടെ വളർച്ച ശക്ത മാകുന്നത്. ഇവിടെ ചരിത്രകാരനെ അഭിമുഖീകരിക്കുന്ന വലിയൊരു പ്രശ്നം സാമൂതിരിമാരുടെ വംശാവലിയെക്കുറിച്ചുള്ള രേഖകളുടെ ദൗർലഭ്യമാണ്. ഏതായാലും ഒരു കാര്യം തീർച്ചയാണ്. സാമൂതിരിമാർ കോഴിക്കോട്ടെ അതിപ്രാചീനമായ തളിക്ഷേത്രത്തിനെ കേന്ദ്രീകരിച്ചു കൊണ്ട് എല്ലാ വർഷവും തുലാംമാസത്തിലെ രേവതി നക്ഷത്രത്തിൽ നടത്തിവന്ന രേവതി പട്ടത്താനമെന്ന പണ്ഡിതസദസ്സിന്റെ ആവിർഭാവ ത്തോടെയാണ് ഇവിടം അനേകം പ്രൗഢന്മാരായ സംസ്കൃത പണ്ഡിത ന്മാരുടെ സാന്നിധ്യംകൊണ്ട് ബാഹ്യലോകശ്രദ്ധയാകർഷിക്കാൻ തുടങ്ങിയത്. സ്വദേശത്തുനിന്നും വിദേശത്തുനിന്നും ഭട്ടസ്ഥാനം തേടി നിരവധി പണ്ഡിതന്മാർ ഇവിടെയെത്തി. എ.ഡി. 1456 മുതൽ 1646 വരെ

കോഴിക്കോട് വാണ മാനവിക്രമശക്തൻ തമ്പുരാനാണ് സാമൂതിരി രാജാക്കന്മാരിൽ ഏറ്റവും പ്രശസ്തൻ. കേരളം കണ്ട സാഹിത്യപുരസ്കർത്താക്കളിൽ അഗ്രഗണ്യനായി അദ്ദേഹത്തെ ഡോ. കെ. കുഞ്ചുണ്ണി രാജ വിലയിരുത്തുന്നു. ഇദ്ദേഹത്തിന്റെ കാലത്താണ് പതിനെട്ടരക്കവികളെന്ന പേരിൽ പ്രശസ്തരായ ഒരുസംഘം പ്രതിഭാശാലികളായ പണ്ഡിതന്മാർ കോഴിക്കോടിന്റെ ആസ്ഥാനസഭയലങ്കരിച്ചിരുന്നത്. ഇവരിൽ ഒമ്പതുപേർ പയ്യൂർ മനയിലെ ഭട്ടതിരിമാരും അഞ്ചുപേർ തിരുവേഗപ്പുറയിലെ നമ്പൂതിരിമാരും ബാക്കിയുള്ളവർ ഉദ്ദണ്ഡശാസ്ത്രികൾ, കാക്കശ്ശേരി ദാമോദരഭട്ടതിരി, ചേന്നാസ് നാരായണൻ നമ്പൂതിരിയെന്നിവരും അവസാനത്തെ അരക്കവി പുനം നമ്പൂതിരിയുമായിരുന്നുവെന്നാണൊരു പക്ഷം. പുനം നമ്പൂതിരി ഭാഷാകവിയായതിനാലാണത്രേ അദ്ദേഹത്തിന് അരക്കവിയെന്ന സ്ഥാനം മാത്രം ലഭിച്ചത്. എന്നാൽ 'അരക്കവി' അരചകവി' എന്നതിന്റെ രൂപാന്തരം മാത്രമാണെന്നും പക്ഷമുണ്ട്. ഇവിടെ പരാമൃഷ്ടരായ പയ്യൂർ ഭട്ടന്മാർ 'രണഖലമെന്ന' പേരിൽ സംസ്കൃതീകരിക്കപ്പെട്ട 'പോർക്കള'മെന്ന ദേശത്ത് ജീവിച്ചിരുന്ന മീമാംസാശാസ്ത്രപണ്ഡിതന്മാരായിരുന്നു. ഋഷി, പരമേശ്വരൻ എന്ന പേരുകളാണ് ഇവരുടെ കുടുംബത്തിൽ തലമുറകളായി ഉപയോഗിച്ചിരുന്നതെന്നതത്രേ രസകരമായ വസ്തുത.

കോഴിക്കോട് നഗരത്തിനെ ഇന്ത്യയുടെ സംസ്കൃതഭൂപടത്തിൽ അടയാളപ്പെടുത്തിയവരിൽ മുൻപൻ സാക്ഷാൽ ഉദ്ദണ്ഡശാസ്ത്രികളായിരുന്നു. ഇദ്ദേഹത്തെക്കുറിച്ചുള്ള കഥകൾ കേരളത്തിലെ വാമൊഴിപ്പാരമ്പര്യത്തിൽ ഇന്നും നിലനിൽക്കുന്നുണ്ട്. അസാമാന്യമായ പാണ്ഡിത്യം, പ്രത്യുൽപ്പന്നമതിത്വം, ദ്രുതകവനവൈഭവം എന്നിവകൊണ്ട് അധൃഷ്യനായ വ്യക്തിയായിരുന്നു ഉദ്ദണ്ഡൻ. തമിഴ്നാട്ടിലെ ചെങ്കൽപ്പേട്ടിൽനിന്നു പ്രോത്സാഹനം തേടി കോഴിക്കോട്ടെത്തിയ അദ്ദേഹം ദുഷ്കവികളെ ഇങ്ങനെ വെല്ലുവിളിച്ചുവെന്നാണ് കഥ:

പലായധ്വം പലായധ്വം രേരേ ദുഷ്കവികുഞ്ജരാഃ
വേദാന്തവനസഞ്ചാരീ ഹ്യായാത്യുദ്ദണ്ഡകേസരീ.

(അല്ലയോ ദുഷ്കവികളാകുന്ന ആനകളേ, ഓടിക്കൊള്ളുവിൻ! വേദാന്തവനത്തിൽ സഞ്ചരിക്കുന്ന ഉദ്ദണ്ഡസിംഹം ഇതാ എത്തിപ്പോയി.)

ആരുടെയും മുൻപിൽ തലകുനിക്കാത്ത പ്രകൃതമായിരുന്നു ഉദ്ദണ്ഡന്റേത്. കോഴിക്കോടുവരുന്നതിനുമുമ്പ് അദ്ദേഹം കർണാടകദേശത്തു ചെന്നിരുന്നു. അവിടത്തെ രാജാവിന് ആസ്ഥാനകവികൾക്ക് ധനം നൽകുന്നതിൽ വലിയ വൈമനസ്യമായിരുന്നുവത്രേ. ഉദ്ദണ്ഡൻ ഇങ്ങനെയൊരു ശ്ലോകം ആ രാജാവിനു കാഴ്ചവെച്ചു.

മാഗാഃ പ്രത്യുപകാരകാതരതയാ വൈവർണ്യമാകർണയ
ശ്രീകർണാട വസുന്ധരാധിപ സുധാസിക്താനി സൂക്താനി നഃ

വർണ്യന്തേ കവിഭിഃ പയോനിധിസരിത്സന്ധ്യാഭ്രവിന്ധ്യാടവീ-
ഝംഝാമാരുതനിർഝരപ്രഭൃതയഃ തേഭ്യഃ കിമാപ്തം ഫലം?

(അല്ലയോ കർണാടകരാജാവേ, പ്രത്യുപകാരം ചെയ്യേണ്ടിവരുമല്ലോ എന്ന ഭയപ്പാടുകൊണ്ട് വിളറേണ്ട. എന്റെ അമൃതം നിറഞ്ഞ സൂക്തങ്ങൾ കേട്ടുകൊൾക. കവികൾ സമുദ്രത്തെയും അരുവികളെയും സന്ധ്യാമേഘത്തെയും കാടിനെയും പ്രളയക്കാറ്റിനെയും വെള്ളച്ചാട്ടത്തെയുമെല്ലാം വർണിക്കാറുണ്ടല്ലോ. അവയിൽനിന്നും പ്രതിഫലം വല്ലതും കിട്ടിയിട്ടാണോ?)

പണ്ഡിതന്മാരെ തരിമ്പിനു കൂസാത്ത സ്വഭാവക്കാരനായിരുന്നു ഉദ്ദണ്ഡശാസ്ത്രി. ക്ഷുദ്രന്മാരായ പ്രതിയോഗികളെ അദ്ദേഹം ഇപ്രകാരം അവജ്ഞയോടെ തള്ളിക്കളഞ്ഞുവെന്നാണ് ഐതിഹ്യം.

ഉദാത്തമദപിത്തലദ്വിരദരാജഗണ്ഡസ്ഥലീ
വിദാരണവിനോദനക്ഷപിതവാസരഃ കേസരീ
കഥം നു കലഹക്രമം വിതനുതേ പരേതാടവീ
പുരാണകുണപാശനപ്രകടിതാരവേ ഫേരവേ?

(മദമേറ്റ കൊമ്പനാനയുടെ മസ്തകം പിളർന്നു വിനോദിച്ചു ദിവസം പോക്കുന്ന സിംഹമെങ്ങനെ ചുടുകാട്ടിലെ പഴകിയ മാംസം തിന്നുമ്പോൾ ഓരിയിടുന്ന കുറുക്കനോടു കലഹിക്കും?)

എന്നാൽ ഉദണ്ഡൻ യഥാർത്ഥ പണ്ഡിതന്മാരെ ആദരിക്കുന്നതിൽ ഒട്ടും വൈമനസ്യം കാണിച്ചിരുന്നില്ലെന്നത് അദ്ദേഹത്തിന്റെ മാഹാത്മ്യത്തെ കാണിക്കുന്നു. പുനം നമ്പൂതിരി, പയ്യൂർ ഭട്ടന്മാർ, കേരളീയ ബ്രാഹ്മണർ എന്നിവരെയെല്ലാം ആദരിച്ചുകൊണ്ടുള്ള അദ്ദേഹത്തിന്റെ ശ്ലോകങ്ങൾ പ്രശസ്തങ്ങളാണ്. പുനത്തിന്റെ രാജസ്തുതിപരമായൊരു ശ്ലോകത്തിലെ 'ധരാ ഹന്ത കല്പാന്തതോയേ' എന്ന പ്രയോഗത്തിലെ 'ഹന്ത' എന്ന ശബ്ദപദത്തിന്റെ ഔചിത്യം കണ്ടറിഞ്ഞ് 'അന്ത ഹന്തക്കിന്തപട്ട്' എന്നു പറഞ്ഞ് ഉദ്ദണ്ഡൻ തന്റെ പട്ടു സമ്മാനിച്ചുവെന്നാണ് കഥ.

ഉദ്ദണ്ഡശാസ്ത്രികളുടെ മല്ലികാമാരുതം എന്ന പ്രകരണം (ഒരുതരം നാടകം) തളിക്ഷേത്രത്തിൽ അവതരിപ്പിക്കാൻ വേണ്ടി രചിച്ചതായിരുന്നുവെന്ന് അതിന്റെ പ്രസ്താവനയിൽനിന്നു മനസ്സിലാക്കാം. അദ്ദേഹത്തിന്റെ മറ്റൊരു കൃതിയിലാണ് കോകിലസന്ദേശം. ഇതിൽ ചേന്ദമംഗലത്തെ മാരക്കരയിലെ ഒരു യുവതരുണിക്ക് കാഞ്ചീപുരത്തുനിന്ന് നായകൻ ഒരു കുയിൽ മുഖേന അയയ്ക്കുന്ന സന്ദേശമാണ് പ്രതിപാദ്യം. കാഞ്ചിയിൽനിന്നു തിരുനെല്ലിവഴി കോഴിക്കോട്ടെത്തി അവിടെനിന്നു തൃപ്രങ്ങോടുവഴി തൃശൂർ, പെരുമനം, ഊരകം, ഇരിങ്ങാലക്കുട, കൊടുങ്ങല്ലൂർ എന്നീ പ്രദേശങ്ങൾ പിന്നിട്ട് കുയിൽ ചേന്ദമംഗലത്തെത്തണമെന്നാണ് നിർദ്ദേശം. കോട്ടയം, തളിപ്പറമ്പ്, തൃച്ചംബരം, തിരുനാവായ തുടങ്ങിയ ചരിത്രപ്രാധാന്യമുള്ള പല സ്ഥലങ്ങളെയും പ്രതിപാദിക്കുന്ന ഈ കൃതിയിൽ

മാമാങ്കത്തെക്കുറിച്ചും പരാമർശമുണ്ട്. കോഴിക്കോട് നഗരത്തെക്കുറിച്ചുള്ള പരാമർശം നോക്കുക:

കുര്യാത്പ്രീതിം തവ നയനയോഃ കുക്കുടക്രോഡനാമാ
പ്രാസാദാഗ്രോല്ലിഖിതഗഗനം പത്തനം തത്പ്രതീതം
യദ്ദോർവീര്യദ്രഢിമകരദീഭൂതരാജന്യവീരാ
ശുരാഗ്രണ്യാഃ ശിഖരിജലധിസ്വാമിനഃ പാലയന്തി

(അല്ലയോ കുയിലേ, നിനക്ക് ആകാശംമുട്ടുന്ന മണിമേടകൾ നിറഞ്ഞ കോഴിക്കോടെന്ന നഗരം തീർച്ചയായും നയനപ്രീതിയുളവാക്കും. അതിനെ പാലിക്കുന്നത് ബാഹുബലംകൊണ്ട് സാമന്തരെ കീഴ്പ്പെടുത്തി കരം പിരിക്കുന്ന കുന്നലക്കോനാതിരിമാരാണ്.)

ഗേഹേ ഗേഹേ നവനവസുധാക്ഷാളിതം യത്രസൗധം
സൗധേ സൗധേ സുരഭികുസുമൈഃ കല്പിതം കേളിതല്പം
തല്പേ തല്പേ രസപരവശം കാമിനീകാന്തയുഗ്മം
യുഗ്മേ യുഗ്മേ സ ഖലുവിഹരൻ വിശ്വവീരോ മനോഭൂഃ

(ഓരോ വീട്ടിലും കുമ്മായമണിഞ്ഞ മണിമാളിക: മണിമാളികതോറും സുഗന്ധപുഷ്പങ്ങൾകൊണ്ടുള്ള കേളീശയ്യ. ശയ്യതോറും അനുരാഗ വിവശരായ കാമിനീകാമുകന്മാരുടെ യുഗ്മങ്ങൾ. യുഗ്മങ്ങൾതോറും വിശ്വ വീരനായി വിഹരിക്കുന്ന കാമദേവൻ)

യത്ര ജ്ഞാത്വാ കൃതനിലയനാമിന്ദിരാമാത്മകന്യാം
മന്യേ സ്നേഹാകുലിതഹൃദയോ വാഹിനീനാം വിവോഢാ
തത്തദ്വീപാന്തരശതസമാനീതരത്നൗഘപൂർണം
നൗകാജാലം മുഹൂരുപഹരൻ വീചിഭിഃ ശ്ലിഷ്യതീവ

(ഏതു നഗരത്തിലാണോ സ്വന്തം മകളായ ലക്ഷ്മീദേവി പാർപ്പുറപ്പിച്ചിട്ടുള്ളതെന്നറിഞ്ഞ് സ്നേഹാർദ്രഹൃദയനായ സമുദ്രം അനേകം ദ്വീപുകളിൽനിന്നു കൊണ്ടുവന്ന രത്നങ്ങൾ നിറച്ച വഞ്ചികൾ കൊണ്ടുവന്നു തിരമാലകൾകൊണ്ട് ആശ്ലേഷിക്കുന്നതുപോലെ തോന്നുന്നത്)

കേരളത്തിലെ നമ്പൂതിരിമാരെ ശ്ലാഘിച്ചുകൊണ്ട് ഉദ്ദണ്ഡൻ രചിച്ച ഈ ശ്ലോകം അവരുടെ ലളിതജീവിതത്തെയും ആദർശ നിഷ്ഠയെയും വാഴ്ത്തുന്നു:

സ്വസ്മിൻ വേശ്മനി പൂർണവിശ്വവിഭവേ പൂജ്യാൻ സമാരാധയൻ
പ്രേയസ്യാ ഗുണപൂർണയാ ഗുണവതാ പുത്രേണ മിത്രേണ ച
സാർധം പ്രാവൃഷി കേരളേഷു നിവസൻ ഭക്ത്യാ സമാകർണയൻ
ലീലാം രാഘവകൃഷ്ണയോഃ ക്ഷപയതേ കാലം സ ധന്യോ ജനഃ

കേരളീയരുടെ ദേശീയാഘോഷമായ ഓണത്തെക്കുറിച്ചുമുണ്ട് ഉദ്ദണ്ഡ ശാസ്ത്രികളുടേതായി ഒരു ശ്ലോകം:

ചോകൂയന്തേ പൃഥുകതതയശ്ചാപതാഡിന്യ ഉച്ചൈഃ
സർവ്വാ നാര്യഃ പതിഭിരനിശം ലംഭയന്ത്യർഥകാമാൻ

ബംഭ്രമ്യന്തേ സകലപുരുഷൈർവല്ലഭാഭ്യഃ പ്രദാതും
ചിത്രം വസ്ത്രം ശ്രവണകുതുകം വർത്തതേ കേരളേഷു.

ഇവിടെ കവി വില്ലടിച്ചു പാടുന്ന യുവതികളെയും പ്രിയതമമാർക്കു മനോഹരവസ്ത്രങ്ങൾ നല്കാൻ ഓടി നടക്കുന്ന പുരുഷന്മാരെയുമെല്ലാം പരാമർശിച്ചിരിക്കുന്നു.

നല്ല നെയ്യിട്ട കഞ്ഞിയുടെ മാഹാത്മ്യത്തെക്കുറിച്ചുമുണ്ട് ഉദ്ദണ്ഡന്റെതായി ഒരു ശ്ലോകം.

ശുണ്ഠീകുണ്ഠീകൃതാംഭോഗതഗരിമഭരാം പൈഠരീം ജാഠരാഗ്നേ-
സ്താപം നിർവാപയന്തീം ശ്രമശമനകരീം മായൂജായുഭവന്തീം
മൗദ്ഗൈഃ ശല്കൈഃ പരീതാം പരിമളബഹുളാം മണ്ഡിതാം
കേരഖണ്ഡൈഃ
നൃണാം ശ്രാണാം സുരാണാം പുനരകൃത സുധാം യഃ
സവേധാഃ സുമേധാഃ

തന്റെ കിടക്കാരായ മിക്ക പണ്ഡിതന്മാരെയും വാദപ്രതിവാദത്തിൽ നിഷ്പ്രയാസം തോല്പിച്ച ഉദ്ദണ്ഡശാസ്ത്രികൾ മറ്റുള്ളവരുടെ കഴിവു കണ്ടാൽ അതുടൻ അംഗീകരിക്കാൻ ഒട്ടും വിമുഖത കാട്ടിയിരുന്നില്ല. ഒരിക്കൽ മുക്കോലഭഗവതിയെ ദർശിക്കാനെത്തിയ അദ്ദേഹം ഒരു ശ്ലോകം സങ്കല്പിച്ച് ആദ്യത്തെ രണ്ടു വരികൾ ഇങ്ങനെ ചൊല്ലി:

സംഭരിതഭൂരികൃപമംബശുഭമംഗം
ശുംഭതു ചിരന്തരനമിദം തവ മദന്തഃ

പിന്നെയുള്ള വരികൾ ആലോചിച്ചു നിൽക്കവേ അദ്ദേഹം കേട്ടത് ഇടയ്ക്ക വായിക്കുന്ന കരുണാകരമാരാർ അനുപമമായ വിധത്തിൽ ആ ശ്ലോകം പൂരിപ്പിച്ചതായിരുന്നു:

ജംഭരിപുകുംഭിവരകുംഭയുഗ ഡംഭ
സ്തംഭി കുചകുംഭപരിരംഭപരശംഭു

ഉദ്ദണ്ഡശാസ്ത്രി ആ കവിവര്യനെ അഭിനന്ദിച്ചുവെന്ന് പ്രത്യേകം പറയേണ്ടതില്ലല്ലോ.

ആരുടെയും മുൻപിൽ അടിയറവു പറയാത്ത ഉദ്ദണ്ഡശാസ്ത്രികളെ തോല്പിക്കാൻ ഒരു കേരളീയ ബ്രാഹ്മണനായ കാക്കശ്ശേരി ദാമോദരഭട്ടതിരി വേണ്ടിവന്നുവെന്നാണ് കഥ. തങ്ങളെ തോല്പിച്ച പരദേശി ബ്രാഹ്മണന്റെ ദർപ്പം ശമിപ്പിക്കാൻ നമ്പൂതിരിമാർ അദ്ദേഹത്തെ വളർത്തിയെടുത്തുവെന്നാണ് ഐതിഹ്യം. *വസുമതീമാനവിക്രമ*മെന്ന നാടകത്തിന്റെ കർത്താവുകൂടിയാണ് ദാമോദരൻ. അദ്ദേഹം ഉദ്ദണ്ഡനെ ഇപ്രകാരം വെല്ലുവിളിച്ചുവത്രെ.

ന ഛത്രം ന തുരംഗമോ ന വദതാം വൃന്ദാനി നോ വന്ദിനോ
ന ശ്മശ്രൂണി ന ഫാലപട്ടവസനം ന ഹ്യംബരാഡംബരം

അസ്ത്യസ്മാകമമന്ദമന്ദരഗിരിപ്രോദ്ധൂതദുഗ്ദോദധി-
പ്രേംഖദ്വീചി പരമ്പരാ പരിണതാ വാണീ തു നാണീയസീ

കൃശഗാത്രനായ കാക്കശ്ശേരിയെ കണ്ട മാത്രയിൽ ആകാരോ ഹ്രസ്വഃ (ആകൃതികൊണ്ടു നീളം കുറഞ്ഞവൻ) എന്നു ഉദ്ദണ്ഡശാസ്ത്രി കളിയാക്കിയപ്പോൾ നഹി നഹി, ആകാരോ ദീർഘഃ (ആകാരം - ആ എന്ന വർണം ദീർഘമാണ്) എന്നു തിരുത്തി കാക്കശ്ശേരി തിരിച്ചടിച്ചുവത്രേ. ഉദ്ദണ്ഡൻ എന്തു പറഞ്ഞാലും അതു നിഷേധിച്ച കാക്കശ്ശേരി 'നിന്റെ അമ്മ പതിവ്രത'യാണെന്ന ഉദ്ദണ്ഡന്റെ പ്രസ്താവത്തെപ്പോലും നിഷേധിച്ച് പ്രമാണമുദ്ധരിച്ചുവെന്നും കഥയുണ്ട്.

പതിനെട്ടരക്കവികളിൽ ഉൾപ്പെട്ട ചേന്നാസ് നാരായണൻ നമ്പൂതിരി കേരളത്തിലെ തന്ത്രസാഹിത്യത്തിനർപ്പിച്ച സംഭാവനകൾ വളരെ വലുതാണ്. അദ്ദേഹത്തിന്റെ *തന്ത്രസമുച്ചയം* കേരളീയ ക്ഷേത്രങ്ങളുടെ ശില്പഘടനമുതൽ അനുഷ്ഠാനങ്ങൾവരെയുള്ള വിപുലമായൊരു വിഷയമണ്ഡലം സുവിശദമായി പ്രതിപാദിക്കുന്ന അമൂല്യഗ്രന്ഥമത്രേ.

പതിനഞ്ചാം നൂറ്റാണ്ടിൽ മാനവിക്രമൻ പ്രോദ്ഘാടനം ചെയ്ത സംസ്കൃതപരിരക്ഷണം പിന്നീടുവന്ന സാമൂതിരിമാരും സ്തുത്യർഹമായി തുടർന്നുപോന്നു. അവരിൽ ഏറ്റവും പ്രധാനപ്പെട്ട നാമധേയം കൃഷ്ണനാട്ടത്തിന്റെ പ്രണേതാവും പൂർവഭാരതചമ്പുവിന്റെ കർത്താവുമായ മാനവിക്രമനാണ്. മാനവിക്രമൻ സാമൂതിരിപ്പാടാവുന്നതിനു മുൻപാണ് കൃഷ്ണനാട്ടത്തിന്റെ ആധാരഗ്രന്ഥമായ കൃഷ്ണഗീത രചിച്ചതെന്നു പറയപ്പെടുന്നു. മാനവേദൻ വില്വമംഗലത്തു സ്വാമിയുടെ സഹായത്തോടെ ശ്രീകൃഷ്ണനെ ദർശിച്ചുവെന്നും അദ്ദേഹത്തെ ആലിംഗനം ചെയ്യാൻ തുടങ്ങിയപ്പോൾ ആ ദിവ്യബാലൻ അപ്രത്യക്ഷനായെന്നും അദ്ദേഹത്തിന്റെ ശിരസ്സിൽനിന്നുവീണ മയിൽപ്പീലി കൃഷ്ണനാട്ടത്തിലെ കൃഷ്ണന്റെ കിരീടത്തിൽ ഉറപ്പിച്ചുവെന്നുമൊക്കെ കഥയുണ്ട്. കൃഷ്ണനാട്ടത്തിൽനിന്നു പ്രചോദനമുൾക്കൊണ്ടാണ് രാമനാട്ടവും കഥകളിയും വളർന്നതും വികസിച്ചതും.

സാമൂതിരിക്കോവിലകത്തിൽ പ്രാചീനകാലത്തു വിദ്വാന്മാരെന്നപോലെ വിദുഷികളുമുണ്ടായിരുന്നുവെന്ന് ചരിത്രം പറയുന്നു. അവരിൽ അഗ്രഗണ്യയാണ് മനോരമത്തമ്പുരാട്ടിയെന്ന പേരിൽ പ്രശസ്തയായ രാജകുമാരി. സംസ്കൃതവ്യാകരണത്തിലെ ഒരു വിശിഷ്ടഗ്രന്ഥമായ പ്രൗഢമനോരമയിൽ പ്രാവീണ്യംനേടിയതുകൊണ്ടാണത്രേ അവർക്ക് ആ പേർ ലഭിച്ചത്. ആദ്യഭർത്താവായ ബേപ്പൂർ കോവിലകത്തെ രാമവർമ്മന്റെ നിര്യാണശേഷം അവർ വിവാഹം കഴിച്ചത് നിരക്ഷരനായൊരു നമ്പൂതിരിയെയായിരുന്നുവത്രെ. സംസ്കൃതത്തിലെ ബാലപാഠങ്ങൾപോലും

അറിവില്ലാത്ത അദ്ദേഹത്തെക്കുറിച്ചു തമ്പുരാട്ടി രചിച്ച ഈ ശ്ലോകം പ്രസിദ്ധമാണ്:

യസ്യ ഷഷ്ഠീ ചതുർഥീ ച
വിഹസ്യ ച വിഹായ ച
അഹം കഥം ദ്വിതീയാ സ്യാദ്
ദ്വിതീയാ സ്യാമഹം കഥം

ക്രിസ്തുവർഷം 1760-1828 ആണ് മനോരമത്തമ്പുരാട്ടിയുടെ കാലമെന്നു നിർണയിക്കപ്പെട്ടിട്ടുണ്ട്.

കേരളത്തിന്റെ മധ്യകാല സംസ്കൃതിയിൽ കോഴിക്കോട് നഗരത്തിനുള്ള സ്ഥാനം ഈ അവലോകനത്തിൽനിന്നു വ്യക്തമാകുമല്ലോ. ഇന്ന് വിസ്മൃതപ്രായമായ ഈ പൈതൃകം വീണ്ടെടുക്കാൻ ഏകോപിതമായ പ്രയത്നം ആവശ്യമാണ്.

(സംസ്കാരധാര 2013)

സാഹിത്യം

കുഞ്ചന്റെ ചിരി

അപാരമായ കാവ്യസംസാരത്തിലെ പ്രജാപതിയാണ് കവിയെന്ന് ആനന്ദവർധനൻ നിരീക്ഷിച്ചിട്ടുണ്ട്. തനിക്കു തോന്നുന്നതുപോലെ ഈ ലോകത്തെ മാറ്റിമറിക്കാൻ കവിക്ക് കഴിയും. മലയാളത്തിന്റെ ഹാസ്യ ചക്രവർത്തിയായ കുഞ്ചൻ നമ്പ്യാരെ സംബന്ധിച്ചേടത്തോളം ആനന്ദ വർധനന്റെ ഈ നിരീക്ഷണം അക്ഷരംപ്രതി ശരിയാണ്. എത്രയോ എഴു ത്തുകാർ കൈകാര്യം ചെയ്തിട്ടുള്ള ഇതിഹാസകഥകളും പൗരാണിക കഥകളും എടുത്ത് അദ്ദേഹം അവകൊണ്ട് തന്റേതായ ഒരു ചിരിയുടെ ലോകം സൃഷ്ടിച്ചു. ചമ്പൂകാരന്മാരും മഹാകാവ്യകാരന്മാരും ആട്ടക്കഥ ക്കാരുമെല്ലാം യഥേഷ്ടം എടുത്തുപെരുമാറിയ ബാലിവിജയവും രാവ ണോദ്ഭവവും നളചരിതവും കല്യാണസൗഗന്ധികവും ഒക്കെത്തന്നെ യാണ് കുഞ്ചനും ഇതിവൃത്തത്തിനായി ഉപജീവിച്ചത്. എന്നാൽ അവ രുടെ കൃതികളിൽനിന്നെല്ലാം വളരെ വ്യത്യസ്തമായൊരു ഭാവനാലോക ത്തെയാണ് അദ്ദേഹം തന്റെ വാങ്മയത്തിലൂടെ ആവിഷ്കരിച്ചത്.

എത്ര ഗൗരവപൂർണമായ മൂലകഥയെയും അവിസ്മരണീയങ്ങളായ ഹാസ്യോത്സങ്ങളാക്കി മാറ്റാൻ അദ്ദേഹത്തിനു നിഷ്പ്രയാസം കഴിഞ്ഞു. കുഞ്ചനുശേഷം പല ഹാസ്യകാരന്മാരും കേരളക്കരയിൽ ജീവിച്ചിട്ടുണ്ട്. അവരെല്ലാം ചിരികണ്ടത് സമകാലികവിഷയങ്ങളിലാണ്. പൗരാണിക ലോകത്തെക്കുറിച്ചു മാത്രം എല്ലാവരും പറയുകയും എഴുതുകയും ചെയ്തിരുന്ന ഒരു കാലഘട്ടത്തിൽ ജീവിച്ച കുഞ്ചൻ നമ്പ്യാർക്ക് അങ്ങനെ ചിന്തിക്കാൻ കഴിയുമായിരുന്നില്ല. പക്ഷേ അതൊന്നും അദ്ദേഹത്തിന് പ്രശ്നമായില്ല. താൻ തൊട്ട എന്തിനേയും സമകാലികവിഷയമാക്കി മാറ്റാ നുള്ള മാന്ത്രികവിദ്യ ആ പ്രതിഭാശാലിക്കു വശഗമായിരുന്നു. പ്രതിപാ ദ്യമേതായാലും അതു കുഞ്ചൻ നമ്പ്യാരാണ് കൈകാര്യം ചെയ്യുന്നതെ ങ്കിൽ അതിന്റെ മട്ടും ഭാവവും മാറും. പ്രതിപാദ്യത്തെ മാത്രമല്ല, പാത്ര ങ്ങളെയും എന്തിന് തന്റെ മാധ്യമത്തെത്തന്നെയും തന്റെ ഉള്ളിലുള്ള നിലയ്ക്കാത്ത ചിരിയുടെ ആവിഷ്കരണോപാധികളായി മാറ്റാൻ അദ്ദേ ഹത്തിനു കഴിഞ്ഞു.

പതിനെട്ടാം നൂറ്റാണ്ടിന്റെ ആരംഭത്തിൽ ഇന്നത്തെ പാലക്കാട് ജില്ല യിൽപ്പെട്ട കിള്ളിക്കുറിശ്ശിമംഗലത്തിലെ കലക്കത്തുവീട്ടിൽ ജനിച്ചു.

പിന്നീട് ചെമ്പകശ്ശേരിയിലും തിരുവിതാംകൂറിലുമുള്ള രാജസദസ്സുകളിലെത്തിപ്പെട്ടു: എഴുപതു വർഷത്തോളം നീണ്ട ജീവിതത്തിനുള്ളിൽ അനർഗളമായ സാരസ്വതപ്രവാഹംകൊണ്ട് മലയാളികളെ അദ്ഭുതപ്പെടുത്തിയ കുഞ്ചൻനമ്പ്യാരെക്കുറിച്ചു കെട്ടുകഥകളിൽ കവിഞ്ഞ കാര്യമായ ചരിത്രവസ്തുതകളൊന്നും ഇന്നു ലഭ്യമല്ലെന്നത് ഖേദകരമാണ്. രാജകൊട്ടാരങ്ങളിലെ ദുർലഭം ചില രേഖകളിലുള്ള കാര്യമാത്രപ്രസക്തമായ പരാമർശങ്ങളിലും പലവിധം കഥകളിലുമായി ആ ജീവചരിത്രം പരിമിതപ്പെട്ടുനിൽക്കുന്നു.

കൂടിയാട്ടത്തിൽ മിഴാവു വായിക്കുകയെന്ന തന്റെ കുലത്തൊഴിൽ ചെയ്യുമ്പോൾ ചാക്യാരുടെ പരിഹാസമേറ്റ് അവമാനിതനായി പിറ്റേന്ന് തുള്ളലെന്ന ഒരു പുതുകലാരൂപത്തിനു രൂപം കൊടുക്കുകയായിരുന്നു നമ്പ്യാരെന്നാണു കഥ. അതെന്തായാലും വെറും അനുഷ്ഠാനകലകളായിരുന്ന പറയൻതുള്ളലിനെയും ശീതങ്കൻ തുള്ളലിനെയും ഓട്ടൻതുള്ളലിനെയും തന്റെ മാധ്യമമാക്കിക്കൊണ്ടാണ് നമ്പ്യാർ അരങ്ങുതകർത്തത്. നാല്പത്തൊന്നു തുള്ളൽകൃതികളും *ശ്രീകൃഷ്ണചരിതം മണിപ്രവാളം, പഞ്ചതന്ത്രം കിളിപ്പാട്ട്* തുടങ്ങിയ മറ്റു ചില ഉൽകൃഷ്ടരചനകളും കുഞ്ചൻനമ്പ്യാരുടേതെന്നാണ് പ്രസിദ്ധി. ഇതു അവിശ്വസിക്കേണ്ട കാര്യമൊന്നുമില്ല. ഏതാണ്ട് അരലക്ഷത്തോളം വരികൾ വരും കുഞ്ചന്റെ വാങ്മയമെടുത്താൽ.

തനിക്ക് ആവോളം വിസ്തരിക്കാനും ചിരിക്കാനും ചിരിപ്പിക്കാനും ധാരാളം വകയുള്ള ഇതിവൃത്തങ്ങളെത്തന്നെയാണ് പ്രതിഭാശാലിയായ ഈ തുള്ളൽക്കാരൻ പുരാണേതിഹാസങ്ങളിൽനിന്നു കടന്നെടുത്തതും നിരർഗളപ്രവാഹമായ തന്റെ ഭാവനാവിലാസംകൊണ്ട് പൊലിപ്പിച്ചെടുത്തതും. കാമക്രോധമദമോഹമാത്സര്യങ്ങൾ എവിടെക്കണ്ടാലും അവർക്കു നേരെ തന്റെ കൂർത്ത പരിഹാസശരങ്ങൾ തൊടുക്കാൻ കാത്തുനിൽക്കുകയായിരുന്നു അദ്ദേഹം. പുരാണകഥകളിൽ ആത്മാവിഷ്കരണത്തിന് സാധ്യതയില്ലാത്ത പ്രകരണങ്ങളിൽ അദ്ദേഹം അവ സ്വയം സൃഷ്ടിച്ചു. കഥാപാത്രങ്ങളെ തനിക്ക് അത്യന്തം പരിചിതമായ കേരളീയഗാർഹിക പരിസരങ്ങളിൽ പ്രതിഷ്ഠിച്ചു. തന്റെ ആഖ്യാനങ്ങളിലൂടെ സമകാലിക സമൂഹത്തിന്റെ ഹാസ്യചിത്രങ്ങൾ വരച്ചിടുകയായിരുന്നു അദ്ദേഹം.

തന്റെ മാധ്യമത്തെയും ഭാഷയെയും താൻ അഭിസംബോധന ചെയ്യുന്ന സാമാജികലോകത്തെയുംകുറിച്ചുള്ള തന്റെ കൃത്യമായ ധാരണകൾ നമ്പ്യാർ അനുവാചകനുമായി പങ്കുവെക്കുന്നുണ്ട്.

ഭടജനങ്ങടെ സഭയിലുള്ളൊരു പടയണിക്കിഹ ചേരുവാൻ
വടിവിയന്നൊരു ചാരു കേരളഭാഷതന്നെ ചിതം വരൂ.

എന്ന് അദ്ദേഹം മനസ്സിലാക്കിയിരുന്നു. ദൃശ്യകലാരൂപമായ തുള്ളൽ അരങ്ങത്തു ഫലിക്കണമെങ്കിൽ കേട്ടാൽ പെട്ടെന്നുതന്നെ മനസ്സിലാവുന്ന

ഭാഷയിൽ വേണം അതു രചിക്കാനെന്നും കുഞ്ചനറിയാമായിരുന്നു. ചടുലവും സരളവും ഊർജ്ജസ്വലവുമായ ഭാഷയിൽ മാത്രം അദ്ദേഹം തന്റെ രചന നിർവഹിച്ചു.

ഇതുപോലെത്തന്നെ പ്രധാനമായിരുന്നു ഹാസ്യവും. തന്റെ കൃതികളുടെ ഹാസ്യാത്മകതയെ കുഞ്ചൻ നമ്പ്യാർ ഇങ്ങനെ ന്യായീകരിക്കുന്നു.

ചിരിക്കുന്ന കഥ കേട്ടാലിരിക്കുമായതല്ലെങ്കിൽ
തിരിക്കുമിങ്ങനെ ഭാവിച്ചിരിക്കുന്ന ഭടന്മാരെ
ചിരിക്കാതെ രസിപ്പിക്കാനൊരിക്കലുമെളുതല്ല

നമ്പ്യാരുടെ മിക്ക തുള്ളൽക്കഥകളുടെയും ആഖ്യാനഘടന ഏകദേശം ഒരുപോലെയാണ്. സാഹിത്യശാസ്ത്രജ്ഞന്മാർ അക്കമിട്ടു നിരത്തിപ്പറയാറുള്ള അരുതായ്മകളെയെല്ലാം ആഘോഷപൂർവ്വം കൊണ്ടാടിയാണ് നമ്പ്യാർ തന്റെ ഹാസ്യോത്സവത്തിന് അരങ്ങൊരുക്കിയത്. മുഖ്യകഥയുമായി നേരിട്ടു ബന്ധമില്ലാത്ത സംഭവങ്ങളെ അദ്ദേഹം കഥയിൽ സന്നിവേശിപ്പിച്ചു. സദ്യയും നായാട്ടും പടയോട്ടവും കുഞ്ചന്റെ ഇഷ്ടവിഭവങ്ങളായിരുന്നു. പൗരാണികസന്ദർഭം ഏതുതന്നെയായാലും ഇത്തരം കോലാഹലങ്ങളിൽ മുഖം കാണിക്കുന്നോരെല്ലാം തനി മലയാളികൾ തന്നെ. നമ്പ്യാരുടെ ഭാവനപ്രകാരം ഏതു പൗരാണികകഥയും കേരളത്തിലാണ് നടക്കുന്നത്.

ഉദാഹരണത്തിന് രുക്മിണീ സ്വയംവരമെടുക്കുക. രുക്മിണിയെ തട്ടിക്കൊണ്ടുവരുവാൻ തുനിഞ്ഞിറങ്ങിയ തന്റെ അനുജനായ ശ്രീകൃഷ്ണനെ സംരക്ഷിക്കാൻ ബലരാമൻ വിളിച്ചുകൂട്ടുന്നത് ഇവരെയൊക്കെയാണ്:

നായന്മാരുമമാത്യന്മാരും
കാര്യസ്ഥന്മാരെജമാനന്മാ-
രായിരമായിരമാൾക്കധിപന്മാർ
പട്ടാണികൾ പലകുതിരക്കാരും
കോട്ടപ്പടിയിൽ കാവൽക്കാരും
കാട്ടാളന്മാർ മൂക്കൂപ്പരിഷകൾ
കോട്ടക്കാരന്മാരും പലവക
നസ്രാണികളും ജോനകർ പത്തുസ-
ഹസ്രാധികമിഹ വന്നീടേണം

ത്രേതായുഗത്തിലെ കൃണ്ഡിനപുരിയിലെ ഈ സംഭവം നടക്കുന്നത് പതിനെട്ടാം നൂറ്റാണ്ടിലെ കേരളത്തിനാണെന്നാണ് കുഞ്ചന്റെ ഭാവം. ആർത്തുചിരിക്കുന്ന സാമാജികർക്കും അതു പൂർണസമ്മതമെന്നേ പറയേണ്ടൂ.

ശ്രീകൃഷ്ണനെ തടയാൻ ഒരുമ്പെട്ട ക്ഷത്രിയപ്പരിഷകൾ അദ്ദേഹത്തോട് പറയുന്ന അധിക്ഷേപവാക്കുകൾ ശ്രദ്ധിക്കുക:

കൈതവമല്ലാതൊരു കർമ്മം നീ
ചെയ്തവനല്ല ജനിച്ചേപ്പിന്നെ
മേനോന്മാരു പണിക്കരുമെന്നിവർ
നാനാജാതികൾ നോക്കിയിരിക്കേ
എടയന്മാരിലൊരുത്തൻ വന്നു
മടികൂടാതിക്കന്യാരത്നം
ഝടിതി പിടിച്ചു രഥത്തേൽ കേറ്റി
പടഹമടിച്ചു തിരിച്ചതു കൊള്ളാം

ഇവിടെ നോക്കിയിരിക്കുന്ന നാനാജാതികൾ ശരിക്കും എവിടത്തുകാരാണെന്നാലോചിച്ചാൽ നമുക്കു ചിരിപൊട്ടും. ചേദിരാജാവായ ശിശുപാലന്റെ നാണക്കേടു വിവരിക്കുന്നതിങ്ങനെ:

മലയാളത്തും പരദേശത്തും
തലയും പൊക്കി നടക്കാൻ മേലാ

സത്രാജിത്തിന്റെ സഹോദരനായ പ്രസേനൻ സ്യമന്തകമണിയുമണിഞ്ഞു നായാട്ടിനു പോകുന്ന രംഗം നോക്കുക:

നായാട്ടെന്നതു കേൾക്കുന്നേരം
നായന്മാർക്കതൊരുത്സവമല്ലോ
മായം ചിലവക ബോധിക്കേണം
തായംകൊണ്ടതു സാധിക്കേണം

എന്നു തുടങ്ങുന്ന ആ വർണനയിൽ ചിത്രിതമാകുന്നത് പതിനെട്ടാം നൂറ്റാണ്ടിൽ കേരളത്തിൽ നടക്കുന്ന ഒരു നായാട്ടിന്റെ വിശദാംശങ്ങളാണ്. - വീരവാദങ്ങൾ, വാദ്യഘോഷങ്ങൾ, കാടിളക്കൽ, മൃഗങ്ങളുടെ ചേഷ്ടകൾ, അമളികൾ എന്നിവയെല്ലാം ചേർന്ന ഒരു വിചിത്രാനുഭവമായി മാറുന്നു തുടർന്നുള്ള നാടകീയരംഗങ്ങൾ. കഥാന്ത്യത്തിൽ ഗംഭീരമായൊരു കേരളീയസദ്യയ്ക്കും വഴി കണ്ടെത്തുന്നുണ്ട് നമ്പ്യാർ.

അസാധാരണമായ ഭാവനാവിശേഷംകൊണ്ട് നമ്മുടെ മനസ്സിൽ ചിരിയുണർത്തുന്ന ഒട്ടേറെ സന്ദർഭങ്ങൾ തുള്ളൽക്കഥകളിലുണ്ട്. സുന്ദോപസുന്ദരന്മാരെ വശീകരിച്ചു നിഗ്രഹിക്കാൻ കെല്പുള്ള ഭൂലോകസുന്ദരിയായ തിലോത്തമയെ സൃഷ്ടിക്കുന്നതിനു വിശ്വകർമ്മാവും ബ്രഹ്മാവും പാടുപെടുന്നതു കവി ചിത്രീകരിക്കുന്നതിങ്ങനെയാണ്:

ചൊല്ലേറുമംഗനാരൂപസൃഷ്ടിക്രമം
കല്യാണശീലൻ തുടങ്ങി സുരാശാരി
അർണോജസംഭവൻ തന്നുടെ മൂക്കത്തു
കണ്ണാടി വെച്ചങ്ങു സൂക്ഷിച്ചിരിക്കയും

*നളചരിത*ത്തിൽ സന്ദേശം വഹിച്ചുകൊണ്ടു പറന്നുപോകുന്ന അരയന്നത്തിന്റെ ദൃഷ്ടിയിൽ പ്രത്യക്ഷപ്പെടുന്ന കോപാക്രാന്തനായ നായരുടെ ദൃശ്യം ഒരു മികച്ച ഹാസ്യചിത്രമാണ്:

നായർ വിശന്നു വലഞ്ഞുവരുമ്പോൾ
കായക്കഞ്ഞിക്കരിയിട്ടില്ല;

ആയതുകേട്ടുകലമ്പിച്ചെന്ന-
ങ്ങായുധമുടനേ കാട്ടിലെറിഞ്ഞു

ചുട്ടുതിളക്കും വെള്ളമശേഷം
കുട്ടികൾ തങ്ങടെ തലയിലൊഴിച്ചു.

കെട്ടിയ പെണ്ണിനെ മടികൂടാതെ
കിട്ടിയ വടികൊണ്ടൊന്നു കൊടുത്തു.

ഉരുളികൾ കിണ്ടികളൊക്കെയുടച്ചു
ഉരലുവലിച്ചുകിണറ്റിൽ മറിച്ചു.

ചിരവയെടുത്തഥ തീയിലെരിച്ചു,
അരകല്ലങ്ങുകുളത്തിലെറിഞ്ഞു.

അതുകൊണ്ടരിശം തീരാത്തവന-
പ്പുരയുടെ ചുറ്റും മണ്ടിനടന്നു.

പടയോട്ടവർണനയിൽ ആണ് നമ്പ്യാർ തന്റെ സകലസിദ്ധികളും പുറത്തേക്കെടുക്കുന്നത്. ഒരു പടയോട്ടത്തിൽ നിസ്സഹായനായി പിന്തിരിഞ്ഞോടുന്ന മദ്ദളക്കാരനെ അദ്ദേഹം അവതരിപ്പിക്കുന്നത് ഇങ്ങനെയാണ്;

മദ്ദളമരയിലുറപ്പിച്ചീടിന
വിദ്വാനോടുക പാരം ദണ്ഡം.

തുടർന്നു ആ പാവം മനുഷ്യൻ തന്റെ മദ്ദളം അരയിൽനിന്നൂരി വലിച്ചെറിഞ്ഞു ജീവനുംകൊണ്ട് രക്ഷപ്പെടുന്നതുകൂടി വർണിച്ചിട്ടേ നമ്പ്യാർ വിരമിക്കുന്നുള്ളൂ.

കുഞ്ചൻ നമ്പ്യാരുടെ ചില ഫലിതങ്ങൾ വെറും ഉപരിപ്ലവമായ തമാശകളിൽ ഒതുങ്ങി നിൽക്കുന്നില്ല. ആലോചിക്കുമ്പോഴാണ് അവയുടെ പിന്നിലുള്ള കൗശലം നമുക്കു പിടികിട്ടുക. ഉദാഹരണമായി 'ഊട്ടുണ്ടെങ്കിൽ ഞങ്ങൾക്കില്ല' എന്ന് എമ്പ്രാന്തിരി ആവലാതിപ്പെടുന്നതിനെ കുഞ്ചൻ ആവിഷ്കരിച്ചിരിക്കുന്നത് ഇങ്ങനെയാണ്:

"ഊഠുണ്ടെന്നാൽ യങ്ങ്ലുക്കില്ല."

ഈ അനുകരണം ആരെയും പൊട്ടിച്ചിരിപ്പിക്കുമെന്നതിൽ സംശയമില്ല. എന്നാൽ ഈ ഫലിതത്തിൽ ഒരു വ്യാകരണവിശേഷവും അടക്കം ചെയ്തിട്ടുണ്ടെന്നും മനസ്സിലാകുമ്പോഴാണ് നാം കുഞ്ചന്റെ യഥാർത്ഥ മഹത്വം തിരിച്ചറിയുക: സംസ്കൃതത്തിൽ 'ഊഠ്' എന്ന പ്രത്യയം വരുന്ന

ഇടങ്ങളിൽ 'യങ്ങ്ലുക്' എന്ന ലോപം സംഭവിക്കുകയില്ല എന്ന വ്യാകരണകാര്യംവരെ ആ ഹാസ്യകാരന്റെ ദൃഷ്ടി ചെന്നെത്തുന്നുണ്ടെന്നറിയുമ്പോൾ നാം അദ്ഭുതപ്പെട്ടുപോകും.

ചിരി ജീവിതവ്രതമായി കൊണ്ടുനടന്ന ആ മഹാപ്രതിഭ തനിക്കു ചുറ്റും നടക്കുന്ന പരിഹാസ്യവസ്തുക്കളെയെല്ലാം നിരങ്കുശം കളിയാക്കിയിരുന്നുവെന്നാണ് പ്രസിദ്ധി.

രാജാവിനെപ്പോലും അദ്ദേഹം ഭയന്നില്ല. അമ്പലപ്പുഴ പായസം കയ്ക്കുമെന്നു പറഞ്ഞ് മഹാരാജാവ് വിലക്കിയപ്പോൾ സ്തുതിപാഠകരായ അനുചരന്മാരെല്ലാം തിരുവുള്ളക്കേടു ഭയന്ന് അതു വേണ്ടെന്നുവച്ചു. കുഞ്ചൻ മാത്രം ഒരു ഭാവഭേദവുമില്ലാതെ പായസം സമൃദ്ധമായിത്തന്നെ കഴിച്ചാസ്വദിച്ചുവെന്നാണല്ലോ കഥ. 'പായസം കയ്ക്കുന്നില്ലേ' എന്നു ചോദ്യം വന്നപ്പോൾ 'അടിയനു പഞ്ചസാരയുടെ കയ്പ് ഇഷ്ടമാണെ'ന്നായിരുന്നു മറുപടി. ഇതുപോലെ രാജാവ് ദീപസ്തംഭം സ്ഥാപിച്ചപ്പോൾ എല്ലാ സ്തുതിപാഠകരും അതിനെ അമിതപ്രശംസകൊണ്ട് അഭിഷേകം ചെയ്തു. കുഞ്ചന്റെ പ്രതികരണം ഈ അരശ്ലോകത്തിലൊതുങ്ങി:

ദീപസ്തംഭം മഹാശ്ചര്യം

നമുക്കും കിട്ടണം പണം.

ഇത് ഒരു സർവകാലസൂക്തമായി മാറിയിട്ടുണ്ടല്ലോ.

ഹാസ്യം കേരളീയരുടെ സിരകളിൽത്തന്നെ അലിഞ്ഞുചേർന്ന വികാരമാണെന്ന് ഇന്ന് നമ്മൾ അവകാശപ്പെടാറുണ്ട്. കേരളത്തിന്റെ ഈ ഹാസ്യചക്രവർത്തിയെ ഒരു ജനപദത്തിന്റെ സാംസ്കാരികാഭിരുചി നിർണയിച്ച എഴുത്തുകാരനായി കണക്കാക്കുന്നതിൽ തെറ്റില്ല.

(ആകാശവാണിയോട് കടപ്പാട്)

“മറ്റെന്തതിൻ നേർക്ക് നമസ്കരിക്ക!”

മഹാഭാരതത്തെ സംബന്ധിച്ചതെന്നതും നമ്മിൽ ഒരു അവിശ്വസനീയതയാണ് സൃഷ്ടിക്കുക. ഒരു ലക്ഷത്തോളം ശ്ലോകങ്ങൾ, പതിനെട്ടു പർവ്വങ്ങൾ, ഹരിവംശമെന്നൊരു ഖിലപർവ്വം, നിരവധി അവാന്തരപർവ്വങ്ങൾ, 2109 അധ്യായങ്ങൾ. ആയിരത്തോളം വരുന്ന ഉപാഖ്യാനങ്ങൾ എന്നീ സ്ഥിതിവിവരക്കണക്കുകളെല്ലാം ഈ അമ്പരപ്പ് വർദ്ധിപ്പിക്കാനേ ഉതകൂ. ഹോമറുടെ ഇതിഹാസകാവ്യങ്ങളായ ഇലിയഡും ഒഡിസ്സിയും ചേർത്തു വെച്ചതിന്റെ എട്ടിരട്ടിവരും മഹാഭാരതത്തിന്റെ വലിപ്പം. മഹാഭാരതത്തെ ചുഴലുന്ന ഈ അവിശ്വസനീയതതയും അമ്പരപ്പും അതിന്റെ മലയാള വിവർത്തനത്തിനെയും വിവർത്തനകാരനെയും പിന്തുടർന്നു വരുമെന്നതു കാവ്യനീതിയാവാം. എങ്ങനെയാണ് ഒരൊറ്റ വ്യക്തിക്ക് ഇത്തരമൊരു മഹാസാഹസം അനുഷ്ഠിക്കാൻ ധൈര്യം ലഭിച്ചതെന്നും എങ്ങനെ ആ മഹാസംരംഭത്തെ അദ്ദേഹത്തിനു ചെറിയ കാലയളവിൽ സാധിതപ്രായമാക്കാൻ കഴിഞ്ഞുവെന്നുമുള്ള ചോദ്യങ്ങൾ നാം കുഞ്ഞിക്കുട്ടൻതമ്പുരാനെക്കുറിച്ചോർക്കുമ്പോഴെല്ലാം ചോദിച്ചുകൊണ്ടേ ഇരിക്കുമെന്നു തോന്നുന്നു. എന്നാൽ അവയെക്കാളുമെല്ലാമുപരിയായി ചോദിക്കാൻ തോന്നുന്ന ചോദ്യം മറ്റൊന്നാണ്. എങ്ങനെ കുഞ്ഞിക്കുട്ടൻതമ്പുരാന് മൂലകൃതിയുടെ ഓജസ്സും പ്രസാദവും തരിമ്പും കളയാതെ തനിമലയാളത്തിൽ ഇത്തരമൊരു വിവർത്തനം സൃഷ്ടിക്കുവാൻ കഴിഞ്ഞുവെന്നാണ് ആ ചോദ്യം. വ്യാസൻ മലയാളിയായിരുന്നുവെങ്കിൽ ഈ വിവർത്തനത്തെക്കാൾ മെച്ചപ്പെട്ടൊരു മൂലപാഠം സൃഷ്ടിക്കുവാൻ അദ്ദേഹത്തിനു കഴിയുമായിരുന്നുവോ? എല്ലാതരം വിവർത്തനങ്ങളെയും കർക്കശമായ വിമർശനബുദ്ധിയോടെ മാത്രം നോക്കിക്കണ്ടിരുന്ന കുട്ടിക്കൃഷ്ണമാരാർപോലും മഹാഭാരതത്തിൽനിന്നുദ്ധരിക്കുമ്പോൾ തമ്പുരാന്റെ മലയാളവിവർത്തനത്തെയാണാശ്രയിച്ചിരുന്നതെന്ന വസ്തുത മാത്രം മതിയല്ലോ വിവർത്തനത്തിന്റെ മേന്മ മനസ്സിലാക്കാൻ.

കുഞ്ഞിക്കുട്ടൻതമ്പുരാന്റെ വിവർത്തനത്തിൽ ആഖ്യാനശൈലി മനസ്സിലാക്കാൻ നാം മൂലഗ്രന്ഥത്തിലേക്കു സ്വാഭാവികമായും ദൃഷ്ടി പായിക്കേണ്ടിയിരിക്കുന്നു. ഒന്നേകാൽലക്ഷം ഗ്രന്ഥങ്ങളുള്ള മഹാഭാരതം

വൃത്താനുവൃത്തവും പദാനുപദവുമായി മലയാളത്തിലാക്കുകയെന്ന സാഹസികകൃത്യമാണല്ലോ തമ്പുരാൻ നിർവ്വഹിച്ചത്. തമ്പുരാനുൾപ്പെടെ പത്തുപന്ത്രണ്ടുപേർ കൂട്ടായി *മഹാഭാരത*ത്തിനൊരു കിളിപ്പാട്ടുതർജ്ജമ രചിക്കാൻ ആദ്യമൊരു ശ്രമം നടത്തിയിരുന്നു. തനിക്കു കിട്ടിയ ആരണ്യ പർവ്വം, ശല്യപർവ്വം, ശാന്തിപർവ്വത്തിലെ ഏതാനും ഭാഗങ്ങൾ എന്നിവ അദ്ദേഹം യഥാസമയം പൂർത്തിയാക്കുകയും ചെയ്തിരുന്നു. എന്നാൽ മറ്റുള്ളവരുടെ അനാസ്ഥകാരണം ആ കൂട്ടുസംരംഭം വിജയിച്ചില്ല. ഇതേ പോലെ ക്ഷേമേന്ദ്രന്റെ *ഭാരതമഞ്ജരി*ക്കും ഒരു കൂട്ടുതർജ്ജമായത്നം നടന്നു. തമ്പുരാനു കിട്ടിയത് ദ്രോണപർവ്വമായിരുന്നു; അതും അദ്ദേഹം യഥാസമയം പൂർത്തിയാക്കിയെങ്കിലും പല കാരണങ്ങളാൽ പുസ്തക മിറങ്ങിയില്ല; തമ്പുരാന്റെ വിവർത്തനഭാഗം നാദാപുരത്തുനിന്ന് മാസികാ രൂപത്തിൽ പ്രകാശനം ചെയ്യപ്പെട്ടുവെന്നുമാത്രം. എന്നാൽ തുഞ്ചത്തെ ഴുത്തച്ഛന്റെ *ഭാരതം* കിളിപ്പാട്ട്, തമ്പുരാൻതന്നെ ചെയ്ത *ഭാരത*ത്തിന്റെ സ്വതന്ത്രവിവർത്തനഭാഗങ്ങൾ, *ഭാരതമഞ്ജരീ*ഭാഗവിവർത്തനം എന്നിവ യിൽനിന്നെല്ലാം അദ്ദേഹത്തിന്റെ മഹാഭാരതവിവർത്തനത്തിനൊരു കാതലായ വ്യത്യാസമുള്ളത്. അതു മൂലത്തെ സത്യസന്ധമായിത്തന്നെ പിന്തുടരുന്നുവെന്നതാണ്. തന്റെ മുമ്പിലുള്ള മൂലകഥയെയോ പ്രതിപാദന രീതിയെയോ ആഖ്യാനശൈലിയെയോ ഒന്നുംതന്നെ മാറ്റിമറിക്കാൻ തമ്പുരാൻ ശ്രമിച്ചിട്ടില്ല. തന്മൂലം കുഞ്ഞിക്കുട്ടൻതമ്പുരാന്റെ ഭാരതാഖ്യാന ശൈലി മനസ്സിലാക്കാൻ നമുക്ക് മൂലകഥയുടെ ആഖ്യാനശൈലി യെന്തെന്ന് കണ്ടെത്തേണ്ടിയിരിക്കുന്നു.

വാമൊഴിവഴക്കത്തിലുള്ള ആഖ്യാനശൈലിയെ പിന്തുടരുന്ന മഹാ ഭാരതത്തിന്റെ ഘടന മൗലികാഖ്യാനത്തിന്റേതാണ്. അനേകം സംഭാഷ ണഖണ്ഡങ്ങൾ അടക്കംചെയ്ത ഒരു ബൃഹദാഖ്യാനമാണ് *മഹാഭാരത* മെന്നു പറയാം. ഇതിൽ മൂലകഥ പാണ്ഡവരും കൗരവന്മാരും തമ്മിലുള്ള യുദ്ധത്തെ അടിസ്ഥാനപ്പെടുത്തിയുള്ളതാണെങ്കിലും ഗ്രന്ഥത്തിന്റെ അഞ്ചിലൊന്നു ഭാഗമേ ഇതു വരുന്നുള്ളൂ. ഇതരഭാഗങ്ങൾ രണ്ടുതരത്തി ലാണ്. ശകുന്തള, നളൻ, യയാതി, ശിബി, നഹുഷൻ, സാവിത്രി, രാമൻ, ഋഷ്യശൃംഗൻ തുടങ്ങിയ നിരവധി പാത്രങ്ങളെ ആധാരമാക്കിയിട്ടുള്ള കഥ കൾ, സാരോപദേശകഥകൾ, ജന്തുകഥകൾ എന്നിവയടങ്ങിയ അവാന്തര കഥകളാണ് ഇവയിലൊന്നാമത്തേത്. ഭഗവദ്ഗീത, ഭീഷ്മോപദേശം, ദ്രോണോപദേശം, വിദുരനീതി തുടങ്ങിയ ദീർഘങ്ങളായ ദാർശനികവും സാന്മാർഗ്ഗികവുമായ വിഷയങ്ങൾ ചർച്ചചെയ്യുന്ന ഉപദേശാത്മകമാർഗ മാണ് ഇവയിൽ രണ്ടാമത്തേത്. മൂലകഥയോട് പിൽക്കാലത്ത് പല പ്പോഴായി കൂട്ടിച്ചേർത്ത ഭാഗങ്ങളാണ് ഈ ഉപാഖ്യാനങ്ങളും സാരോ പദേശങ്ങളുമെന്നതിനുള്ള തെളിവ് *മഹാഭാരത*ത്തിൽത്തന്നെ കാണാം. ആദിപർവ്വം ഒന്നാമധ്യായത്തിൽ *മഹാഭാരത*ത്തിന്റെ മൂന്ന് ഘട്ടങ്ങളെ ക്കുറിച്ച് ഇങ്ങനെ സൂചിപ്പിക്കുന്നു.

ഇദം ശതസഹസ്രം തു
ലോകാനാം പുണ്യകർമ്മാണാം
ഉപാഖ്യാനൈഃ സഹജ്ഞേയം
ആദ്യം ഭാരതമുത്തമം.
ചതുർവിംശതിസാഹസ്രീം
ചക്രേ ഭാരതസംഹിതാം
ഉപാഖ്യാനൈർവ്വിനാ താവദ്
ഭാരതം പ്രോച്യതേ ബുധൈഃ
അഷ്ടൗ ശ്ലോകസഹസ്രാണി
അഷ്ടൗ ശ്ലോകശതാനി ച
അഹം വേദ്മി ശുകോവേത്തി
സഞ്ജയോ വേത്തി വാ ന വാ

ഇവിടെ മഹാഭാരതത്തിന്റെ ഒട്ടാകെയുള്ള ശ്ലോകസംഖ്യ 8,800, 24,000, 1,00,000 എന്നിങ്ങനെ മൂന്നുവിധത്തിൽ പറഞ്ഞിരിക്കുന്നു. ഈ ശ്ലോകസംഖ്യകൾ മഹാഭാരതത്തിന്റെ വളർച്ചയുടെ മൂന്നു ഘട്ടങ്ങളെയാണ് പ്രതിനിധാനം ചെയ്യുന്നതെന്നും കേവലമൊരു ജയഗീതമായിരുന്ന മൂലകൃതി പിൽക്കാലത്ത് ഒരു ധർമ്മശാസ്ത്രഗ്രന്ഥമായും അഞ്ചാമത്തെ വേദമായുമെല്ലാം രൂപാന്തരപ്പെട്ടത് പല കാലഘട്ടങ്ങളിലുണ്ടായ കൂട്ടിച്ചേർക്കലുകളിലൂടെയാണെന്നുമാണ് ഗവേഷകന്മാരുടെ നിഗമനം.

എന്നാൽ, മഹാഭാരതം ഒരിക്കലും ഏച്ചുകൂട്ടിയ ഒരു പുസ്തകമായി അനുഭവപ്പെടുന്നില്ലെന്നും ഏകകർതൃകമായ കൃതികളിലെ പാഠനിർണയരീതി ഒരു മഹാജനപദത്തിന്റെ ആ ഇതിഹാസകാവ്യത്തിന്റെ കാര്യത്തിൽ തികച്ചും അപ്രസക്തമാണെന്നും ചൂണ്ടിക്കാണിക്കപ്പെട്ടിട്ടുണ്ട്. സുദീർഘമായൊരു ആഖ്യാനത്തിന്റെ രൂപത്തിലാണ് ഇതിഹാസകാവ്യം മുഴുവൻ സംവിധാനം ചെയ്യപ്പെട്ടിട്ടുള്ളത്. ഏതെങ്കിലുമൊരു ആഖ്യാതാവ് ഒരു ശ്രോതാവിനോ ശ്രോതൃസമൂഹത്തിനോ പറഞ്ഞുകൊടുക്കുന്ന വിധത്തിലാണ് ആഖ്യാനഘടനയെന്നതാണ് ശ്രദ്ധേയം. മൂലകഥ വ്യാസൻ വൈശമ്പായനനുൾപ്പെടെയുള്ള തന്റെ അഞ്ച് ശിഷ്യന്മാർക്കു പറഞ്ഞുകൊടുത്തതായുള്ള പരാമർശം ഇതിഹാസത്തിൽത്തന്നെയുണ്ട്. വൈശമ്പായനൻ പിന്നീട് ഇക്കഥ ജനമേജയനോടു പറയുന്നു. പിന്നീട് നൈമിഷാരണ്യത്തിൽ സന്നിഹിതരായ മഹർഷിമാർക്ക് സൂതൻ മഹാഭാരതകഥ പറഞ്ഞുകൊടുക്കുന്നതായും പരാമർശമുണ്ട്. സൂതൻ വിവരിക്കുന്ന കഥയിൽത്തന്നെ മൂന്നടരുകൾ കാണാം. വൈശമ്പായനൻ കഥ പറയുന്ന കാര്യം ഉഗ്രശ്രവസ്സ് ശനനകനോട് പറയുന്നതു സൂതൻ വിവരിക്കുന്നതായാണ് ആഖ്യാനഘടന. ആഖ്യാനത്തിനുള്ളിലെ ആഖ്യാനം എന്ന രീതി. സഞ്ജൻ പറഞ്ഞു, ശ്രീകൃഷ്ണൻ പറഞ്ഞുതുടങ്ങിയ അവതരണികകളിലൂടെയാണ് നാം ആഖ്യാനങ്ങളിലേക്കാനയിക്കപ്പെടുന്നതെന്നും ശ്രദ്ധേയമാണ്.

ഇത്ര സങ്കീർണമായ ആഖ്യാനരീതി *മഹാഭാരതം* നിലനിർത്തിയിട്ടുള്ളത് മൂലസന്ദർഭങ്ങളെ അതേപടി നിലനിർത്താൻവേണ്ടിത്തന്നെയാണ്. തങ്ങൾ നേരിട്ടറിയുകയും അനുഭവിക്കുകയും ചെയ്ത കാര്യങ്ങൾ മാത്രമാണ് ഓരോ ആഖ്യാതാവും വിവരിക്കുന്നത്. ഇതിഹാസത്തിലെ മുഖ്യകഥയും അവാന്തരകഥകളുമെല്ലാം വിവരിക്കുന്നത് അവ നേരിൽക്കണ്ട ആഖ്യാതാക്കളാണ്. പിന്നീട് ആ കഥ മറ്റൊരാഖ്യാതാവ് വിവരിക്കുമ്പോൾ ദൃക്സാക്ഷിയിൽനിന്ന് നേരിട്ടറിഞ്ഞതായി അയാൾ സാക്ഷ്യപ്പെടുത്തുന്നുണ്ട്. അങ്ങനെ നോക്കുമ്പോൾ കഥാസന്ദർഭത്തിൽ പങ്കാളികളല്ലാത്ത ആഖ്യാതാവുമായി ബന്ധമില്ലാത്ത ഒരാഖ്യാനവും ഇതിഹാസത്തിലില്ലെന്നു പറയാം.

*മഹാഭാരത*ത്തിലെ മുഖ്യകഥയും അവാന്തരകഥകളും മറ്റു ഭാഗങ്ങളും തമ്മിലുമെല്ലാമുള്ള ബന്ധം ആഖ്യാനശൃംഖലയിലൂടെ നിലനിർത്തിയിട്ടുണ്ടെന്നുള്ളതാണ് മറ്റൊരു സവിശേഷത. ഉദാഹരണത്തിന് ഭഗവദ്ഗീത മുഴുവൻ കുരുക്ഷേത്രത്തിൽ നടക്കുന്ന സംഭാഷണം, സഞ്ജയൻ നേരിട്ടു കേട്ട് അന്ധനായ ധൃതരാഷ്ട്രർക്ക് അന്വാഖ്യാനം ചെയ്യുന്ന വിധത്തിലാണ് സംവിധാനം ചെയ്തിരിക്കുന്നത്. മൂലകഥയിലെ ഒരു സവിശേഷസന്ദർഭത്തിൽ ഏതെങ്കിലുമൊരു പാത്രം തനിക്കു നേരിട്ടു ബോധ്യമുള്ള ഒരാഖ്യാനകഥ അവതരിപ്പിക്കുന്ന പതിവാണ് മിക്ക ഉപകഥകൾക്കുമുള്ളത്. ശകുന്തളയെ നേരിൽക്കാണുമ്പോൾ ദുഷ്യന്തൻ അവളുടെ ജന്മവൃത്താന്തമാരായുമ്പോൾ ശകുന്തള മറുപടി പറയുന്നത്. തന്റെ അച്ഛൻ മറ്റൊരാൾക്ക് പറഞ്ഞുകൊടുത്തു താൻ കേട്ട സ്വന്തം ഉദന്തം വിവരിക്കുകയാണ്. ഇങ്ങനെ ഓരോ കഥാഭാഗവും ഒരു സംഭാഷണശൃംഖലയിലൂടെ മൂലകഥയിലേക്ക് ഇണക്കിച്ചേർത്തിയിരിക്കുന്നതായിക്കാണാം. അതിനാൽ ഭഗവദ്ഗീതയും വിദുരോപദേശവും ശകുന്തളോപാഖ്യാനവും നളകഥയുമെല്ലാം ഒരേസമയം സ്വതന്ത്രങ്ങളായ ആഖ്യാനരൂപങ്ങളായും മൂലകഥയിലെ അവാന്തരഖണ്ഡങ്ങളായും നോക്കിക്കാണാൻ കഴിയുന്നു.

മഹാഭാരതത്തിന്റെ ഈ സംഭാഷണാത്മകതയും സുതാര്യതയും മലയാളത്തിൽ അതേപടി നിലനിർത്താൻ കഴിഞ്ഞുവെന്നതാണ് ഒരു വിവർത്തകനെന്ന നിലയ്ക്ക് കൊടുങ്ങല്ലൂർ കുഞ്ഞിക്കുട്ടൻതമ്പുരാൻ കൈവരിച്ച ഏറ്റവും ശ്ലാഘനീയമായ നേട്ടം. ജീവിതവുമായുള്ള അവിച്ഛിന്ന ബന്ധം നിലനിർത്തിയതിനാലാണ് മഹാഭാരതം ഒരു ജനപദത്തിന്റെ ഇതിഹാസകാവ്യമായിത്തീർന്നത്. ഇവിടെ ഇതിഹാസകവി ഭാഷയെ പാണ്ഡിത്യാവിഷ്കരണത്തിനോ സ്വന്തം മികവുകൾ വിളംബരം ചെയ്യുന്നതിനോ ഉപയോഗിക്കുന്നില്ല. മഹാഭാരതത്തിലെ ഏതുഭാഗം വായിക്കുമ്പോഴും ജീവിതത്തിൽ നിന്നൊരേട് അടർത്തിയെടുത്തതായേ നമുക്കനുഭവപ്പെടുകയുള്ളൂ. മൂലഗ്രന്ഥത്തിന്റെ ജീനിയസ്സ് ഏതോ ഒരു രാസവിദ്യയിലൂടെ തിരിച്ചറിഞ്ഞ വിവർത്തകനാകട്ടെ. ഒരു മഹാപ്രതിഭയ്ക്കു മാത്രം വശഗതമായ ലാളിത്യത്തോടെയും സാരള്യത്തോടെയും ഗ്രന്ഥത്തെ മലയാളീകരിച്ചിരിക്കുന്നു. വ്യാസൻ തനിക്കും ജീവിതത്തിനുമിടയിൽ

ഭാഷയുടെ മാധ്യസ്ഥമില്ലെന്നു കാട്ടിത്തരുന്നുണ്ടെങ്കിൽ വിവർത്തകൻ തനിക്കും മൂലകഥയ്ക്കുമിടയിൽ ഒരു മൂലഗ്രന്ഥത്തിന്റെ മാധ്യസ്ഥ്യമില്ലെന്നു കാട്ടിത്തരുന്നതായി തോന്നും. മൂലകഥയുടെ സംഭാഷണാത്മകത വിവർത്തകൻ നിലനിർത്തിയിരിക്കുന്നതു നോക്കുക. ജനമേജയനും വൈശമ്പായനനും തമ്മിലുള്ളതാണ് സംഭാഷണം.

ജനമേജയൻ പറഞ്ഞു:

ഏവം ചൂതിൽപ്പാർത്ഥർ തോറ്റു ചതിയാൽ ദ്വിജസത്തമ!
സാമാത്യരാം ദുഷ്ടധാർത്തരാഷ്ട്രർ കോപപ്പെടുത്തിയും
പരുഷോക്തികൾ കേൾപ്പിച്ചോർ പടുവൈരം പെടും പടി
എന്തു ചെയ്തിതു കൗരവ്യരെന്റെ പൂർവ്വപിതാമഹർ?
ഐശ്വര്യഭ്രഷ്ടരായ്ത്തീർന്നു പെട്ടെന്നാഴിയിലാണ്ടവർ
കാട്ടിലെങ്ങിനെ പാർത്ഥന്മാർ കഴിച്ചൂ ശക്രവിക്രമർ?
അത്യാപത്തിങ്കലവരെയനുവർത്തച്ചതേതവർ?
ആചാരമെന്തെന്താഹാരമായോഗ്യർക്കെങ്ങു വാസവും?
കാട്ടിൽ പന്തീരാണ്ടുകാലമെങ്ങനെ ദ്വിജമാമുനേ
കഴിഞ്ഞൂ ശൗര്യമുള്ളോരാശത്രുസംഹാരാദികൾക്കഹോ!
സർവ്വസ്ത്രീമുഖ്യയായോരാ രാജപുത്രിയുമെങ്ങനെ
പതിവ്രത മഹാഭാഗ നിത്യവും സത്യവാദിനി
അദുഃഖയോഗ്യയാൾ ചെയ്തു വനവാസം ഭയങ്കരം?
ഇതെല്ലാമരുൾകെന്നോടു വിസ്തരിച്ചു തപോനിധേ
ഭൂരിവിക്രമസമ്പന്നരവർതൻ ചരിതം പരം
പറഞ്ഞു കേട്ടാൽ കൊള്ളാമിങ്ങേറ്റം ഞങ്ങൾക്കു കൗതുകം

ഇവിടെ ദ്വിജസത്തമ, ദ്വിജാമാമുനേ തുടങ്ങിയ സംബോധനകളിലൂടെ സംഭാഷണാന്തരീക്ഷം നിലനിർത്തിയിരിക്കുന്നതിനു പുറമെ ചടുലമായ ചോദ്യങ്ങളിലൂടെ പ്രഷ്ടാവിന്റെ കഥാതന്തുവുമായുള്ള വൈകാരിക ബന്ധത്തെ അനുസന്ധാനം ചെയ്തിരിക്കുന്നതും ശ്രദ്ധേയം. വൈശമ്പായനന്റെ മറുപടി തമ്പുരാൻ വിവർത്തനം ചെയ്തിരിക്കുന്നതിപ്രകാരമാണ്:

വൈശമ്പായനൻ പറഞ്ഞു:

ഏവം ചൂതിൽപ്പാർത്ഥർ തോറ്റൂ സാമാത്യൻ ശഠർനൂറ്റുപേർ
കോപിപ്പിച്ചോർ പുറപ്പെട്ടൂ ഹസ്തിനാപുരി വിട്ടുടൻ
വർധമാനപുരദ്വാരത്തോടെ പോന്നങ്ങു പാണ്ഡവർ
ശസ്ത്രമേന്തി വടക്കോട്ടേയ്ക്കിറങ്ങീ കൃഷ്ണയൊത്തഹോ!

തുടർന്നു കഥയ്ക്കുള്ളിൽ ഒരു സംഭാഷണഭാഗമാണ്. അതു വിവർത്തകനവതരിപ്പിച്ചിരിക്കുന്നതിപ്രകാരമാണ്:

അവർ പോയെന്നറിഞ്ഞിട്ടു പൗരന്മാർ മാൽമുഴത്തുടൻ
ഭീഷ്മദ്രോണകൃപക്ഷത്താക്കളെ നിന്ദിച്ചുവീണ്ടുമേ
പറഞ്ഞു പേടികൂടാതെ കൂട്ടംകൂടി പരസ്പരം.

പൗരന്മാർ പറഞ്ഞു:

ഈ വംശമില്ലില്ല നമ്മളില്ല നമ്മുടെ വീടുമേ
ദുഷ്ടൻ ദുര്യോധനനിഹ സൗബലേയന്റെ രക്ഷയിൽ
കർണ്ണദുശ്ശാസനന്മാരുമൊത്തു രാജ്യം ഭരിക്കയായ്
ആ വംശമില്ലില്ലാചാരം ധർമ്മമില്ലെവിടെസ്സുഖം?
പാപമന്ത്രികളൊന്നിച്ചു പാപി രാജ്യം ഭരിക്കുകിൽ
ദുര്യോധനൻ ഗുരുദ്രോഹി മിത്രാചാരാദി വിട്ടവൻ
ദുരക്കാരൻ ഭയമുള്ളോൻ നീചപ്രകൃതി നിർഭയൻ
ഇല്ലീ ഭൂമണ്ഡലം ദുര്യോധനൻ മന്നവനാകയാൽ
നാമെല്ലാമങ്ങുടൻ പോകയെങ്ങോ പോകുന്നു പാണ്ഡവർ
കനിവേറും മഹാത്മാക്കൾ വിജിതേന്ദ്രിയവൈരികൾ
ശ്രീമാന്മാർ പുകൾപൂണ്ടുള്ളോർ ധർമ്മാചാരാവലംബികൾ

വൈശമ്പായനൻ പറഞ്ഞു:

ഏവം ചൊല്ലി പാണ്ഡവരെ പിന്തുടർന്നെത്തിയേവരും
കുന്തിമാദ്രീപുത്രരോടു കൈകൂപ്പിക്കൊണ്ടു ചൊല്ലിനാർ

തുടർന്നുള്ളതു പൗരന്മാരും പാണ്ഡവന്മാരും തമ്മിലുള്ള സംഭാഷണമാണ്. വിവർത്തനമാണെന്ന് ഒരുതരത്തിലും തോന്നിക്കാത്തവിധം മൂലകഥയുടെ അന്തരീക്ഷത്തെ ഈ ആഖ്യാനശൈലി ആവാഹനം ചെയ്യുന്നുണ്ട്. പറയുന്നതും കേൾക്കുന്നതും ആരാണെന്ന ധാരണ ഉടനീളം നിലനിർത്തിക്കൊണ്ടുതന്നെയാണ് മൂലഗ്രന്ഥകാരനും വിവർത്തകനും ആഖ്യാനങ്ങളെ ആവിഷ്കരിക്കുന്നത്.

കുഞ്ഞിക്കുട്ടൻതമ്പുരാന്റെ വിവർത്തനത്തിന്റെ മറ്റൊരു ശ്രദ്ധേയ സവിശേഷത അതു പദാനുപദമെന്നതുപോലെ വൃത്താനുവൃത്തവും കൂടിയാണെന്നതാണ്. അനുഷ്ടുപ്പിനു പുറമെ ഉപജാതി, വംശസ്ഥം തുടങ്ങിയ വൃത്തങ്ങളും സുദുർലഭമായി ഗദ്യവും ഇതിഹാസകവി ഉപയോഗിച്ചിരിക്കുന്നത് ഭാഷാന്തരീകരണത്തിൽ അതേപടി നിലനിർത്തിയിട്ടുള്ളത്.

മഹാഭാരതത്തിൽ ശംഖാചംക്രമണമെന്നു തോന്നിക്കുന്ന ഉപാഖ്യാനങ്ങൾപോലും മൂലകഥയോട് ദൃഢബദ്ധമായാണവതരിപ്പിക്കുന്നത്. ഉദാഹരണത്തിന് കിർമ്മീരവധപ്രകരണമെടുക്കാം. മൈത്രേയമഹർഷി പാണ്ഡവരെ ദ്രോഹിക്കരുതെന്നു ദുര്യോധനനെ ഉപദേശിക്കുന്ന സന്ദർഭത്തിൽ ആനുഷംഗികമായി കിർമ്മീരവധവൃത്താന്തം സൂചിപ്പിക്കുന്നു. ധൃതരാഷ്ട്രർ വിദുരനിൽനിന്ന് അക്കഥ വിസ്തരിച്ചു കേൾക്കാനാഗ്രഹിക്കുന്നു. വിദുരൻ അവർ തമ്മിലുള്ള വൃക്ഷയുദ്ധം വിവരിക്കുന്നു:

വൃക്ഷയുദ്ധം പിന്നെയുണ്ടായ് വൃക്ഷങ്ങൾ മുടിയുംപടി
സ്ത്രീമൂലം ബാലിസുഗ്രീവഭ്രാതാക്കൾക്കെന്ന വർണ്ണമേ
അവർ തന്റെ തലക്കേറ്റു തകർന്നു മാമരം പരം
മാത്തേഭ മസ്തകത്തിങ്കൽ തച്ച പത്മം കണക്കിനേ

വിഷണ്ണനായ് രാക്ഷസനെന്നറിഞ്ഞാപ്പാണ്ഡുനന്ദനൻ
പിടിച്ചു ഞെക്കിപ്പശുവെക്കൊന്നിടുംപോലെ കൊന്നുതേ.

ഈ പ്രകരണം അവസാനിക്കുന്നതിങ്ങനെയാണ്:

വിദുരൻ പറഞ്ഞു:

ഏവം കിർമ്മീരനെക്കൊന്നു സംഗരത്തിൽ നരാധിപ
ഭീമസേനൻ ധർമ്മരാജകല്പനയ്ക്കു കുരൂദ്വഹ!
ഏവമാരാക്ഷസശ്രേഷ്ഠകിർമ്മീരനുടെ നിഗ്രഹം
കേട്ടോർത്തോർത്തോർത്തനെപ്പോലെ നെടുവീർപ്പിട്ടു മന്നവൻ

ഇവിടെ ആഖ്യാനത്തെ പ്രകൃതിസന്ദർഭവുമായി കൂട്ടിയോജിപ്പിച്ചിരിക്കുകയാണ് അവസാനവാക്യം.

പാണ്ഡവന്മാർ ചൂതുകളിക്കുമ്പോൾ തനിക്കു തടയാനാവാത്തത് താൻ സാല്വനോട് യുദ്ധംചെയ്യാൻ പോയതുകൊണ്ടാണെന്നു ശ്രീകൃഷ്ണൻ പറയുമ്പോഴാണ് സാല്വവധം വിവരിക്കാനദ്ദേഹത്തിനവസരം ലഭിക്കുന്നത്. യുധിഷ്ഠിരന്റെ ചോദ്യത്തിനു മറുപടിയായാണ് ഒമ്പതധ്യായങ്ങളിൽ സാല്വവധം കവി വർണിക്കുന്നത്. ഇതുപോലെ ദുഃഖിതരായ പാണ്ഡവന്മാരെ സമാശ്വസിപ്പിക്കാനാണ് ബൃഹദശ്വരൻ നളോദന്തം വിവരിക്കുന്നത്.

മനസ്സുവെച്ചു കേട്ടാലും തമ്പിമാരോടൊത്തു മന്നവ
നിന്നേക്കാളധികം മന്നിലിണ്ടലാണ്ട നരേന്ദ്രനെ

എന്ന മുഖവുരയോടെയാണദ്ദേഹം നളകഥ വിവരിക്കുന്നത്. കാശ്യപാശ്രമസമീപത്തെത്തുമ്പോഴാണ് ലോമേശന് ഋശ്യശൃംഗകഥ വിവരിക്കാനവസരം ലഭിക്കുന്നത്:

ലോമേശൻ പറഞ്ഞു:

ഇതു പുണ്യാഖ്യമാമാര്യകാശ്യപാശ്രമമാണെടോ
ജിതേന്ദ്രിയൻ തത്സുതനാണു ഋശ്യശൃംഗൻ തപോധനൻ

എന്ന് അവതരണിക.

മൂലഗ്രന്ഥത്തിലെ വികാരതീവ്രമായ രംഗങ്ങളാവട്ടെ ഗഹനമായ ദാർശനികചർച്ചകളാവട്ടെ, ഒപ്പത്തിനൊപ്പം എന്ന മട്ടാണ് വിവർത്തകന്. ഗീതയിലെ ഈ ഭാഗങ്ങൾ വിവർത്തനവുമായൊന്നു തട്ടിച്ചുനോക്കുക.

വാസാംസി ജീർണ്ണാനി യഥാ വിഹായ
നവാനി ഗൃഹ്ണാതി നരോപരാണി
തഥാ ശരീരാണി വിഹായ ജീർണ്ണാ-
ന്യന്യാനി സംയാതി നവാനി ദേഹീ

പഴക്കമാർന്നുള്ള പടങ്ങൾ മാറ്റി
നവങ്ങൾ വസ്ത്രങ്ങൾ നരൻ ഗ്രഹിപ്പൂ
അവർണ്ണമേ ജീർണ്ണതനുക്കൾ മാറ്റി
നവീനദേഹങ്ങളെടുപ്പൂ ദേഹീ.

ന ജായതേ മ്രിയതേ വാ കദാചി
ന്നായം ഭൂത്വാ ഭവിതാവാ നഭൂയഃ
അജോ നിത്യഃ ശാശ്വതോഽയം ശരീരേ
ന ഹന്യതേ ഹന്യമാനേ ശരീരേ

പിറക്കില്ല, ചാകയില്ലെന്നുമെന്ന-
ല്ലുണ്ടായിട്ടില്ലിന്നിയുണ്ടാകയില്ല
അജൻ നിത്യൻ ശാശ്വതനീപ്പുരാണൻ
കൊല്ലപ്പെടാ മെയ്മുടിക്കുന്ന പോരിതും.
നൈനം ഛിന്ദന്തി ശസ്ത്രാണി നൈനം ദഹതി പാവകഃ
ന ചൈനം ക്ലേദയന്ത്യാപോ ന ശോഷയതി മാരുതഃ
ശസ്ത്രം മുറിക്കില്ലിവനെ വേ വിക്കിവനെ വഹ്നിയും
വെള്ളം നനക്കില്ലിവനെശ്ശോഷിപ്പിക്കില്ല വായുവും.

ഒരു പ്രകൃഷ്ടഗ്രന്ഥത്തെ വിവർത്തനത്തിലൂടെ മാത്രം പരിചയപ്പെടുന്ന ആളിന് മൂലകൃതിയുമായി നേരിൽ പരിചയപ്പെടാത്തതിന്റെ പോരായ്മ എവിടെയൊക്കെയോ ബാക്കിനിൽക്കുന്നതായി അനുഭവപ്പെടും. എന്നാൽ മഹാഭാരതത്തിന്റെ വിവർത്തനത്തെ സംബന്ധിച്ചേടത്തോളം ആർക്കുംതന്നെ ഉത്തരമൊരു തോന്നൽ ഉണ്ടാവില്ലെന്നു പറയാൻ ഞാൻ ധൈര്യപ്പെടുന്നു. ഇതൊരു ദ്രുതവിവർത്തനമായിരുന്നുവെന്നു കൂടി ആലോചിക്കുമ്പോൾ നാം അമ്പരക്കാതിരിക്കില്ല.

മാരാരെ ഉദ്ധരിക്കട്ടെ:

നമ്മളിൽ ഇന്ദ്രിയസംവേദനങ്ങളും അതിനൊത്ത് ചേഷ്ടകളും എത്ര വേഗത്തിൽ നടക്കുന്നുവോ, അത്ര വേഗത്തിലാണ് ആ തർജ്ജമ നടന്നത്. ചിരവിരഹിതമായ ഒരിഷ്ടജനം കണ്ണിൽപ്പെടുമ്പോഴേക്കു നാം പിടഞ്ഞെഴുന്നേറ്റ് എതിരേൽക്കാൻ ചെല്ലുമ്പോലെ മൂലഗ്രന്ഥത്തിലെ ലിപികൾ കാണുന്നതോടെ അർത്ഥഗ്രഹണം വരിക, ഒപ്പംതന്നെ അവയ്ക്കൊത്തു വിവർത്തനപദങ്ങൾ താളം പിഴയ്ക്കാതെ അണിനിരക്കുക, ഉടനെ അവ നാവിലൂടെ ഉതിരുക - ആർക്കതു ഭാവനയിൽ സങ്കല്പിക്കാൻ സാധിക്കും? ഇത്തരം അദ്ഭുതങ്ങളെയല്ലെങ്കിൽ മറ്റെന്തിനെയാണ് നാം 'ദിവ്യം ദിവ്യം' എന്നു വിളിക്കുക?

(വള്ളത്തോൾ പത്രിക 2007)

ഇടശ്ശേരിയുടെ ദർശനം

ഷെല്ലിയുടെ പ്രശസ്തമായ വാനമ്പാടിഗീതത്തിൽ കവി വാനമ്പാടിയോട് അതിന്റെ അനിർവചനീയാഹ്ലാദത്തിന്റെ മൂലസ്രോതസ്സ് ഏതാണെന്ന് സാദ്ഭുതം ചോദിക്കുന്നുണ്ട്. തീർച്ചയായും ഇടശ്ശേരി ഗോവിന്ദൻ നായർ എന്ന കവിയോടു ചോദിക്കേണ്ട ചോദ്യമേയല്ല ഇത്. വാനമ്പാടിയെപ്പോലെ മതിമറന്നാഹ്ലാദിച്ചുപാടാൻ തന്നിലെ യാഥാർത്ഥ്യബോധം അദ്ദേഹത്തെ ഒരിക്കലും അനുവദിക്കുമായിരുന്നില്ലല്ലോ. തനിക്കു ചുറ്റുമുള്ള ലോകത്തിന്റെ അനുഭവതീക്ഷ്ണതകളെ ആവിഷ്കരിക്കാനാണ് കവിയെന്ന നിലയ്ക്ക് ഇടശ്ശേരി എന്നും ശ്രമിച്ചത്. എന്നാൽ ഷെല്ലിയുടെ ചോദ്യത്തിന്റെ മാതൃകയിലുള്ള മറ്റൊരു ചോദ്യം ഇടശ്ശേരിയോടു ചോദിക്കാവുന്നതാണ്. അദ്ദേഹത്തിന്റെ പ്രത്യയസ്ഥൈര്യത്തിന്റെ ഉറവിടം എന്താണെന്നതാവും ആ ചോദ്യം. ഇടശ്ശേരിയെ ഏതെങ്കിലും ഒരു കവിത്രയത്തിന്റെ ഭാഗമായി നോക്കിക്കാണാൻ നാം ഉത്സാഹിച്ചാൽ - ത്രയങ്ങളിൽ തളച്ചിട്ടതാണല്ലോ നമ്മുടെ ചിന്താശീലം - ആ കൂട്ടത്തിലെ ഇതരാംഗങ്ങൾ എൻ.വിയും വൈലോപ്പിള്ളിയുമായിരിക്കും. മൂന്നു കവികളും സമ്മുഖീകരിച്ചത് ധർമ്മസങ്കടങ്ങളുടെയും മൂല്യത്തകർച്ചയുടെയും ആയ ഒരു പുതുകാലത്തിനെയായിരുന്നു. എൻ.വി. പലപ്പോഴും സമ്പൂർണസിനിസിസത്തിന്റെ തലത്തിലേക്കും പ്രകോപനാത്മകമായി കടന്നുചെന്നപ്പോൾ വൈലോപ്പിള്ളി വിഭക്താത്മാവായി നിലകൊണ്ടു. എന്നാൽ ഇടശ്ശേരി ഒരിക്കലും സാഹചര്യങ്ങൾ തന്നെ കീഴ്പ്പെടുത്താൻ അനുവദിച്ചില്ല. ഒരു ഗ്രാമീണകർഷകന്റെ കരുത്തോടെയാണദ്ദേഹം സമകാലിക യാഥാർത്ഥ്യങ്ങളെ നേരിട്ടത്. ഇടശ്ശേരിയുടെ ഈ ഉൾക്കരുത്ത് ആദ്ധ്യാത്മികതയുടേതാണോ എന്നതാണ് ഇവിടെ ചോദിക്കാനുള്ള ചോദ്യം.

വരട്ടെ, ഇങ്ങനെയൊരു സാമാന്യവൽക്കരണത്തിലേക്കു മുന്നേറാനുള്ള പ്രലോഭനങ്ങൾ ഏറെയാണെങ്കിലും ഇവിടെ കവിതന്നെ ചില വേലിക്കെട്ടുകൾ തീർത്തിട്ടുണ്ട്. ഇടശ്ശേരിയുടെ ഏറെ പ്രസിദ്ധമായ കവിതയാണല്ലോ 'ബുദ്ധനും നരിയും ഞാനും'. ആധ്യാത്മികമൂല്യങ്ങളെ വിഗ്രഹവൽക്കരിക്കാനുള്ള പ്രവണത ഏറെയുള്ള ഇന്ത്യയിലെ അമിതമായ ആദർശവൽക്കരണത്വരയെ നോക്കി അമർത്തിച്ചിരിക്കുകയാണ് നർമ്മ

ലാഘവത്തോടെ എഴുതപ്പെട്ട ഇക്കവിത ചെയ്യുന്നത്. ഇവിടെ നിരായുധനായി വീടണയുന്ന നായകനെ വിജനപാതയിൽ എതിരേൽക്കുന്നത് ഭീഷണനായ നരിയാണ്. അതിന്റെ മുകളിലേക്ക് കരുണാമൂർത്തിയായ ബുദ്ധന്റെ പ്രതിമയെറിഞ്ഞാണ് നായകൻ സ്വയം രക്ഷിക്കുന്നത്. ലക്ഷ്യത്തെ ചിലപ്പോൾ മാർഗവും സാധൂകരിക്കുമെന്ന വാച്യമായ ഗുണപാഠത്തിനുമപ്പുറം ചില മാനങ്ങൾ ഇക്കവിതയിലുണ്ട്. മാനവികതയ്ക്കുമപ്പുറമുള്ള അമൂർത്തമായ ആധ്യാത്മികതയ്ക്ക് വലിയ പ്രസക്തിയൊന്നുമില്ലെന്നു തന്നെയാണ് ഈ കവിത പറഞ്ഞുവെയ്ക്കുന്നത്. അപ്പോൾ ജീവിതവൈരുദ്ധ്യങ്ങളെ ഏതോ കാഴ്ചപ്പാടിലൂടെ സമരസപ്പെടുത്തി മനുഷ്യനെ അവാച്യമായൊരു പ്രശമാവസ്ഥയിലേക്ക് ഉപനയിക്കുന്നതായി പറയപ്പെടുന്ന ആധ്യാത്മികതയ്ക്ക് ഇടശ്ശേരിക്കവിതയിൽ സ്ഥാനമെവിടെയാണ്?

തികച്ചും ന്യായമായ ചോദ്യം. ഇടശ്ശേരിക്കവിതയുടെ വ്യാകുലതകൾ എന്നും ദൈനംദിന ജീവിതപ്രശ്നങ്ങൾ തന്നെയായിരുന്നു. ദാരിദ്ര്യവും പട്ടിണിയും ഗാർഹികജീവിതനൊമ്പരങ്ങളും ദുരന്തങ്ങളുമെല്ലാമടങ്ങിയ ശരാശരി മനുഷ്യന്റെ സാമാന്യജീവിതത്തോടു പുറംതിരിഞ്ഞു നിൽക്കുന്ന ഒരാത്മീയത ആ കവിതയിലന്വേഷിക്കുന്നത് അന്യായം തന്നെ. ഗഹനമായ ആത്മീയസമസ്യകളിൽ സ്വയം നഷ്ടപ്പെടാനുള്ള സന്നദ്ധതയും ഇടശ്ശേരി കാണിച്ചിട്ടില്ല. കുമാരനാശാനെപ്പോലെ ജീവിതത്തിന്റെ മൂർത്തസന്ദർഭങ്ങളിൽ നിന്നു ദാർശനികപ്രശ്നങ്ങളിലേക്കു പറന്നുയരാനുള്ള വ്യഗ്രത അദ്ദേഹത്തിന്റെ കവിതയിലില്ല. എന്നാൽ വസ്തുതകൾ അവിടം കൊണ്ടവസാനിക്കുന്നില്ല. ഇടശ്ശേരിക്കവിതയുടെ പുറന്തലം സാധാരണ മനുഷ്യന്റെ സാധാരണ ജീവിതത്തെ പ്രതിനിധാനം ചെയ്യുന്നതായിരിക്കും. എന്നാൽ ഖനനം ചെയ്യുംതോറും കൂടുതൽ കൂടുതൽ അനുഭവവേദ്യമാകുന്ന ഒരാധ്യാത്മികതലത്തിന്റെ അദൃശ്യസാന്നിധ്യം ഇടശ്ശേരിക്കവിതയ്ക്കുണ്ട്.

ഇവിടെ നമ്മുടെ ഗാഢപാരായണമർഹിക്കുന്ന ഒരു കവിതയാണ് 'പള്ളിച്ചൂണ്ടൽ'. തന്റെ ഭാഗിനേയി സന്നിപാതജ്വരം മൂലം മൃതിയടഞ്ഞതിന്റെ പശ്ചാത്തലത്തിലെഴുതിയ കവിതയാണിതെന്ന് ഇടശ്ശേരിതന്നെ സാക്ഷ്യപ്പെടുത്തുന്നുണ്ട്. കുടുംബത്തിലുണ്ടാകുന്ന അത്യാഹിതം ആരുടെയും ആസ്തിക്യബോധത്തിനെ പിടിച്ചുലയ്ക്കുന്ന ഒരു തീക്ഷ്ണാനുഭവമാണ്. പ്രാർത്ഥനാനിരതങ്ങളായ കുറെ ദിവസങ്ങളുടെ അനിഷ്ടപര്യവസാനമായിരുന്നു ആ മരണമെന്ന് കവിതന്നെ വെളിപ്പെടുത്തുകയും ചെയ്യുന്നുണ്ട്. 'ആസ്തികവര്യ'നായ സോമനെന്ന കഥാപാത്രമാണ് കഥയിലെ നായകൻ; ഭക്തി ശരിക്കുമൊരു ലഹരിയായി മാറിയ ആ കുടുംബനാഥൻ ഈശ്വരപൂജാനിരതനായി കാലയാപനം നടത്തുന്നു. ഒട്ടേറെ അവസരങ്ങളിൽ ഈശ്വരകടാക്ഷം അനുഭവിച്ചതിന്റെ തെളിവുകണ്ട സോമൻ, പക്ഷേ, സ്വന്തം മകന്റെ ജീവൻ നഷ്ടപ്പെടുന്നതു തടയാൻ ഈശ്വരകൃപയ്ക്കാവുന്നില്ലെന്നു നടുക്കത്തോടെ മനസ്സിലാക്കുന്നു.

പ്രാർത്ഥനകൾക്കൊന്നും ആ ദുരന്തത്തെ അകറ്റാനായില്ല. ആ അവസരത്തിലാണൊരു ഗുരുവും ശിഷ്യനും സോമനെത്തേടി വരുന്നത്. നാട്ടിലെ ആസ്തിക്യനിലവാരമളക്കാനാണവർ ഇറങ്ങിത്തിരിച്ചതത്രേ. നാസ്തികർ പെരുകുന്ന ഇന്നാട്ടിൽ താങ്കളെങ്കിലുമുണ്ടല്ലോ ഒരാദർശമാതൃകയായിയെന്നാണ് ഗുരു സോമനെ കാണുമ്പോൾ ആശ്വാസപൂർവ്വം പറയുന്നത്. ഇതിനുള്ള സോമന്റെ മറുപടി തന്റെ മുറിയിൽ പ്രതിഷ്ഠിച്ച പൂജാവിഗ്രഹത്തെ പുറത്തേക്കു വലിച്ചെറിയുകയെന്ന പ്രവൃത്തിയാണ്. ഇത്രകാലം സപ്രശ്രയം പ്രാർത്ഥിച്ചതിന് ഈശ്വരൻ നൽകിയ പ്രതിഫലത്തോടുള്ള അമർഷം മുഴുവൻ ആ പൊട്ടിത്തെറിയിൽ പ്രകടമാവുന്നു. തീർന്നില്ല, ആസ്തിക്യപ്രചാരകരായ ഗുരുവെയും ശിഷ്യനെയും ആ നിമിഷംതന്നെ പടിയിറക്കിവിടുന്നുമുണ്ട് അയാൾ. ഈ മനുഷ്യനൊരു പിശാചാണോ എന്നു സ്വാഭാവികമായും ശിഷ്യൻ സംശയിച്ചുപോകുന്നു. എന്നാൽ ഗുരുവിനു യാതൊരു പരിഭ്രമവുമില്ല. ആസ്തിക്യത്തിന്റെ ചൂണ്ടയിൽക്കുരുങ്ങിയാൽ പിന്നെ പുറത്തുപോകുന്ന പ്രശ്നമേയില്ലെന്ന് ഗുരു ചൂണ്ടിക്കാട്ടുന്നു. ഇക്കാര്യം ശിഷ്യനു നേരിൽ ബോധ്യപ്പെടുമെന്നും അദ്ദേഹം പറയുന്നു.

ഏറെ സമയമൊന്നും വേണ്ടിവന്നില്ല, ശിഷ്യനു ഗുരുവചനത്തിന്റെ പൊരുൾ തിരിയാൻ. പിറ്റേന്നു സോമന്റെ ഗൃഹപരിസരത്തിലെത്തിച്ചേരുന്ന അയാളെ എതിരേൽക്കുന്നത് ഒരു അസാധാരണമായ കാഴ്ചയാണ്. താൻ വലിച്ചെറിഞ്ഞ പൂജാവിഗ്രഹത്തിനു മുൻപിൽ കേണുകരയുകയാണ് സോമൻ! അതു വീണ കാട്ടുപ്രദേശം വെട്ടിത്തെളിച്ച് അവിടെയൊരു പുതിയ കോവിൽ പണിചെയ്യാനുള്ള വ്യഗ്രതയിലാണ് ആ ഉപാസകൻ. ശിഷ്യനു കാര്യം പിടികിട്ടുന്നു:

“ഭക്തിയാം ചൂണ്ടലൊരിക്കൽ വിഴുങ്ങിയ
ഭാഗ്യഹീനന്നില്ല മുക്തി പിന്നെ!”

“ഭക്തിയാം ചൂണ്ടൽ”, എന്താണിതിനർത്ഥം? തീർച്ചയായും ഇവിടെ ആസ്തിക്യത്തോടുള്ള ഒരു പരിഹാസം സ്ഫുരിക്കുന്നുണ്ട്. ഭാഗ്യഹീനനെന്ന വിശേഷണവും സാർത്ഥകമത്രേ. എന്നാൽ ഇതൊന്നും ‘ Free Man’s Worship’ എഴുതിയ ബർട്രന്റ് റസ്സലിന്റെ മാനസികതലത്തിൽ നിന്നുണ്ടായ പരിഹാസമല്ല. റസ്സലിന്റെ ലേഖനത്തിലെ ഈശ്വരൻ നിരന്തര പീഡനത്തിനു വിധേയരായ ഇരകളുടെ സ്തുതിവചനങ്ങൾ കേട്ടു നിർവൃതിയടയുന്ന ഒരു പരപീഡാലോലനാണ്. ഇടശ്ശേരി അത്രത്തോളം പോകുന്നില്ല. ആർദ്രമായൊരാത്മപരിഹാസമാണ് അദ്ദേഹത്തിന്റേത്. എല്ലാം പറഞ്ഞുകഴിഞ്ഞാലും തനിക്ക് ആധ്യാത്മികതയിൽനിന്നു മോചനമില്ലെന്ന് ഒരു ദീർഘനിശ്വാസത്തോടെ - പകുതി കളിയായും പകുതി കാര്യമായും - കവി തിരിച്ചറിയുന്നതിന്റെ സ്വരമാണിക്കവിതയിലുള്ളത്. എൻ.വിക്കു പഥ്യമായ ഒരു പ്രയോഗമുണ്ടല്ലോ - അവസാനത്തെ ആസ്പത്രി. തപോവനങ്ങൾ നിറഞ്ഞ ഹിമവൽപർവ്വതപ്രദേശം പ്രതീകവൽക്കരിച്ച ഇന്ത്യയുടെ ആത്മീയതയാണല്ലോ അത്. എല്ലാ പ്രതിവിധികളും പരാജയപ്പെടുമ്പോൾ ശരണം പ്രാപിക്കാനുള്ള അവസാനത്തെ

അഭയകേന്ദ്രമായി അധ്യാത്മികതയെ ഇടശ്ശേരിയും മനസ്സിൽ കൊണ്ടു നടന്നിട്ടുണ്ടാകണം.

ഇടശ്ശേരിക്കവിതയും ഗാന്ധിയൻ ദർശനവുമായുള്ള സുദൃഢമായ ആത്മബന്ധം ഈ ആത്മീയതയുമായി കെട്ടുപിണഞ്ഞു കിടക്കുന്നു. ബുദ്ധപ്രതിമ നരിക്കുമേലെറിഞ്ഞു സ്വജീവൻ രക്ഷിക്കുന്നതിനെ കൊണ്ടാടുമ്പോഴും കവി ആത്യന്തികമായി ഒരഹിംസാവാദിതന്നെയായിരുന്നു. തിന്മയുടെ മുമ്പിൽ വിക്ഷുബ്ധമാകുന്ന ഹിംസാത്മകതയല്ല, അതിനെ അതിവർത്തിക്കാൻ മാത്രം കരുത്തുകാട്ടുന്ന അഹിംസാത്മകത തന്നെയാണ് ഇടശ്ശേരിക്കവിതയുടെ ദാർശനികതലത്തെ പ്രോദ്ദീപ്തമാക്കുന്നത്. ഇടശ്ശേരിയുടെ വിശ്രുതമായ 'പൂതപ്പാട്ടു'തന്നെ എടുക്കുക. ഇവിടെ നായികയായ നങ്ങേലി എല്ലാ കുടിലതന്ത്രങ്ങളും പ്രയോഗിക്കുന്ന പൂതത്തെക്കൊണ്ട് അടിയറവു പറയിക്കുന്നത് ബദൽ തന്ത്രങ്ങൾ കൊണ്ടല്ല, മാതൃത്വത്തിന്റെ പരിശുദ്ധമായ ആത്മീയശക്തികൊണ്ടാണ്. തിന്മകളോടു രാജിയാവുന്ന നിഷ്ക്രിയതയല്ല ഇടശ്ശേരിയുടെ ആധ്യാത്മികത; തിന്മകളെ സ്വശക്തികൊണ്ട് നിഷ്പ്രഭമാക്കുന്ന നന്മതന്നെയാണ്.

മാതൃസാന്നിധ്യം ഒരു മാതൃദേവതാസാന്നിധ്യമായിത്തന്നെ ഇടശ്ശേരിക്കവിതയുടെ കൂടുതൽ മൂർത്തമായ തലത്തിലുണ്ട്. കാർഷികമായ കേരള സംസ്കൃതിയാണല്ലോ ഇടശ്ശേരിയുടെ ശരിക്കുള്ള തട്ടകം. ഇവിടെ അമ്മദൈവത്തിന്റെ സാന്നിധ്യം സ്വാഭാവികം തന്നെ. 'കാവിലെപ്പാട്ട്' ഇടശ്ശേരിയുടെ മനസ്സിന്റെ അടിത്തട്ടിലാണു പതിഞ്ഞുകിടക്കുന്ന മാതൃമുദ്രയെ വാഴ്ത്തിയുണർത്തുന്നു.

അലറിപൂത്തുകാവുകളിൽ
കുരുതിയൂത്തപോലെ
പകലറുതിപ്പരൽ നിരകൾ
കോൽത്തിരികൾ പോലെ
സമയമായി സമയമായി
തേരിറങ്ങുകംബേ
സകലലോകപാലനൈക
സമയമതാലംബേ

എന്നിങ്ങനെ അവിസ്മരണീയവും ചേതോഹരവുമായ ബിംബങ്ങളുടെ ആവിഷ്കരണത്തിലൂടെയാണ് കവിതയാരംഭിക്കുന്നത്. കാർഷിക സംസ്കൃതിയിലെ ധർമ്മസംരക്ഷണനിരതയും ഭീഷണയും ക്രൂരയുമായ മാതൃദേവതയെയാണ് ഇക്കവിത ആവാഹനം ചെയ്യുന്നത്. 'സകലലോകപാലനൈക സമയമതാലംബ' - ഇടശ്ശേരിക്കവിതയിൽ അത്യസാധാരണമായ ഈ ദീർഘസമാധശൈലി അതിന്റെ അസാധാരണത്വം കൊണ്ടുതന്നെ നമ്മുടെ ശ്രദ്ധ പിടിച്ചുപറ്റുന്നു. സമയമതമെന്ന താന്ത്രികശാഖയോടു ബന്ധിപ്പിക്കുന്നുണ്ട് ഇവിടെ കവിഭാവന കേരളീയമായ മാതൃദേവതാ സങ്കല്പത്തെ. ഇവിടെ കാവിലമ്മയിൽ കാരുണ്യം/ക്രൗര്യം

എന്ന ഒരു വൈരുദ്ധ്യാത്മകതലവും അടങ്ങിയിട്ടുണ്ട്. കവിസാദ്ഭുതം ചോദിക്കുന്നു.

“ക്രോധമൂർത്തേയെങ്ങനെ നിൻ
സൃഷ്ടിയിലെ ക്രൗര്യം.
കോടികോടി പ്രപഞ്ചത്തിൻ
കുളിർത്തണലായ് മാറി?”

എന്നാൽ ഇവിടെയും പൂതപ്പാട്ടിലെന്നപോലെ ക്രൗര്യം കാരുണ്യത്തിനു മുമ്പിൽ പരാജയമേറ്റുവാങ്ങുന്നുണ്ട്. ലോകത്തിന്റെ പാപത്തിനുവേണ്ടി സ്വയം പീഡനമേറ്റു വാങ്ങുകയെന്ന ക്രൈസ്തവധർമ്മസങ്കല്പത്തിന്റെ പശ്ചാത്തലം കവിതയുടെയും ധർമ്മസങ്കല്പത്തെ മാറ്റിമറിക്കുന്നു. ഇവിടെ ക്രൗര്യത്തെ ദമനം ചെയ്യുന്നതു മറ്റൊരമ്മയാണ്. കാവിലെ ദേവിയുടെ രക്തദാഹം ശമിപ്പിക്കാൻ സ്വയം ഗളച്ഛേദത്തിനു മുതിരുന്ന ഒരു കുമാരന്റെ അമ്മ. അമ്മയുടെ പ്രലാപത്തിനു മുൻപിൽ ആയിരം കഴുത്തറുത്ത ദേവിയുടെ പ്രതികാരവാഞ്ഛ ചൂളിപ്പോകുന്നു. അന്നുമുതലാണ് സ്വയം വെട്ടി മുറിവേൽപ്പിക്കുന്ന കോമരം ദേവിയുടെ പ്രതീകമാവുന്നത്. ലോകം ചെയ്യുന്ന പാപത്തിനു സ്വയം വെട്ടി നോവിക്കുന്ന ദേവിയാണ് അയാൾ. മറ്റുള്ളവർക്കുവേണ്ടി സ്വയം ശിക്ഷിക്കുന്ന ആധ്യാത്മികതയായി ഇടശ്ശേരിയുടെ ആധ്യാത്മികത വളരുന്നു. ഗാന്ധിയൻ ആദർശധാരയ്ക്കും ഇണങ്ങുമല്ലോ ഈ ആധ്യാത്മികത.

അഭയപ്രദയും വരദയുമായ പ്രകൃതിദേവി തന്നെയാണോ ഒടുവിൽ ഇടശ്ശേരി തന്നിൽ നിഗൂഹനം ചെയ്ത ആത്മീയതയുടെ പ്രഭവം? ഏതായാലും പൂതപ്പാട്ടിലും കാവിലെപ്പാട്ടിലും വിജയപതാകയുയർത്തുന്നത് അമ്മ തന്നെയാണ്. പ്രകൃതിപൂജതന്നെയാണ് മാതൃപൂജ എന്ന് ഇടശ്ശേരി കൃത്യമായിത്തന്നെ തിരിച്ചറിഞ്ഞിരുന്നു. നേരും നെറിയും കലർന്ന കാർഷികസംസ്കൃതി മനുഷ്യചരിത്രത്തിലെ മാതൃപർവ്വമാണെന്നും അദ്ദേഹം മനസ്സിലാക്കിയിരുന്നു. എന്നാൽ ഒരു യുഗപരിവർത്തനവേളയിൽ ആർദ്രമായ ഈ കാർഷിക സംസ്കൃതി എല്ലാ നന്മകളുടെയും നീരുറവകളെ വറ്റിച്ചുകളയുന്ന വ്യാവസായിക സംസ്കാരത്തിനു വഴിമാറിക്കൊടുക്കുമെന്ന് ഇടശ്ശേരി ‘കുറ്റിപ്പുറം പാല’ത്തിലൂടെ കണ്ടറിഞ്ഞിരുന്നു. പരിസ്ഥിതിപ്രശ്നങ്ങൾ ആത്യന്തികമായി മനുഷ്യന്റെ നീതിബോധവുമായി ബന്ധപ്പെട്ടുകിടക്കുന്നുവെന്ന തിരിച്ചറിവ് ഇവിടെയുണ്ട്. ഇക്കവിതയിൽത്തെളിയുന്ന ക്രാന്തദർശിത ആരെയും അദ്ഭുതപ്പെടുത്തും. പരിസ്ഥിതി ദർശനത്തിന്റെ മാനവും ഉൾച്ചേർന്നതാണ് സമകാലികജീവിതത്തിലെ ആത്മീയതയെന്ന് ഇക്കവിത നമ്മെ ബോധ്യപ്പെടുത്തുന്നു. ധർമ്മസംപൃക്തമായ, ബഹുരൂപമായ ഈ ആധ്യാത്മികതയാണ് ഇടശ്ശേരിക്കവിതയെ പ്രകാശപൂർണമാക്കുന്നത്.

(ഇടശ്ശേരി സ്മരണിക)

കുടിയൊഴിക്കലിലെ ഋതുപരിവർത്തനങ്ങൾ

പ്രകൃതിയുടെ ലാവണ്യത്തികവിനെ ഋതുസാകല്യത്തിന്റെ എല്ലാ സൗഭാഗ്യങ്ങളോടെയും സാക്ഷാൽക്കരിച്ച കവിയാണ് വൈലോപ്പിള്ളി. അദ്ദേഹം പലപ്പോഴും കാളിദാസന്റെ കവിതയെ അനുസ്മരിപ്പിക്കുന്നുണ്ട്. എന്നാൽ യുഗസംക്രമണത്തിന്റെ കവിയായും അദ്ദേഹം വിശേഷിക്കപ്പെടുന്നുണ്ടല്ലോ. കുഞ്ഞിരാമൻനായരെപ്പോലെ പ്രകൃതിയെ മാനുഷീകരിച്ച കവിയായിരുന്നില്ല വൈലോപ്പിള്ളി. പ്രകൃതിയും മനുഷ്യനും വെവ്വേറെ ത്തന്നെയാണ് ആ കവിതയിൽ. മനുഷ്യചരിത്രമാകുന്ന മഹാനാടകത്തിന് പ്രകൃതി രംഗവേദിയൊരുക്കുന്നു. മനുഷ്യൻ പ്രകൃതിയുടെ ദൃഷ്ടാവും അനുഭോക്താവുമെല്ലാമാണ്. എന്നാൽ മകനായ ആനയെപ്പോലെ കവിയുടെ ചേതനയും നഷ്ടപ്പെട്ടുപോയ പ്രകൃതിബന്ധത്തെ ഉപബോധത്തിൽ സ്മരിച്ച് മാഴ്കിയിട്ടുണ്ടായിരിക്കണം.

കുടിയൊഴിക്കലിൽ കവി പ്രകൃതിയെ എവിടെയാണ് കുടിയിരുത്തിയിരിക്കുന്നത്? മാനവചരിത്രത്തിന്റെ സംഘർഷത്തിന്റേതായൊരധ്യായമാണല്ലോ കുടിയൊഴിക്കലിൽ ചിത്രിതമായിരിക്കുന്നത്. പ്രകൃതിയുടെ അവിഭാജ്യഘടകമായ 'സ്വാഭാവിക' മനുഷ്യനിൽ - അങ്ങനെയൊരു കല്പന സാധ്യമാണെങ്കിൽ - ഇത്തരം ധർമ്മസങ്കടങ്ങൾക്ക് പ്രസക്തിയില്ല. എന്നാൽ കുടിയൊഴിക്കലിലെ മനുഷ്യർ ചരിത്രത്തിലെ പലതരം വഴിത്താരകൾ പിന്നിട്ട് വർഗ്ഗവിഭക്തസമൂഹത്തിൽ എത്തിപ്പെട്ടു നിൽക്കുന്നവരാണ്. വിഭക്ത മനസ്കത അവരുടെ സ്വത്വബോധത്തിന്റെ മുഖമുദ്രയാണ്. ആഖ്യാതാവിന്റെ സ്വരം ഏറ്റെടുക്കുന്ന നായകനിലാണ് ഈ വിഭക്തമനസ്കത ഏറ്റവും തീവ്രതയോടെ പ്രത്യക്ഷപ്പെടുന്നത്. കുടിയൊഴിക്കലിൽ പ്രകൃതിയുടെ നില എവിടെയാണെന്ന കൗതുകകരമായ അന്വേഷണത്തിലേക്ക് അങ്ങനെ നാം എത്തിച്ചേരുന്നു.

ആഖ്യാതാവായ നായകൻ കവിയുമാണല്ലോ. 'കെട്ടജീവിതം' എന്നു സ്വയം ശപിക്കുമ്പോഴും അയാൾക്ക് അഭയം നൽകാനൊരു കാവ്യജീവിതമുണ്ട്. കാല്പനികതയുടേതായ ആ സ്വർഗ്ഗത്തിലേക്ക് ഭാവനയുടെ

അശ്വത്തിലേറി കുതികൊള്ളാൻ തനിക്ക് കെല്പുണ്ടെന്ന് അയാൾ വിശ്വസിക്കുന്നു. ഈ കാല്പനികകവിയുടെ ചിത്രണത്തിൽ കവി അല്പ സ്വല്പം നിറക്കൂട്ടുകൾ ചേർത്തിട്ടുണ്ടെന്നതു നേരുതന്നെ. പലപ്പോഴും കവിയുടെ ആത്മമഹത്വവൽക്കരണത്തിനോട് ഒരു പരിഹാസവും നിഴലിക്കുന്നുണ്ട്. എങ്കിലും ആഖ്യാതാവായ നായകൻ കവിതന്നെയാണ്. സ്വന്തം കവിതയുടെ സിദ്ധികൾകൊണ്ട് വൈലോപ്പിള്ളി ആ കവിതയെ ഉപസ്കരിച്ചിരിക്കുന്നു. ഏതേതാംശങ്ങളിൽ വൈലോപ്പിള്ളി ആഖ്യാതാ വായ കവിയിൽനിന്നു വേറിട്ട് നിൽക്കുന്നുവെന്ന് പറയുക വിഷമം.

ആഖ്യാതാവായ കവി തന്റെ ആദർശ സ്വർഗ്ഗത്തെ വരച്ചുകാണിക്കുന്ന ഭാഗം ശ്രദ്ധേയമാണ്.

നീലനീൾക്കണ്ണെഴുതിയ നാൾകൾ
നീളെ മാരിനീർ വാരിവിതയ്ക്കേ
പാവുകോടികൾ ചുറ്റിയ നാൾകൾ
പൂവുതേടിയും പാടിയും പോകെ
താലികെട്ടാത്ത നാൾകൾ കായ്ത്തിൻ
വാളിനാൾ സ്വർണ്ണമാലയറുക്കെ
കോകിലമൊഴിനാൾകളാത്മാവിൻ
ശാഖ പൂത്തതു കൂജനം ചെയ്കെ
മഞ്ഞിനാൽ മുഖം മൂടിയനാൾകൾ
മഞ്ജുറോസിൽ നിന്നത്തർനിർമ്മിക്കേ
കുന്ദസൗരഭക്കൂന്തലാം നാൾകൾ.
കൊന്നകൊണ്ടണിപ്പൂക്കണി വെയ്ക്കെ
അർക്കദീപം ജ്വലിപ്പതിൻ ചുറ്റും
ഷഡ്ഋതുക്കളും നർത്തനം ചെയ്കേ
പാടലേ ദേവപാതയിൽപ്പാടി
പാടിയിങ്ങനെ പാറലേ കാര്യം!

ശരിക്കും ഒരു ഋതുസംഹാരം! ഈ ചേതോഹാരിയായ പ്രകൃതി വർണ്ണനയിൽ പലതരം അടരുകൾ ഉള്ളതായിക്കാണാം. പിയുടെ കേരളീയ പ്രകൃതിവർണനമല്ല ഇത്. മഞ്ജുറോസിൽനിന്ന് അത്തർ നിർമ്മിക്കുന്ന മഞ്ഞുകാലത്തിന്റെ ചിത്രം ഒരു മുകില സൗന്ദര്യാവബോധ ത്തെയാണാവാഹനം ചെയ്യുന്നത്. ഷഡ് ഋതുക്കളെ സൂര്യനുചുറ്റും നൃത്തം ചെയ്യുന്ന നൃത്തക്കാരികളായിക്കാണുന്ന കവിഭാവനയിൽ വൈലോപ്പിള്ളിയിലെ ശാസ്ത്രാധ്യാപകന് മുൻതൂക്കമുണ്ടെന്നു തോന്നുന്നു. അനേകം വിജ്ഞാനരാശികളിൽനിന്നും അനുഭവസ്ഥലി കളിൽനിന്നും ഊറിവരുന്ന ഒരു സൗന്ദര്യപ്രവാഹമായി കവിത ഇവിടെ മുഖം കാണിക്കുന്നു. എന്നാൽ ആഖ്യാതാവായ കവി പാത്രമെന്ന

നിലയ്ക്ക് ഔന്നത്യങ്ങളിലേക്ക് കുതിക്കാനാണ് ആഗ്രഹിക്കുന്നത്. ഭൗമ യാഥാർത്ഥ്യങ്ങളിൽനിന്നു പലായനം ചെയ്യാനുള്ള ബഹിരാകാശ പേടകമാണയാൾക്കിവിടെ കവിത.

കഥാപാത്രമായ കവി – അതോ കവിയായ കഥാപാത്രമോ? – വിഭാവനം ചെയ്യുന്ന ഈ മാസ്മരലോകം പൊലിഞ്ഞുപോകുന്നതിന്റെകൂടി കഥയാണല്ലോ കുടിയൊഴിക്കൽ. ഷെല്ലിയുടെ വാനമ്പാടിപോലെ 'ദേവപാതയിൽ പാടിപ്പാറാൻ' വെമ്പിയ കവി ചീവീടായി മാറുന്നതിന്റെ കഥയുമുണ്ടിവിടെ. ഈ കഥ ആഖ്യാനത്തിലൂടെ ചുരുളഴിഞ്ഞുവരുമ്പോൾ പ്രത്യക്ഷപ്പെടുന്നത് ഈ സങ്കല്പപ്രകൃതിയല്ല. ഭീഷണവും ഭീതിദവുമായ യാഥാർത്ഥപ്രകൃതിയാണ്. 'കുടിയൊഴിക്കൽ' കോസ്മിക്ക് മാനം കൈവരിക്കുന്ന ഒരു ദുരന്തകൃതിയായി വളരുന്നത് ഈ പ്രകൃതിയുടെ പശ്ചാത്തലത്തിലാണ്.

സർവ്വനാശകരമായൊരു ഉരുൾപൊട്ടൽപോലെ വളർന്നു വലുതാവുന്ന വിപ്ലവത്തിന്റേതായ മഹാപ്രയാണത്തിന്റെ ചിത്രണമാണ് കുടിയൊഴിക്കലിന്റെ നാടകീയതയുടെ പാരമ്യം. "അവർക്കു വിപ്ലവം അനിർവ്വചനീയ നിർദ്ദയമായൊരു പ്രകൃതിക്ഷോഭമായും തോന്നുന്നു" എന്നാണ് എൻ.വി. കൃഷ്ണവാരിയർ നായകന്റെ വർഗ്ഗത്തിന്റെ കാഴ്ചപ്പാടിലുള്ള വിപ്ലവത്തെ വിവരിക്കുന്നത്. ഇവിടെ പ്രകൃതിയുടെ മുഖം ഉഗ്രത കൈവരിക്കുന്നു. ഭൂമി ഭ്രഷ്ടരാക്കിയ കോടക്കാറുകൾ പുറംതള്ളപ്പെട്ടവരുടെ പ്രതീകമെന്നോണം ആകാശത്തെ ഗർജ്ജനമുഖരിതമാക്കുന്നു. കൊടുംകാറ്റിൽ മാമരങ്ങളുടെ ശാഖികൾ പൊട്ടിത്തകരുന്നു. പേമാരി ഇരുളിന്റെ കാപ്പിരികളെ ആഞ്ഞാഞ്ഞുതല്ലുന്നു. ഇടിവെട്ടേറ്റ് കുലത്തെങ്ങുകൾ ചോര ചീറ്റി നിൽക്കുന്നു. ആറുകളും തോടുകളും കരഞ്ഞോടുന്നു. സർവ്വം സംഹാരമയം!

വീണു ഞാൻ, പോയിതെന്നെച്ചവിട്ടി
മാനുഷ വ്യൂഹം, കാലപ്രവാഹം
അപ്രവാഹത്തിലൂഴിയെമ്പാടു
മബ്ധിപോൽ തിരതല്ലിയിരമ്പി

ഈ വിപ്ലവപ്രളയത്തിന് ഒരു അനിവാര്യതയുണ്ട്. നായകൻ പ്രതിനിധാനം ചെയ്യുന്ന വർഗ്ഗത്തിന്റെ നൈതികമായ മൂല്യശോഷണമാണ് അതിനെ പ്രകൃതിയുടെ തന്നെ പ്രതികാരമായി മാറ്റുന്നത്. 'പോംവഴി മറ്റൊരു വിധമായിരുന്നെങ്കിൽ' എന്നു കവി ഒരിടത്തു വിലപിക്കുന്നുണ്ടെങ്കിലും അതിനുള്ള സാധ്യത ഒരു പക്ഷത്തുമുണ്ടായിരുന്നില്ല. ചരിത്രത്തിന് അതിന്റേതായ വഴികളുണ്ട്.

ചരിത്രം, പക്ഷേ അവസാനിക്കുന്നില്ല. കവി വിഭാവനം ചെയ്യുന്ന വിപ്ലവം നൈതികതയുടെ പ്രശ്നങ്ങൾക്കുള്ള ഒരു പൂർണവിരാമമല്ല. സന്ദേഹങ്ങളും വീണ്ടുവിചാരങ്ങളും അന്തരീക്ഷത്തിൽ തങ്ങി

നിൽക്കുന്നു. തൊഴിലാളി വർഗ്ഗം തീർത്ത വിപ്ലവാനന്തര സമൂഹത്തെ കവി നോക്കിക്കാണുന്നത് പകയോടോ കാലുഷ്യത്തോടോ അല്ലെങ്കിലും സമ്പൂർണ സംതൃപ്തിയോടെയല്ല.

പ്രകൃതിയിൽ നാനാ-
സമ്പദാഘോഷങ്ങൾ ചൂഷണം ചെയ്കേ
ആ വഴിത്താരതന്നിരുവക്കി
ലാകെ വിസ്മൃതി മൂടിയ മണ്ണിൽ
ഉല്ലസിക്കുന്നു, വെയ്ലാലിരട്ടി
വെള്ള പൂശിയ വാസഗേഹങ്ങൾ
തത്ത പാടുന്ന പാടങ്ങൾ, യന്ത്ര
ശക്തി പെറ്റലറീടുമിടങ്ങൾ
മർത്യമാനസസ്പന്ദ താളം
വിസ്തരിക്കും കലാനിലയങ്ങൾ
നിസ്വമല്ലാത്ത ശക്തിയിൽച്ചേർന്നു
സുസ്വതന്ത്രമാം ചാരുതയെങ്ങും.

ഇവിടെ സ്ഥിതിസമത്വത്തിന്റെ വിജയഘോഷണയോടൊപ്പം പ്രകൃതിയെ മനുഷ്യന്റെ അജയ്യശക്തി ജയിക്കുന്നതിന്റെ ചിത്രണവുമുണ്ട്. ഭൂതകാലത്തിലെ ചൂഷകവർഗ്ഗത്തിന്റേതുപോലെയുള്ള ഒരു ഏകപക്ഷീയത പുതിയ വ്യവസ്ഥിതിയിലുമുണ്ടോ എന്ന സന്ദേഹം കവിയുടെ മനസ്സിൽ തങ്ങിനിൽക്കുന്ന; കവിക്ക് നവവ്യവസ്ഥിതിയുടെ സഞ്ചാലകന്മാരോട് പറയാനുള്ളതിതാണ്:

പോക ഭൗതിക തൃപ്തിതൻ മധ്യ
മേഖലയിൽ മയങ്ങിമേവാതെ
പോരുമിത്തിരി മെയ്യിന്; സർവ്വം
പോര മാനുഷസത്ത പുലർത്താൻ.

പ്രകൃതിയുടെമേൽ മനുഷ്യൻ നേടുന്ന വിജയം എന്ന ആശയത്തോട് വൈലോപ്പിള്ളി പുലർത്തുന്ന സന്ദേഹാത്മകതയുടെ വെളിച്ചത്തിൽ ഈ വരികൾക്ക് നൈതികതയുടെയും പരിസ്ഥിതിസൗന്ദര്യശാസ്ത്രത്തിന്റെയും നവമാനങ്ങൾ കൈവരുന്നതായിക്കാണാം. ചരിത്രത്തിന്റെ ഏതോ യുഗസന്ധികളിൽ മനുഷ്യനു കൈമോശം വന്ന നീതിബോധം വീണ്ടെടുക്കുകയെന്നതുതന്നെയാണ് പ്രധാനമെന്ന് 'കുടിയൊഴിക്കൽ' ആണയിടുന്നു. വെറും കണക്കുതീർക്കലല്ല മനുഷ്യനിയോഗം. നൈതികതയോട് ഉൾച്ചേർന്ന ഒരു നവസൗന്ദര്യബോധത്തെയാണ് കവി സ്വപ്നം കാണുന്നത്. പ്രകൃതിയോടുള്ള ബന്ധത്തിലൂടെ മനുഷ്യന് സമസൃഷ്ടികളോടുള്ള സമത്വസാഹോദര്യബന്ധങ്ങൾ വീണ്ടെടുക്കാനാവുമെന്ന് കവി

കരുതുന്നു. കേവലം മൺതുരുമ്പിൽ കിടപ്പൂ/ദേവലോകം തുറന്നിടും താക്കോൽ എന്നു കവി കണ്ടെത്തുന്നു.

പൂ വിടർത്തും പ്രകൃതി മനുഷ്യ
പൂർണ്ണതയിൽ പുളകമേലട്ടേ!

എന്നതാണ് ഈ കവിതയുടെ മംഗളാശംസകളെന്നതു ശ്രദ്ധേയം. മനുഷ്യൻ പൂർണത നേടുമ്പോൾ പ്രകൃതി പുളകംകൊള്ളുന്നു. ഈ വസന്തകാലത്തെ ആമന്ത്രണം ചെയ്തുകൊണ്ടവസാനിക്കുന്ന *കുടിയൊ ഴിക്കൽ* മനുഷ്യചരിത്രത്തിന്റെതെന്നപോലെ മനുഷ്യനും പ്രകൃതിയും തമ്മിലുള്ള ഇനിയും രൂപമെടുക്കാനുള്ള ബന്ധത്തെക്കുറിച്ചുള്ള ഉൽക്കണ്ഠകളുടെയും രൂപരേഖയായിത്തീരുന്നു. ഋതുപരിവർത്തനങ്ങൾ വസന്തത്തിലേക്കുള്ള വഴിത്താരകളാണെന്ന് ഈ കവി സ്വപ്നം കണ്ട തായി നമുക്കനുമാനിക്കാം.

(ഉള്ളെഴുത്ത്)

കസ്തൂരിയും കുങ്കുമവും

പാണിനിയുടെ അഷ്ടാധ്യായിയിലെ 'അ അ' എന്ന സൂത്രം ഉദ്ധരിച്ചു കൊണ്ടാണ് എം.പി. ശങ്കുണ്ണിനായർ വൈലോപ്പിള്ളിയുടെ 'കണ്ണീർപ്പാട' ത്തെക്കുറിച്ചുള്ള തന്റെ പ്രശസ്ത പഠനം അവസാനിപ്പിക്കുന്നത്. ശബ്ദ നിഷ്പാദന ഫാക്ടറിയിൽ താൻ തുറന്നുച്ചരിക്കുന്നതെന്ന മട്ടിൽ പരിഗ ണിച്ച അകാരം യഥാർത്ഥത്തിൽ വായ് അടച്ചുപിടിച്ചാണ് ഉച്ചരിക്കേണ്ടത് എന്നാണ് പാണിനി തന്റെ ഏറ്റവും അവസാനത്തെ സൂത്രത്തിലൂടെ പറ യുന്നത്. ഒരു ജനത എന്ന നിലയിൽ മലയാളികളായ നമ്മൾ തീർത്തും അവഗണിച്ചുപോരുന്നുണ്ടെങ്കിലും ഇന്ത്യയുടെ വടക്കോട്ടു ചെന്നാൽ ഇന്നും പാണിനി നിർദ്ദേശിച്ചവിധം തന്നെയാണ് അകാരത്തെ ഉച്ചരിച്ചു വരുന്നതെന്നു കൂട്ടിച്ചേർക്കട്ടെ.

എന്താണു പാണിനിക്കു 'കണ്ണീർപ്പാട'വുമായുള്ള അല്ലെങ്കിൽ കവിത യുമായുള്ള ബന്ധം? തന്റെ മറ്റനേകം ദുർഗ്രഹമായ സൂത്രവാക്യങ്ങളി ലെന്നപോലെ ഇവിടെയും ശങ്കുണ്ണിനായർ ആലോചിച്ചാൽ മാത്രം പിടി കിട്ടുന്ന ഒരു സാഹിത്യതത്ത്വം പറഞ്ഞുവച്ചിരിക്കുന്നു. കവിതയുടെ സൗന്ദര്യം എന്നും രഹസ്യാത്മകവും വിവൃതവുമായാണ് അതിന്റെ നൈസ്സർഗികാവസ്ഥയിൽ നിലകൊള്ളുന്നതെന്നാണ് ഈ നിരൂപകൻ ഇവിടെ സൂചിപ്പിക്കുന്ന വസ്തുത. എന്നാൽ കവിതയെ നാം പഠിക്കു കയും അപഗ്രഥിക്കുകയുമെല്ലാം ചെയ്യുന്ന 'പ്രക്രിയാ'ദശയിൽ അതിന്റെ ആന്തരികമർമ്മങ്ങളെ പുറത്തേക്കു കൊണ്ടുവരികയെന്നതാണ് നിരൂപക ധർമം. കണ്ണീർപ്പാടത്തെ ഇപ്രകാരം അപഗ്രഥനം ചെയ്യുമ്പോൾ അദ്ദേഹം ഉപജീവിക്കുന്ന വിജ്ഞാനശാഖകളുടെ വൈപുല്യം നമ്മെ അമ്പരപ്പി ക്കുകതന്നെ ചെയ്യും. ഭാഷാശാസ്ത്രവും വ്യാകരണവും മീമാംസാദർശ നവും ഫ്രോയ്ഡിന്റെ മനോവിശ്ലേഷണവും മാർക്സിസവുമെല്ലാം ഇവിടെ കവിതയുടെ അപഗ്രഥനത്തിൽ സമൃദ്ധമായി ഉപയോഗിക്കുന്നു. കാളി ദാസകവിതയെ സമീപിക്കുന്നത് വൈദികസാഹിത്യത്തിന്റെയും ശൈലീ വിജ്ഞാനത്തിന്റെയും കാമശാസ്ത്രത്തിന്റെയും ചരിത്രത്തിന്റെയുമെല്ലാം പിൻബലത്തോടെയാണ്. ജിയുടെ 'വിശ്വദർശനം' കാഴ്ചവെയ്ക്കുന്ന പ്രപഞ്ചവീക്ഷണത്തെ നോക്കിക്കാണാൻ ആധുനിക ഭൗതികശാസ്ത്രവും ഉപനിഷത്തുക്കളിലെ ആത്മീയദർശനവും കൂട്ടിനെത്തുന്നു. എൻ.വിയുടെ

'തീവണ്ടിയിലെ പാട്ട്' അപഗ്രഥിക്കുന്നത് കാൽപനിക സാഹിത്യത്തെ അപ്പാടെ ചരിത്രവൽക്കരിച്ചും ആഖ്യാനശാസ്ത്രം, മീമാംസാദർശനം, വ്യാകരണദർശനം തുടങ്ങിയ അറിവിടങ്ങളെ പിൻപറ്റിയുമാണ്.

ഇവിടെ ആർക്കും ചോദിക്കാവുന്ന ഒരു ചോദ്യമുണ്ട്. അറിവുകളുടെ ഭാരം പേറി വേണോ കവിതയെ സമീപിക്കാൻ? മഹത്തായ കൃതികളിലൂടെയുള്ള ആത്മാവിന്റെ പര്യവേക്ഷണമായി നിരൂപണത്തെ നോക്കിക്കാണുന്ന അനത്തോൾ ഫ്രാൻസിന്റെ ആത്മപ്രതീതിരീതി നമുക്കു സാഹിത്യത്തിൽ സുപരിചിതമാണല്ലോ. അനുഭൂതിയുടെ പ്രപഞ്ചത്തിൽ അറിവുകളുടെ സങ്കീർണ ലോകത്തിനെന്തു പ്രസക്തിയെന്നു ന്യായമായും ചോദിക്കാവുന്നതാണ്.

'കാവ്യവ്യുൽപത്തി'യെന്ന തന്റെ ആദ്യത്തെ നിരൂപണഗ്രന്ഥത്തിൽത്തന്നെ ശങ്കുണ്ണിനായർ തന്റെ രീതിശാസ്ത്രത്തെ വിശദീകരിക്കുന്നുണ്ട്. നവ്യവിജ്ഞാനങ്ങളും പൗരസ്ത്യ ദർശനങ്ങളും പാശ്ചാത്യ വിമർശനതത്ത്വങ്ങളും സംസ്കൃതാലങ്കാരശാസ്ത്രവും എല്ലാം ഉപയോഗപ്പെടുത്തി. കാവ്യാധ്യയനത്തെ 'വ്യുൽപാദക'മാക്കാനുള്ള ശ്രമമാണു തന്റേതെന്ന് അദ്ദേഹം പ്രഖ്യാപിക്കുന്നു. അറിവുകളുടെ മാധ്യസ്ഥ്യമില്ലാതെ സാഹിത്യത്തെയും ജീവിതത്തെത്തന്നെയും നമുക്കു നോക്കിക്കാണാനാവില്ലെന്ന ബോധ്യം ഈ പ്രഖ്യാപനത്തിനു പിന്നിലുണ്ട്. വൈജ്ഞാനിക വിസ്ഫോടനങ്ങളുടെ മുൻപിൽ പകച്ചു നിൽക്കുകയോ പിൻവാങ്ങുകയോ അല്ല, ധീരമായ ഇടപെടലുകൾ നടത്തി ദിശാബോധം നൽകുകയാണ് യഥാർത്ഥ നിരൂപകന്റെ ധർമ്മമെന്ന തിരിച്ചറിവ് ഈ സമീപനത്തിലുണ്ട്. നിരൂപണം അന്തർവൈജ്ഞാനികമാകുമ്പോൾ മാത്രമേ അതിനു സ്വയം നീതി പുലർത്താനാകൂ.

ഛത്രവും ചാമരവും

'ഛത്രവും ചാമരവും' എന്ന തന്റെ കാളിദാസ പഠനത്തിൽ ശങ്കുണ്ണിനായർ ഇതേ രീതിശാസ്ത്രത്തെക്കുറിച്ചു സൂചിപ്പിക്കുന്നുണ്ട്. അദ്ദേഹം പറയുന്നു. "വെറും സരസ്വതം അപാണ്ഡിത്യമാണ്; ശുദ്ധ വൈദൂഷ്യരീതി വിരസവും രണ്ടും ചേർത്താൽ കുങ്കുമവും കസ്തൂരിയും ചേർത്താലെന്നപോലെ നല്ല പരിമളമുണ്ടാകും." ഈ അർത്ഥത്തിലുള്ള ഒരു ശ്ലോകം അദ്ദേഹം ഇവിടെ ഉദ്ധരിക്കുന്നുണ്ട്.

യാ കേവലാ സരസതാ
തദപണ്ഡിതത്വം
വൈദുഷ്യരീതിരിതി
ചേദ്വിരസത്വമേതി
യോഗസ്തയോഃഘുസൃണപങ്ക-
കുരംഗനാഭി

(ഛത്രവും ചാമരവും, പേജ് 221)

അറിവിടങ്ങൾ സാഹിത്യത്തിലെ ശാഖാചംക്രമണങ്ങളല്ലെന്നും ആസ്വാദനപ്രക്രിയയിലെ ഇടത്താവളങ്ങളാണെന്നുമുള്ള ഈ തിരിച്ചറിവിന് പല വിമർശകരുടെയും പിന്തുണയുണ്ട്. ഭാമഹൻ പറയുന്നു:

ന സ ശബ്ദോ ന തദ് വാച്യം
ന സന്യായോ ന സാകലാ
ജായതേ യന്ന കാവ്യാംഗമഹേ
ഭാരോ മഹാൻകവേം
(കാവ്യാലങ്കാരം 5.4)

(കവിതയുടെ അംഗമല്ലാത്ത ശബ്ദമോ അർത്ഥമോ ന്യായമോ കലയോ ഒന്നും തന്നെയില്ല. അഹോ! കരിയുടെ ഭാരം വലുതുതന്നെ). ഒരു ഇതിഹാസകവിയാകാനാഗ്രഹിക്കുന്ന എഴുത്തുകാരനാവശ്യമായ വിജ്ഞാനശേഖരത്തെക്കുറിച്ച് കാൽപനികനായ കോളറിഡ്ജ് പറയുന്നത് ഇപ്രകാരം:

'A tolerable mathematician... (and) thoroughly know mechanics, hydrostatics, optics and astronomy, botany, metallurgy, fossilism, chemistry, geology, anatomy, medicine-then the mind of men - then the minds of men - in all travels voyages and histories' (Collected Letters. Vol. 1, P. 320-21)

പാഠത്തിന്റെ പാഠാന്തരബന്ധം ഒരിക്കലും സാഹിത്യത്തിൽ മാത്രം ഒതുങ്ങി നിൽക്കുന്നില്ലെന്നു കാതറീൻ ബെൽസിയും എടുത്തുപറയുന്നുണ്ട്. ഒരു കഥാഗ്രന്ഥം അതിന്റെ കാലത്തിലെ അറിവുകളുടെയും ജ്ഞാനവ്യവഹാരങ്ങളുടെയും ഇടങ്ങളിൽനിന്നു കടംകൊള്ളുന്നു. ഉദാഹരണത്തിന് ഷേക്സ്പിയറുടെ മാക്ബത്ത് ക്രൈസ്തവ പരിഷ്കരണ പ്രസ്ഥാനം ജാക്കോബിയൻ പിന്തുടർച്ചാവകാശനിയമങ്ങൾ, നവോത്ഥാന കാലവൈദ്യശാസ്ത്രം, സ്റ്റ്യുവർട്ട് ചരിത്രം എന്നിവയുടെ അറിവുകളുടെ കൂടി കലവറയാണെന്നും ഇത്തരം അറിവുകളുമായി തുടർച്ചയും ഇടർച്ചയും അതിലുണ്ടെന്നും അവർ വിശദീകരിക്കുന്നു.

അറിവുകളെ കവിതയിൽ ഏച്ചുകൂട്ടുന്ന ഉപരിപ്ലവമായ കാവ്യശിൽപത്തോടല്ല, അനേകതരം വിജ്ഞാനങ്ങളുടെ ഉൾക്കാഴ്ചയോടെ വിശകലനം ചെയ്യാവുന്ന കാവ്യവ്യവഹാരങ്ങളോടാണ് ശങ്കുണ്ണിനായർക്ക് ആഭിമുഖ്യമെന്ന് ഇവിടെ എടുത്തുപറയേണ്ടതുണ്ട്. തനിക്കു വിശകലനം ചെയ്യാനുള്ള ഉൾക്കനമുള്ള കൃതികളെക്കുറിച്ചു മാത്രമേ അദ്ദേഹം കാര്യമായി സംസാരിക്കുന്നുള്ളൂ. സമകാലിക വിജ്ഞാനവ്യവഹാരങ്ങളുടെ വെളിച്ചത്തിലെന്നപോലെ പ്രാചീനമായ അറിവുകളുടെ, വിവക്ഷകളുടെ പശ്ചാത്തലത്തിലും കവിതയെ നോക്കിക്കാണുമ്പോഴാണ് സാഹിത്യകൃതിക്കും വിമർശനത്തിനും സ്വയം നീതികരിക്കാനാവൂ എന്നദ്ദേഹം കരുതി.

നിരൂപകന്റെ തീർത്ഥാടനം

ഓരോ സാഹിത്യകൃതിക്കും അതിന്റേതായ ഒരു തനിമയുണ്ടെന്നു വിശ്വസിച്ച നിരൂപകനാണു ശങ്കുണ്ണിനായർ. ബൗദ്ധദർശനത്തിലെ 'സ്വലക്ഷണം' എന്ന സങ്കൽപത്തെയാണ് ഈ വീക്ഷണം കരുപ്പിടിപ്പിക്കാൻ അദ്ദേഹം ഉപജീവിച്ചത്. സാഹിത്യകൃതിയുടെ ഉള്ളറ തുറന്നു കിട്ടാൻ അതിന്റേതായ താക്കോൽതന്നെ ഉപയോഗിക്കണമെന്ന് അദ്ദേഹം വിശ്വസിച്ചു. കൃതിയെ വിശകലന സാമഗ്രികളുപയോഗിച്ച് അപനിർമിക്കുന്നതിലല്ല, അറിവുകളുടെ വെളിച്ചത്തിൽ അതിന്റെ അകത്തളങ്ങളിലെ സങ്കീർണതകൾ വെളിവാക്കുന്നതിലായിരുന്നു അദ്ദേഹത്തിനു താത്പര്യം.

ശങ്കുണ്ണിനായർ തന്റെ പ്രശസ്തമായ കാളിദാസപഠനത്തിൽ പാശ്ചാത്യരുടെ പൗരസ്ത്യവാദപരമായ സമീപനങ്ങളെ തള്ളിക്കളഞ്ഞ് തനതു വിജ്ഞാനത്തിന്റെ പശ്ചാത്തലത്തിലാണ് ആ വാങ്മയത്തെ സമീപിക്കുന്നത്. കാളിദാസന്റെ കാലനിർണയമായാലും മൂല്യനിർണയമായാലും അദ്ദേഹത്തിനുപജീവ്യം പഴയ സംസ്കൃത-പ്രാകൃത ഗ്രന്ഥങ്ങളാണ്. കാളിദാസനു ഗജമുഖഗണപതിയെ അറിയില്ല എന്നും നാഗരികമായ ഒരു ജീവിതവീക്ഷണമാണ് തന്റെ കൃതികളിലൂടെ അദ്ദേഹം ആവിഷ്കരിച്ചതെന്നും ശങ്കുണ്ണിനായർ നിരീക്ഷിക്കുന്നു. കാലഘട്ടത്തിന്റെ ആത്മാവ് (Zeltgest)എങ്ങനെ കാളിദാസകൃതികളെ ആവേശിച്ചിരിക്കുന്നുവെന്ന ഈ അന്വേഷണത്തിലൂടെയാണ് നമുക്കു ശിവൻ, ദുഷ്യന്തൻ, യക്ഷൻ തുടങ്ങിയ കാളിദാസ നായകന്മാരുടെയെല്ലാം നോട്ടത്തിലും പ്രവൃത്തിയിലും സംസ്കൃതരുചിയായ നാഗരികന്റെ ഛായ കണ്ടെത്താൻ കഴിയുന്നത്. കാളിദാസന്റെ ശൈലിയുടെ അപഗ്രഥനം സമമിതി (Symmetry) ഇരട്ടകൾ തുടങ്ങിയ സൂക്ഷ്മബന്ധങ്ങളെ അനാവരണം ചെയ്യുന്നു. കാളിദാസന്റെ കൂടെയുള്ള നിരൂപകന്റെ തീർത്ഥാടനം പ്രാചീന ഇന്ത്യയുടെ ഭൂമിശാസ്ത്രത്തിലേക്കു നമ്മെ ഉപനയിക്കുന്നു. ഉർവശിയെപ്പോലുള്ള അപ്സരസ്സുകളുടെ ഉദ്ഭവം തേടിയുള്ള അന്വേഷണം ഈജിപ്തുവരെ ചെന്നെത്തുന്നു.

ഏറെ അപവദിക്കപ്പെട്ട ജിയുടെ കവിതയിലെ ആത്മീയതലത്തിന്റെ ഒരു പുനഃപ്രതിഷ്ഠയാണ് വിശ്വദർശനനിരൂപണം അനുഷ്ഠിക്കുന്ന നിരൂപണ ധർമ്മം. ഇവിടെ ശങ്കുണ്ണിനായരുടെ സഹായത്തിനെത്തുന്നത് ഭാരതീയ ദർശനങ്ങൾക്കൊപ്പം ആധുനിക ഭൗതികശാസ്ത്രമാണ് ദൈനംദിന പ്രശ്നങ്ങളെ അവയുടെ തീക്ഷ്ണതയോടെ സമീപിക്കാൻ മിനക്കെടാതെ ആകാശം നോക്കി കാലയാപനം ചെയ്യുന്ന കവിയെന്നു പഴികേട്ട കവിയാണ് ജി. ഇവിടെ 'വിശ്വദർശന'ത്തിന്റെ ന്യായീകരണമായി നിരൂപകൻ ഉദ്ധരിക്കുന്നത് ഒരു നരവംശശാസ്ത്രതത്ത്വമാണ്. ഭാഷ, സമ്പത്ത്, മതം, ഉൽപാദനോപകരണങ്ങൾ, കല, കെട്ടുകഥ മതം, സാമൂഹ്യഘടന, ഭരണകൂടം, യുദ്ധം എന്നീ ഒൻപത് ഇനങ്ങളുടെ

നിരന്തരമായ നവീകരണമാണത്രേ മനുഷ്യചരിത്രം. ദൈനംദിന ജീവിതത്തിന്റെ തിരക്കിൽ മനുഷ്യചേതനയിൽനിന്നു തിരോധാനം ചെയ്യുന്ന അവയെ പുനരാനയിക്കുകയെന്നതാണ് കവിധർമ്മം.

ജിയുടെ ആകാശദർശനത്തെ വിശകലനം ചെയ്യുമ്പോൾ ശങ്കുണ്ണി നായർ ഛാന്ദോഗ്യോപനിഷത്തിനോളം ചെല്ലുന്നു. അപരിമേയമായ ആകാശത്തെ ശങ്കരാചാര്യർ ബ്രഹ്മത്തിന്റെ പ്രതീകമായി കാണുന്നു. ജി. രൂപകാതിശയോക്തിയിൽ ഒതുങ്ങിനിൽക്കുന്ന കവിയാണെന്ന വാദത്തെ ശങ്കുണ്ണിനായർ കാര്യമായെടുക്കുന്നില്ല. തന്റെ സങ്കേതങ്ങളിലൂടെ ജി അഭിസംബോധന ചെയ്യുന്നത് പ്രപഞ്ചചൈതന്യത്തെയാണ്. ആത്മീയാനുഭൂതിയിൽനിന്ന് ആവിഷ്കരണത്തിലേക്കു കവിത വിനിർഗളിക്കണമെന്നു നിർബന്ധമൊന്നുമില്ല. പടിപടിയായുള്ള ഉപാസനയിലൂടെ ക്രമികമായ അനുഭൂതിയിലേക്കു കടന്നുചെല്ലുന്ന പ്രക്രിയയും സ്വാഭാവികംതന്നെ. കലികൊണ്ടു തുള്ളുന്നതുപോലെ തുള്ളി കലി വരുന്ന രീതിയും ഉണ്ടെന്നു പറഞ്ഞുകൊണ്ടാണ് അദ്ദേഹം കാൽപനികശാഠ്യങ്ങളെ നിരാകരിക്കുന്നത്.

പ്രപഞ്ചത്തെ ദർപ്പത്തോടെ സമീപിക്കുന്ന ശാസ്ത്രഭാവനയും അതിന്റെ മുൻപിൽ വിനയാന്വിതമായി നിൽക്കുന്ന ആത്മീയസാധനയും ഒരു സ്റ്റീരിയോ സ്കോപ്പിലൂടെയെന്നോണമാണു വിശ്വദർശനത്തിൽ സമീകരിക്കപ്പെടുന്നത്. കവിയും വേദാന്തിയും തമ്മിൽ വ്യത്യാസമുണ്ട്. സമ്പദുപാസനയ്ക്കു തുല്യമായ ഏകത്വദർശനമാണ് വേദാന്തിയുടേതെങ്കിൽ പ്രതീകോപാസനയ്ക്കു തുല്യമായ വൈവിധ്യ സാക്ഷാത്കാരമാണ് കവിയുടേതെന്ന് അദ്ദേഹം വേദാന്തഭാഷയിൽ വിശദീകരിക്കുന്നു.

ശങ്കുണ്ണിനായരുടെ കാവ്യപഠനങ്ങളിൽ ഏറ്റവും മുൻപന്തിയിൽ നിൽക്കുന്നത് 'കണ്ണീർപാട'ത്തിന്റെ നിരൂപണമാണ്. ഈ കവിതയുടെ ഉള്ളിൽ അനേകം വിരുദ്ധശക്തികളുടെ സങ്കീർണ പ്രവർത്തനത്തെ അദ്ദേഹം തിരിച്ചറിയുന്നുണ്ട്. ഇവയെ വിശദീകരിക്കാനുപയോഗിക്കുന്നത് ഭർത്തൃഹരിയുടെ ഭാഷാദർശനം, ബൗദ്ധദർശനം, ആധുനിക ഭാഷാശാസ്ത്രം, ഫ്രോയ്ഡിന്റെ മനോവിശ്ലേഷണം, മാർക്സിസം തുടങ്ങിയ വിപുലമായൊരു വിജ്ഞാനരാശിയെയാണ്. സനേഹിച്ചും കലഹിച്ചും ജീവിതത്തിന്റെ സംഘർഷഭരിതമായ വഴിത്താരകളിലൂടെ മുന്നോട്ടു നീങ്ങുന്ന മധ്യവർഗദമ്പതിമാരുടെ ചിത്രമാണു വൈലോപ്പിള്ളി ഈ കവിതയിൽ വരച്ചിട്ടിരിക്കുന്നത്. രാഗവും ദ്വേഷവും ഒന്നുതന്നെയെന്ന ആധുനിക സങ്കല്പം കവി ആവിഷ്കരിക്കുന്നു.

കണ്ടു നാം വരമ്പായ വരമ്പിൻ
ദ്വാരംതോറും
ഞണ്ടുകൾ വരിഷത്തെ സ്വാഗതം
ചെയ്തേ നിൽപൂ

ഇറുക്കീലവ നമ്മെ സ്നേഹ
വൈകൃതത്താൽ തമ്മിൽ
പരിക്കേറ്റിന ദയനീയരെ
ന്നോർത്തിട്ടാവാം.

എന്ന വരികൾ ഉദ്ധരിച്ചുകൊണ്ട് അദ്ദേഹം 'ആ ഞണ്ടും ഫ്രോയ്ഡിന്റെ ഗവേഷണശാലയിൽനിന്നു രക്ഷപ്പെട്ടതുതന്നെ' എന്നു പ്രസ്താവിച്ചതു പ്രസിദ്ധമാണ്. ക്ലാസിക് കവിതയിൽ സ്നേഹവും ദ്വേഷവും രണ്ടധികരണങ്ങളിൽ വെവ്വേറെ നിൽക്കുന്നു: കാൽപനിക കവിതയിൽ അവയുടെ അധികരണം ഒന്നുതന്നെയായി. എന്നാൽ അവ ഒരേ ഭാവത്തിന്റെ രണ്ടു മുഖങ്ങളാണെന്നതാണ് ആധുനിക മനഃശാസ്ത്രത്തിന്റെ നിലപാട്. ഈ ഉൾക്കാഴ്ച വൈലോപ്പിള്ളി സ്വാംശീകരിച്ച കാര്യം ശങ്കുണ്ണിനായർ എടുത്തു പറയുന്നു. ഇതേ സങ്കല്പം തന്നെയാണ് 'നിഗ്രഹോത്സുകം സ്നേഹവ്യഗ്രമെങ്കിലും ചിത്തം' എന്ന 'സഹ്യന്റെ മകനി'ലെ കവിവാക്യത്തിന്റെയും പൊരുൾ. ബൗദ്ധരുടെ ക്ഷണികവാദത്തിലെ സങ്കീർണമായൊരു സിദ്ധാന്തമാണ് ഇവിടെ ശങ്കുണ്ണിനായർ അവലംബിക്കുന്നത്. എല്ലാ വസ്തുക്കളും ഉണ്ടാകുമ്പോൾത്തന്നെ ഇല്ലാതാകുന്നു; ആ നിലയ്ക്ക് ഉൽപത്തിതന്നെയാണു ക്ഷയം. മനുഷ്യന്റെ സർഗകാമനയും ധ്വംസകാമനയും ഒന്നു തന്നെയെന്ന തത്ത്വമാണ് വൈലോപ്പിള്ളി ഉയർത്തിക്കാട്ടുന്നത്.

മനഃശാസ്ത്രവും മാർക്സിസവും തമ്മിലുള്ള ഒരു വൈജാത്യം ഇവിടെ ശങ്കുണ്ണിനായർ സൂചിപ്പിക്കുന്നുണ്ട്. ആദ്യത്തേത് അന്തരംഗവ്യാപാരങ്ങളെയാണ് ഉൾക്കൊള്ളുന്നതെങ്കിൽ ബഹിരംഗവ്യാപാരങ്ങളോടാണു മാർക്സിസത്തിനു ചാർച്ച അത്തരം കാഴ്ചപ്പാടിനെ കാവ്യഭാവനയോട് ഇണക്കുക എളുപ്പമല്ല. ആ ദിശയിലുള്ളൊരു ധീരപരീക്ഷണമത്രേ കണ്ണീർപ്പാടം ജീവിതപ്രതിസന്ധികളിൽ പകച്ചുനിൽക്കുന്ന മധ്യവർഗ ദമ്പതിമാർക്ക് ഇവിടെ വഴികാട്ടിയാകുന്നത് ഒരു കർഷകത്തൊഴിലാളിയും അയാളുടെ ഭാര്യയുമാണ്. താൻ സ്വയം പുഴ കടന്ന് തന്റെ ജീവിതസഖിയെ കൈ പിടിച്ച് അക്കരെ കടത്തുന്ന ആ സാധാരണക്കാരനിൽനിന്നു വിഭക്തമനസ്കനായ നായകൻ ജീവിതരഹസ്യം പഠിക്കുന്നു. മനസ്സാക്ഷിയുടെ ചാഞ്ചാട്ടം നിമിത്തം വിഹ്വലരും നിഷ്ക്രിയരുമായ മധ്യവർഗ്ഗക്കാർക്ക് ഊർജ്ജസ്വലമായ നേതൃത്വം നൽകാൻ മണ്ണിന്റെ മക്കളായ സാധാരണക്കാർക്കേ കഴിയൂ എന്ന ഈ ആശയം വൈലോപ്പിള്ളി തന്നെ കുടിയൊഴിക്കൽ, യുഗപരിവർത്തനം തുടങ്ങിയ കവിതകളിൽ നേരത്തേ അവതരിപ്പിച്ചതാണ്.

കവിതയുടെ മൂല്യനിർണയത്തിൽ ശാസ്ത്രഗവേഷണത്തിന്റെ മാനദണ്ഡങ്ങൾ ഉപയോഗിക്കാമെന്നു ശങ്കുണ്ണിനായർ കണ്ണീർപ്പാടത്തെ ആസ്പദമാക്കി സമർത്ഥിക്കുന്നുണ്ട്. പി.ജി. മെഡാവർ എന്ന നോബേൽ സമ്മാനജേതാവായ സസ്യശാസ്ത്രജ്ഞൻ ഉത്തമഗവേഷണത്തിന്റെ

ലക്ഷണമായി നിർദ്ദേശിക്കുന്നത് വിഷയവ്യാപ്തി. തെളിയിക്കപ്പെടാതെ കിടക്കുന്ന സമസ്യകളിന്മേൽ ഗവേഷണം ചൊരിയുന്ന വെളിച്ചം, കണ്ടെത്തലുകളുടെ പുതുമ, ക്രോഡീകരണത്തിന്റെ ലാഘവം, ഗവേഷണ പ്രശ്നങ്ങളുടെ കടുപ്പം എന്നിവയാണ്. ഈ മാനദണ്ഡങ്ങളെല്ലാം ശാസ്ത്രത്തിലേതുപോലെ കവിതയിലും പ്രസക്തമാണെന്നതാണ് ശങ്കുണ്ണി നായരുടെ നിലപാട്. ജീവിതത്തിലെ വൈരുദ്ധ്യങ്ങളുടെ സമന്വയം തന്നെയാണ് ഒരു കവിതയുടെ വിജയരഹസ്യമെന്ന് അദ്ദേഹം ആണയിടുന്നു. അങ്ങനെ നോക്കുമ്പോൾ ഓരോ മികച്ച കവിതയും അഭിസംബോധന ചെയ്യുന്നത് അനേകം അറിവുകളുടെ ഇടപെടൽ ആവശ്യമായ ജീവിത സമസ്യകളെയാണല്ലോ. ഇവിടെ എത്രത്തോളം കവിതയ്ക്കു മുന്നേറാനാകുമെന്നതാണ് അതിന്റെ സ്വീകാര്യതയുടെ നിദാനം. മെഡാവർ നിർദ്ദേശിച്ച മഹാക്രോഡീകരണങ്ങളെപ്പോലെ വ്യാപകമായ ജീവിതസമന്വയം നിർവഹിക്കുന്ന കവിതയായി ശങ്കുണ്ണിനായർ 'കണ്ണീർപ്പാട'ത്തെ എടുത്തു കാട്ടുന്നു.

ഇടശ്ശേരിയുടെ 'പുതുപ്പാട്ടി'ലൂടെ അനാവൃതമാകുന്ന അദ്ഭുത ലോകത്തെ നോക്കിക്കാണാൻ ശങ്കുണ്ണിനായർ കൂട്ടുപിടിക്കുന്നത് ഫ്രോയ്ഡിന്റെ സ്വപ്നാപഗ്രഥനസങ്കേതങ്ങളെയാണ്. യുക്തിചിന്തയുടെ തള്ളിച്ചയിൽ ആധുനിക മനുഷ്യന് ജീവിതാദ്ഭുതങ്ങൾ നഷ്ടപ്പെടുന്നു. ജീവിതത്തിന്റെ അരക്ഷിതാവസ്ഥയിൽ മനുഷ്യൻ പലപ്പോഴും അഭയം കണ്ടെത്തുന്നത് ശൈശവ ജീവിതത്തിന്റെ ഭാവങ്ങൾ ഭാവനാലോകത്തു നിർമിച്ചുകൊണ്ടാണ്. ഇത്തരമൊരു സ്വപ്നലോകത്തെയാണ് ഇടശ്ശേരി പൂതപ്പാട്ടിലൂടെ സൃഷ്ടിച്ചിരിക്കുന്നത്. അമ്പിളിയും പൂങ്കുലയും ചെപ്പും പൂമാലയും അരമണിയുമെല്ലാം അടങ്ങിയതാണീ ഭാവനാപ്രപഞ്ചം പൂതപ്പാട്ടിലെ ഈ ശൈശവപ്രപഞ്ചത്തെ ശങ്കുണ്ണിനായർ ഉപമിക്കുന്നത് കാർട്ടൂണിസ്റ്റ് ശങ്കറിന്റെ ശിശുമ്യൂസിയത്തിലെ നൃത്തം ചെയ്യുന്ന പാവകളുടെ ഭാവനാലോകത്തോടാണ്.

ഒരു പാട്ടിലെ നായകൻ

കവിതയെ അതിന്റെ ചരിത്രപരമായ പശ്ചാത്തലത്തിൽ സ്ഥാനപ്പെടുത്തിയാൽ മാത്രമേ ഫലപ്രദമായി വിശകലനം ചെയ്യാനാവുകയുള്ളൂ വെന്നു നമ്മെ ബോദ്ധ്യപ്പെടുത്തുന്ന പഠനമാണ് 'തീവണ്ടിയിലെ പാട്ടി'ന്റെ നിരൂപണം. കൃഷ്ണവാരിയരുടെ ഈ അവിസ്മരണീയ കാവ്യത്തെ ശങ്കുണ്ണിനായർ നോക്കിക്കാണുന്നത് കാല്പനികതയുടെ ഓവർ ഡ്രാഫ്റ്റിൽ കാലയാപനം ചെയ്യുന്ന കവിതയ്ക്കു നേരിടേണ്ടി വരുന്ന സാംസ്കാരിക പ്രതിസന്ധിയുടെ പശ്ചാത്തലത്തിലാണ്. റൊമാന്റിസിസത്തിന്റെ കൂടാരത്തിലേക്കു കടത്തിവിട്ട ട്രോജൻ കുതിരയായാണ് അദ്ദേഹം എൻവിയുടെ കവിതയെ കണക്കാക്കുന്നത്. അതീതമായ കാല്പനികയുഗത്തിലെ അത്ഭുത ഗായകൻ ഒരു പാട്ടിലെ നായകൻ

മാത്രമാണെന്നും യഥാർത്ഥ ലോകത്തിൽ ഇപ്പോഴുള്ളത് തീവണ്ടിയിലെ വൃദ്ധനായ ഗായകൻ മാത്രമാണെന്നും നമുക്കു ബോദ്ധ്യപ്പെടുന്നു. കുതിരയെ വിജയാഹ്ലാദത്തോടെ എഴുന്നെള്ളിച്ച ട്രോജൻ പട്ടാളക്കാർക്ക് അതിനകത്ത് ഒളിച്ചിരുന്ന ഗ്രീക്ക് പടയാളികളിൽനിന്നു തോൽവി നേരിടേണ്ടിവന്നുവെന്നാണു കഥ. ഇതുപോലെ കാൽപനികമെന്നു നിനച്ചു കാൽപനികപക്ഷക്കാർ സ്വീകരിക്കുന്ന എൻവിയുടെ കവിതയും വാസ്തവത്തിൽ കാൽപനികതയുടെ നിരാകരണമാണ് നിർവഹിക്കുന്നതെന്നാണ് നിരൂപകന്റെ പക്ഷം. രാമേശ്വരത്തെ പശ്ചാത്തലമാക്കി എഴുതിയ ഇക്കവിതയിലൂടെ എൻവി കാൽപനികതയുടെ പിണ്ഡം വയ്ക്കുകയെന്ന ദൗത്യമാണു നിർവഹിച്ചതെന്ന ശങ്കുണ്ണിനായരുടെ പ്രസ്താവം ആലോചനാമധുരമാണ്.

കവിതയെ വ്യാകരിക്കാൻ കാവ്യേതരങ്ങളായ ഒട്ടേറെ അറിവുകളെ നമുക്കു പ്രയോജനപ്പെടുത്തേണ്ടതുണ്ടെന്നാണു നിരൂപകനെന്ന നിലയ്ക്ക് എം.പി. ശങ്കുണ്ണിനായർ സ്വീകരിച്ച അസന്ദിഗ്ദ്ധമായ നിലപാട്. പലരും ഇതു വെറും പാണ്ഡിത്യപ്രകടനമാണെന്നു തെറ്റിദ്ധരിച്ചിട്ടുണ്ട്. എന്നാൽ തന്റെ അപഗ്രഥനത്തിനാവശ്യമായ വിജ്ഞാനത്തെ മാത്രം പരയോഗിക്കുകയെന്നതിൽ കണിശക്കാരനായിരുന്ന ശങ്കുണ്ണിനായർ അറിവിനെ വെറുതെ വിളംബരപ്പെടുത്താനുള്ള ഉപാധിയായി സാഹിത്യ നിരൂപണത്തെ കണ്ടില്ലെന്നത് എടുത്തുപറയേണ്ടതുണ്ട്. സമാനമായ ചിന്താശകലങ്ങളെ പഴയതും പുതിയതുമായ വൈജ്ഞാനികമണ്ഡലങ്ങളിൽനിന്നും കൃത്യതയോടെ തേടിപ്പിടിച്ച് ഇണക്കിച്ചേർക്കുന്ന ഒരു ധൈഷണിക പരീക്ഷണശാലയായിരുന്നു അദ്ദേഹത്തിന്റെ നിരൂപണം. അതിനുവേണ്ടി അദ്ദേഹം ഉപയോഗിച്ച വിജ്ഞാനശാഖകളുടെ വൈപുല്യം അല്പം അമ്പരപ്പു സൃഷ്ടിക്കുന്നതുതന്നെയാണ്. കാൽപനികനു ഭാഷ ഒരു ലഹരിയാണെന്നും വാക്ക് അതിനുവേണ്ടിത്തന്നെയുള്ളതാണെന്നും പറയുമ്പോൾ അദ്ദേഹത്തിന്റെ ഭാവന ചെന്നെത്തുന്നത് 'സ്വം രൂപം ശബ്ദസ്യാശബ്ദസംജ്ഞാ' എന്ന പാണിനീയ സൂത്രത്തിലാകും. യാഗത്തിനു സന്നിപത്യോപകാരകങ്ങളും ആരാദുപകാരകങ്ങളും ഒന്നിച്ച് അണിനിരക്കുന്നതുപോലെ കവിഭാവനയിൽ കാവ്യസങ്കേതങ്ങൾ മുഖ്യാർത്ഥ പ്രകാശനത്തിനു സജ്ജമാകുന്നുവെന്ന് അദ്ദേഹം നിരീക്ഷിച്ചു. പഴമയുടെ സാങ്കേതികത്വത്തിൽ അടങ്ങിക്കിടക്കുന്ന ദാർശനിക രഹസ്യങ്ങളെ സമകാലിക ചിന്തയുടെ വിശാലാകാശത്തിലേക്കു തുറന്നിടുന്നതിൽ ആഹ്ലാദം കണ്ടെത്തിയ നിരൂപകനായിരുന്നു എം.പി. ശങ്കുണ്ണിനായർ.

(ഭാഷാപോഷിണി)

നിളയുടെ കയ്യൊപ്പുകൾ

ഒരു വലിയ ഏറ്റുപറച്ചിലിന്റെ അവാന്തരശകലങ്ങളാണ് തന്റെ കൃതികളെന്ന് ജർമ്മൻ മഹാകവി ഗെയ്ഥേ വിശദീകരിച്ചപ്പോൾ അദ്ദേഹം സൂചിപ്പിച്ചത് എഴുത്തുകാരൻ ആവിഷ്കരിക്കുന്ന അനുഭവങ്ങൾക്ക് അവയുടെ വൈയക്തികമാനം നൽകുന്ന ആധികാരികതയെയാണ്. സ്വന്തം തട്ടകത്തിന്റെ കാഴ്ചവട്ടത്തിലൂടെ മാത്രമേ എം.ടി. വാസുദേവൻ നായർ ജീവിതത്തെ നോക്കിക്കാണാൻ ശ്രമിച്ചിട്ടുള്ളൂ എന്നത് യാദൃച്ഛികമല്ല. താൻ ജീവിച്ച ജീവിതത്തെ തന്നെയാണ് അദ്ദേഹം അക്ഷരങ്ങളിലേക്ക് പരാവർത്തനം ചെയ്തത്. ബഹുമുഖസിദ്ധികളുള്ള എഴുത്തുകാരനാണ് എം.ടി. കഥയെ കവിതയോടടുപ്പിക്കുകയെന്ന ഒരു ചരിത്രദൗത്യം നിർവ്വഹിച്ചവരുടെ മുൻപന്തിയിൽ അദ്ദേഹം നിലകൊള്ളുന്നു. എന്നാൽ എം.ടി. എന്ന സാഹിത്യകാരന്റെ ഉൾക്കരുത്ത് കുടികൊള്ളുന്നത് മുൻചൊന്ന ഈ അനുഭവസാത്മ്യത്തിൽത്തന്നെ. 'ഞാൻ അനുഭവിക്കാത്തതൊന്നും - എനിക്കു സർഗ്ഗപ്രക്രിയയ്ക്കു പ്രചോദനമേകാത്തതൊന്നും ഞൻ എന്റെ കവിതയിൽ ആവിഷ്കരിച്ചിട്ടില്ലെ'ന്ന് ഗെയ്ഥെ.

മഞ്ഞുതുള്ളിയിലും പ്രതിഫലിക്കുന്നത് മഹാകാശമാണെന്ന തിരിച്ചറിവാണ് സ്വന്തം അനുഭവപരിധി വിട്ടുപോകാൻ കൂട്ടാക്കാത്ത എഴുത്തുകാരന്റെ പ്രത്യയസ്ഥൈര്യത്തിന്റെ നിദാനം. തന്റെ തട്ടകത്തിന്റെ അനുഭവപ്രപഞ്ചത്തിന് അന്യമായ ജീവിതരഹസ്യങ്ങളില്ലെന്ന് എന്നേ മനസ്സിലാക്കിയ എഴുത്തുകാരനാണ് എം.ടി. 'അറിയാത്ത അദ്ഭുതങ്ങളെ ഗർഭത്തിൽ വഹിക്കുന്ന മഹാസമുദ്രങ്ങളേക്കാൾ അറിയുന്ന എന്റെ നിളാനദിയാണ് എനിക്കിഷ്ടം' എന്നെഴുതുമ്പോഴും താനറിയുന്ന നിളാനദിക്ക് അറിവില്ലാത്ത ജീവിത യാഥാർത്ഥ്യങ്ങളില്ലെന്ന് അദ്ദേഹത്തിന് ഉറപ്പായിരുന്നു. താൻ നുണഞ്ഞ മധുരങ്ങളും രുചിച്ച കയ്പുകളും അനുഭവിച്ച ആത്മനിന്ദകളും വേദനകളും ആധികാരികതയുടെ കാര്യത്തിൽ വിശ്വസാഹിത്യം പകർത്തിയിട്ടുള്ള ഏത് അനുഭവതലത്തിനോടും പിന്നിലല്ലെന്ന് തെളിയിക്കാൻ അദ്ദേഹത്തിന് ഒരിക്കലും വൈഷമ്യമുണ്ടായിട്ടില്ല.

സ്വാഭാവികമായും എം.ടിയുടെ കഥകൾക്കും കഥാപാത്രങ്ങൾക്കും ഒരു ആത്മകഥാതലമുണ്ട്. എന്നാൽ *നാലുകെട്ടി*ലും *കാല*ത്തിലും

ആവിഷ്കൃതമായ ജീവിതയാത്രയുടെ അസംസ്കൃത പദാർത്ഥ മെന്തെന്നാരായുന്ന അപസർപ്പക വിദ്യയല്ല ഇവിടെ പ്രധാനം. തികച്ചും വൈയക്തികമല്ലാത്ത അനേകം അനുഭൂതിതലങ്ങൾ എം.ടിയുടെ പ്രപഞ്ചത്തിലുണ്ട്. എന്നാൽ തന്റെ അനുഭവസീമയ്ക്കുള്ളിൽ വരാത്ത ജീവിത യാഥാർത്ഥ്യങ്ങളെ ചിത്രണം ചെയ്യാൻ അദ്ദേഹം സർഗ്ഗശക്തി ദുർവ്യയം ചെയ്തിട്ടില്ല എന്ന് ഉറപ്പിച്ചു പറയാം. മഞ്ഞിലെ വിമലയും രണ്ടാമൂഴത്തിലെ ഭീമനും പോലും ഈ നിയമത്തിന് അപവാദമല്ല. ഏതോ ചില ഭാവതലങ്ങളിൽ എം.ടിയുമായി ആത്മബന്ധം പുലർത്തുന്ന കഥാ പാത്രങ്ങളാണവർ.

വ്യാസന്റെ ഇതിഹാസകഥയ്ക്ക് ഭീമസേനന്റെ കാഴ്ചപ്പാടിലൂടെ ഒരു പാഠാന്തരം സൃഷ്ടിക്കാനാണല്ലോ എം.ടി. രണ്ടാമൂഴത്തിലൂടെ യത്നി ച്ചത്. മഹാഭാരതപാത്രങ്ങളെക്കുറിച്ചുള്ള ചിരന്തന ധാരണകൾ കടപുഴ ക്കാൻ എം.ടിക്ക് ധൈര്യം നൽകിയത് സ്വന്തം തട്ടകത്തിന്റെ ഉൾക്കരുത്ത ല്ലാതെ മറ്റൊന്നുമല്ല. ഒരു മലയാളി ഇതിഹാസ കഥകളെക്കുറിച്ചുള്ള ധാരണകൾ സ്വരൂപിക്കുന്നത് കുട്ടിക്കാലം മുതൽ കേട്ടു പരിചയിച്ച മുത്തശ്ശിക്കഥകളിലൂടെയും കേരളത്തനിമയുള്ള കലാരൂപങ്ങളിലൂടെയു മാണ്. ഹെർക്കുലിയൻ കരുത്തുള്ള, മുഖ്യധാരയിൽ ഒരിക്കലും സ്ഥാനം നൽകപ്പെടാത്ത, ശൈശവ കഥകളിലെ ആരാധ്യബിംബമായ സ്വന്തം മനസ്സിലെ ഭീമന്റെ കഥയാണ് എം.ടിക്കു പറയാനിഷ്ടം.

അർഹത മുഖ്യധാരകളിൽ നിന്ന് എങ്ങനെയൊക്കെയോ അകറ്റ പ്പെടുന്നുണ്ടെന്ന അവബോധം എം.ടി.ക്കഥകളിൽ നിഴലിച്ചുനിൽക്കുന്ന തായി കാണാം. പതിതന്റെയും അപഭ്രഷ്ടന്റെയും ജീവിതമാണ് അദ്ദേഹം അധികവും ചിത്രീകരിച്ചിട്ടുള്ളത്. മഹത്തായ സാഹിത്യം പിറവിയെടു ക്കുന്നത് വേദനയിൽ നിന്നാണെന്ന് ഉറച്ചു വിശ്വസിക്കുന്ന എം.ടിയുടെ ജീവിതദർശനത്തിനെ ഒരു ദുരന്താവബോധം ചുഴലുന്നതുപോലെ തോന്നുന്നു. എം.ടി. കൃതികളിലൂടെ മുഖം കാണിക്കുന്ന ശൈശവം സുഖാനുഭൂതികളുടെ ഒരു സ്വർഗ്ഗമല്ല, തീർച്ച. അപൂർണ്ണതകളുള്ള അനേകം ചെറിയ മനുഷ്യർ അദ്ദേഹം പകർത്തിക്കാട്ടിയ ജീവിതകഥ കളിൽ അരങ്ങത്തു വരുന്നുണ്ട്. വ്രണിതാഭിമാനം സൃഷ്ടിക്കുന്ന വേദനയും അരിശവും നിമിത്തം കയ്പിറക്കുന്ന ഒട്ടേറെ പാത്രങ്ങൾക്ക് അദ്ദേഹം രൂപം നൽകിയിട്ടുണ്ട്. എം.ടിയുടെ പല കഥാപാത്രങ്ങളും പഴയ തട്ടകങ്ങളിലേക്ക് തിരിച്ചുവരുന്നവരാണ് - പുതിയ ആളുകളായിട്ട്. അവരിൽ പലർക്കും പലരോടും കണക്കുപറഞ്ഞുതീർക്കാനുണ്ടെന്നത് സ്വാഭാവികം. കത്തിജ്വലിക്കുന്ന പക മാത്രമാണോ ഇവരെയെല്ലാം അടിപ്പെടുത്തുന്ന ഒരേ വികാരം? എല്ലാ കണക്കും പറഞ്ഞുതീരുമ്പോൾ എല്ലാറ്റിന്റെയും അർത്ഥശൂന്യതയോർത്ത് വ്യഥയനുഭവിക്കുന്നവരാണ് എം.ടിയുടെ മിക്ക കഥാപാത്രങ്ങളും എന്നതാണ് വാസ്തവം.

കഥാശില്പത്തിൽ എം.ടിയും പത്മനാഭനുമുൾപ്പെടുന്ന തലമുറ നൽകിയ സംഭാവനകളുടെ വ്യാപ്തി വലുതാണ്. കവിതയുടെ ആത്മാവ് ധ്വനിയാണെന്നു പറഞ്ഞത് ആനന്ദവർദ്ധനനാണ് ധ്വന്യാത്മകമായ ഗദ്യ രചനയെന്തും കവിതയാണെന്ന പാഠാന്തരം സൃഷ്ടിച്ച ഈ എഴുത്തുകാർ കവിതയും കഥയും തമ്മിലുള്ള അതിർവരമ്പുകളെ ഇല്ലായ്മ ചെയ്തു. ഒരു ഗസലിന്റെ സ്വപ്നഭംഗിയാർന്ന രചനകളാണ് എം.ടി. കഥകൾ. ഇവിടെ ഭാഷ അതിന്റെ നൈസർഗിക സംഗീതത്തെ നമ്മെക്കൊണ്ട് അനുഭവിപ്പിക്കുന്നു. വാചാലതയിൽ അവിശ്വസിക്കുന്ന എം.ടിയുടെ പ്രതിപാദനശൈലി നിശ്ശബ്ദതകളിൽ വിലയം പ്രാപിച്ച് നേർത്തുനേർത്തു പോകുന്ന പ്രതീതി വൈചിത്ര്യങ്ങൾ സൃഷ്ടിക്കുന്നു. വാക്കുകളുടെ ചാരിത്ര്യത്തിൽ വിട്ടുവീഴ്ചയ്ക്ക് തയ്യാറാവാത്ത ഈ എഴുത്തുകാരന്റെ രചനാതന്ത്രങ്ങളുടെ പരമനിയാമകം ഔചിത്യബോധമാണ്.

സാഹിത്യത്തെ കാലത്തിനു നേരെ പിടിച്ച കണ്ണാടിയായി കാണാൻ ഇഷ്ടപ്പെട്ട ആചാര്യദണ്ഡി ആദിമരാജാക്കന്മാർ പൊയ്പ്പോയപ്പോഴും അവരുടെ പ്രതിബിംബങ്ങൾ കാവ്യദർപ്പണത്തിൽ അവശേഷിച്ചു നിൽക്കുന്നതിനെച്ചൊല്ലി അദ്ഭുതപ്പെട്ടിട്ടുണ്ട്. എം.ടി. പകർത്തിയത് രാജാക്കന്മാരുടെ ജീവിതത്തെയല്ല. അദ്ദേഹത്തിന് എന്നും പറയാനുണ്ടായിരുന്നത് സാധാരണക്കാരന്റെ കഥ തന്നെ. ഒരു ദേശത്തിന്റെ ഒരു കാലത്തെയാണ് എം.ടിയുടെ രചനകൾ അക്ഷരലോകത്തിലേക്ക് ആവാഹനം ചെയ്തത്. നാല്പതുകളുടെയും അമ്പതുകളുടെയും കാലചിഹ്നങ്ങൾ വഹിക്കുന്ന മദ്ധ്യകേരള ഗ്രാമീണത ആ വാങ്മയത്തിൽ പ്രതീകനം ചെയ്യപ്പെട്ടിരിക്കുന്നു. കുട്ട്യേടത്തിയും ഭ്രാന്തൻ വേലായുധനും ഓപ്പോളും വെളിച്ചപ്പാടുമെല്ലാം മലയാളമനസ്സിന്റെ ഭാഗമായിത്തീർന്നുകഴിഞ്ഞു. അവസാനത്തെ നാലുകെട്ടും അവസാനത്തെ വെളിച്ചപ്പാടും തിരോധാനം ചെയ്തുകഴിഞ്ഞാലും അവസാനത്തെ പുള്ളുവൻപാട്ട് അന്തരീക്ഷത്തിൽ വിലയം ചെയ്തുകഴിഞ്ഞാലും ഈ ഗ്രാമപ്രപഞ്ചം എം.ടിയുടെ കൃതികളാൽ ശാശ്വതീകരിക്കപ്പെട്ടുനിൽക്കുമെന്ന് ഉറപ്പിച്ചുപറയാം. ഒരെഴുത്തുകാരനെ സംബന്ധിച്ചിടത്തോളം ഇതിൽക്കവിഞ്ഞ് കാംക്ഷിക്കാനെന്തുള്ളൂ?

(എം.ടി. വാസുദേവൻനായർക്ക് കോഴിക്കോട് സർവ്വകലാശാല
ഡി.ലിറ്റ് ബിരുദം നൽകിയ അവസരത്തിൽ
കേരളകൗമുദി ദിനപത്രത്തിൽ പ്രസിദ്ധീകരിച്ചത്.)

സ്വപ്നകാല മയിലുകൾ യാത്രയാകുമ്പോൾ

കഴിഞ്ഞ മൂന്നരപ്പതിറ്റാണ്ടു കാലമായി മലയാളകവിതയിൽ ഉൾക്കരുത്താർന്ന നൈതികതയുടെ സ്വരം കേൾപ്പിക്കുകയെന്നതാണ് കെ.ജി. ശങ്കരപ്പിള്ള നിരന്തരമായി അനുഷ്ഠിച്ചു വന്ന സാംസ്കാരികദൗത്യം. അപ്രിയസത്യങ്ങൾ വിളിച്ചുകൊണ്ടിരിക്കുകയാണ് പ്രിയകഥകൾ പറയാനില്ലാത്ത ഇന്നത്തെ കാലത്തു നിർവ്വഹിക്കാനുള്ള കർമ്മമെന്ന് അദ്ദേഹത്തിന്റെ കവിത പണ്ടേ തിരിച്ചറിഞ്ഞിരുന്നു. വിസംവാദങ്ങളുടെയും വിയോജിപ്പുകളുടെയും കുറിമാനങ്ങളാണ് കെ.ജി.എസ്സിന്റെ രചനകൾ. ആധുനികതയുടെ വിക്ഷുബ്ധപർവ്വങ്ങളിൽ സമകാലിക ജീർണ്ണതകളെ ഉച്ചാടനം ചെയ്യാനുള്ള സാഹസികവും ഏകമുഖവുമായ സാംസ്ക്കാരിക തീവ്രയത്നത്തിൽ കെ.ജി.എസ്സിന്റെ കവിതയും ഭാഗഭാക്കായിരുന്നു. ഒരു തലമുറ 'കാളാഗ്നിനിയമങ്ങളിൽ അഗ്നിശലഭങ്ങളായി മാറിയ' ആ സ്ഫോടനാത്മകാന്തരീക്ഷം ഒടുങ്ങിയതിനുശേഷം നാം സ്വയമെത്തിനിൽക്കുന്നതായി കണ്ടെത്തിയത് സർവ്വവും അന്യാധീനപ്പെട്ടു പോയ ഒരു പുതിയ കാലത്തിലാണ്. മലയാളിയെ മലയാളിയാക്കുന്ന എല്ലാ തനിമകളും നന്മകളും അപ്രത്യക്ഷമായിക്കൊണ്ടിരിക്കുന്ന ഈ പർവ്വത്തിലാണ് കെ.ജി.എസ്സിന്റെ കവിത ബഹുസ്വരാത്മകവും പ്രകൃതിബന്ധാധിഷ്ഠിതവുമായ നവമാനങ്ങൾ ആർജ്ജിച്ച് നമ്മുടെ ചേതനയിൽ പടർന്നു പന്തലിച്ചു നിൽക്കുന്നത്. പാരിസ്ഥിതിക നീതിബോധത്തിന്റെ ഈ വ്യവഹാരമണ്ഡലം കെ.ജി.എസ്സിന്റെ കവിതയിലെ ഒരു പുഷ്കലമായ അന്വേഷണമേഖലയായി രൂപാന്തരം പ്രാപിക്കുന്നത് എൺപതുകളുടെ ഉത്തരാർദ്ധത്തിലാണ്.

പാരിസ്ഥിതികാവബോധത്തെ കേവലസൗന്ദര്യസമസ്യയായി കാല്പനീകരിച്ചുകാണാൻ എളുപ്പമാണ്. ഗൃഹാതുരതയ്ക്കപ്പുറം വികാസം പ്രാപിക്കാൻ വിസമ്മതിക്കുന്ന പരിസ്ഥിതി സൗന്ദര്യബോധം ഇന്നു സുലഭവുമാണ്. കൊളോണിയൽ ആധുനികതയുടെ മൂല്യച്യുതിയോട് നിരന്തരം കലഹിച്ചുപോന്ന പി.കുഞ്ഞിരാമൻനായരുടെ രചനകളെപ്പോലും കേവലപ്രകൃതിചിത്രണമായി ഒതുക്കിക്കാണാൻ നമ്മുടെ

പാരായണശീലം മുതിർന്നിട്ടുണ്ട്. പല തലങ്ങളിലും പി.യുടെയും ഇടശ്ശേരിയുടെയും തുടർച്ചകളെയാണ് കെ.ജി.എസ്സിന്റെ പുതുകാല കവിതകൾ പ്രതിനിധാനം ചെയ്യുന്നത്. പരിസ്ഥിതിബോധത്തെ സൗന്ദര്യത്തിന്റെ മാത്രമായ കാല്പനിക സമസ്യയായി ന്യൂനീകരിക്കുന്നതിനെ പ്രതിരോധിക്കാൻ വേണ്ട ജാഗ്രത അവയിൽക്കാണാം. 'കൊച്ചിയിലെ വൃക്ഷങ്ങൾ' തൊട്ടുള്ള കവിതകളിൽ അന്തർലീനമായ രാഷ്ട്രീയപ്രബുദ്ധത നവകോളനീയതയുളവാക്കിയ സാംസ്കാരിക നാശത്തിനെക്കുറിച്ചുള്ള തിരിച്ചറിവിൽ നിന്നുതന്നെയാണുണ്ടായിട്ടുള്ളത്.

ഇതിനൊരു മറുവശവുമുണ്ട്. പരിസ്ഥിതിയും മറ്റും ഭൈഷണികതലത്തിൽ പ്രത്യക്ഷപ്പെടുന്ന കേവല സമസ്യകളായി വിലയിരുത്തുന്നിലും ഉപരിപ്ലവതയുണ്ട്. എന്നാൽ മനുഷ്യന്റെ സർഗ്ഗാത്മകതയുമായും സ്വത്വബോധവുമായും ബന്ധപ്പെട്ട അഗാധമായ ആലോചനകളെയാണ് കെ.ജി.എസ്സിന്റെ കവിത സമ്മുഖീകരിക്കുന്നത്. കേരളത്തിന്റെ ഉൾനാടുകളിലെ ബാല്യകാലാനുഭവങ്ങളിലൂടെ രൂപമെടുത്ത ഗ്രാമീണവും തനിക്കേരളീയവുമായ ഒരു സ്വത്വബോധമാണ് കെ.ജി.എസ്സിന്റെ കവിതയുടെ അകക്കാമ്പ്. സ്വന്തം നാട്ടിൽത്തന്നെ പറിച്ചുനടപ്പെട്ട് അന്യനായി ജീവിക്കേണ്ടിവരുന്ന മലയാളിയുടെ അനുഭവത്തെ ആ കവിത പ്രതിനിധാനം ചെയ്യുന്നു. ശൈശവാനുഭൂതികളിലൂടെ നാമുൾക്കൊണ്ട് ജൈവപ്രകൃതിയുടെ സൂക്ഷ്മഭാവങ്ങൾ തന്നെയാണ് ഇവിടെ സമകാലിക ജീവിതത്തിന്റെ യാന്ത്രികതയ്ക്ക് പുറകിൽ നിശ്ശബ്ദസാന്നിദ്ധ്യമായി നിലയുറപ്പിക്കുന്നത്. പരിസ്ഥിതിയുടെ പ്രശ്നങ്ങൾ ഇങ്ങനെ കവിയെ സംബന്ധിച്ചിടത്തോളം സ്വത്വാന്വേഷണ പ്രക്രിയയിൽ അനിവാര്യമായി നേരിടേണ്ട പ്രതിസന്ധികളായിത്തീരുന്നു. മനുഷ്യന്റെ സ്വത്വവും പ്രകൃതിയും തമ്മിലുള്ള ഗാഢബന്ധത്തെക്കുറിച്ച് കവിക്കുള്ള ഉൾക്കാഴ്ചയെ പ്രകാശനം ചെയ്യുന്ന ഒന്നാണ് കെ.ജി.എസ്സിന്റെ കവിതകളിൽ ആദ്യന്തം പ്രത്യക്ഷപ്പെടുന്ന വൃക്ഷബിംബം. 'കൊച്ചിയിലെ വൃക്ഷങ്ങൾ', 'കടമ്പനാട്ടു കടമ്പില്ല' തുടങ്ങിയ ഒട്ടേറെ സമീപകാല രചനകളിൽ എഴുന്നുനിൽക്കുന്നത് ഈ വൃക്ഷബിംബമാണല്ലോ. എന്നാൽ പരിസ്ഥിതിസമസ്യകൾ നമ്മുടെ മുഖ്യധാരാസാംസ്കാരിക വ്യവഹാരങ്ങളിൽ സ്ഥാനം പിടിക്കുന്നതിനെത്രയോ മുൻപുതന്നെ കവി തന്റെ ചേതനയിൽ സ്പന്ദിക്കുന്ന വൃക്ഷസ്വത്വത്തെ ഇപ്രകാരം അടയാളപ്പെടുത്തിയിരുന്നു. 1969ൽ എഴുതിയ 'വൃക്ഷ'മെന്നുതന്നെ പേരുള്ള കവിത തുടങ്ങുന്നതിങ്ങനെയാണ്.

താരാവൃതരജനി കണക്കെ
താരാർന്നെഴുമൊരു വൻതരുവുണ്ടെൻ
ശോകശ്യാമമനസ്സിൽ
എന്നെച്ചൂഴുമപാരതപോലെ പടർന്നും

ശ്യാമളമായ പടർപ്പിൻ തുംഗ
സ്ഥലികൾ നിറച്ചെൻ
സ്വപ്നസുമങ്ങൾ വിരിഞ്ഞും
താഴെത്താഴെ മമാത്മാവിൻ
തീവ്രവിഷാദമുറഞ്ഞ തമസ്സും
തമസ്സിന്നാത്മാലാപനമാകിന
പാലപ്പൂമണമാർന്നൊരിളം കാറ്റും
കാറ്റിന്നുയിരാം കുളിരും നേരിയ
രാഗാലാപന ലയവും

കവിയുടെ പല പില്ക്കാല രചനകളുടെയും പശ്ചാത്തലമായി ഈ വൃക്ഷബിംബത്തെ സങ്കല്പിച്ചുനോക്കാവുന്നതാണ്. എന്നാൽ തികച്ചും കാല്പനികമായ ഈ വൃക്ഷബിംബത്തിന് കാലമാനങ്ങൾ വരുന്നതു പിൽക്കാല രചനകളിലാണ്. 'കൊച്ചിയിലെ വൃക്ഷ'ങ്ങളിൽ കവിചേതനയിലെ വൃക്ഷസ്വത്വത്തിന് ഈ രൂപാന്തരം സംഭവിക്കുന്നു. ഇവിടെ വൃക്ഷം വൈയക്തികാനുഭൂതിയുടെ ഭാഗമല്ല, സമഷ്ടിയുടെ സാംസ്കാരിക വ്യവഹാരത്തിലെ ഒരു ബിംബമാണ്. അധിനിവേശകാലത്ത് അതിനു സംഭവിക്കുന്ന മാറ്റങ്ങൾ ശ്രദ്ധേയമാണ്. തൃക്കാക്കര മുതൽ കൊച്ചിത്തുറമുഖം വരെയുള്ള വഴി പഴഞ്ചൊല്ലുപോലെ നേരാർന്ന കാലത്തു മഹാമരങ്ങൾ ഗജരൂപം പൂണ്ടു ചെവിയും തലയുമാട്ടി നിവർന്നുനിന്നിരുന്നു. അവ അന്നു വഴിപോക്കർക്കു പിതൃക്കളുടെ അനുഗ്രഹഹസ്തരൂപം പൂണ്ട തണലുകളായി. എന്നാൽ പിൽക്കാലത്ത് അവർക്ക് രൂപാന്തരം സംഭവിക്കുന്നു. അവ അധികാര വ്യവഹാരങ്ങളിൽ മുക്കാലികളും പല്ലക്കുകളും കൊടിമരങ്ങളും കഴുമരങ്ങളുമായെല്ലാം മാറുന്നു. ചരിത്രത്തിന്റെ ഗതിവിഗതികളിൽ സംസ്കാര രൂപങ്ങളായി നിവർന്നു നിൽക്കുന്ന ആശാനും ഇടപ്പള്ളിയും ചങ്ങമ്പുഴയും വൈലോപ്പിള്ളിയും പി.യുമെല്ലാം കവിഭാവനയിൽ മുഖം കാണിക്കുന്നത് മാമരങ്ങളായാണന്നതും കൗതുകകരമാണ്. പുതിയ കാലം വരുമ്പോൾ എല്ലാം വീണ്ടും മാറുന്നു. പുതുകാലം പുകയുടെ കാലമാണെന്നും പുക വൃക്ഷത്തിന്റെ ഭീതിദമായ പ്രേതരൂപം മാത്രമാണെന്നും കവി കാണിച്ചുതരുന്നു.

പുതിയ കാലത്തിനോടു കവിതയ്ക്കു കലഹിക്കേണ്ടിവരുന്നത് മനുഷ്യന്റെ ജൈവമായ സർഗ്ഗാത്മകതയുടെ പ്രതീകമായ ഈ വൃക്ഷസ്വത്വത്തിനതേല്പിക്കുന്ന പരിക്കുകൾ നിമിത്തം തന്നെയാണ്. ഓരോ സർഗ്ഗചേതനയും ഉള്ളിലുള്ള വൃക്ഷബിംബത്തിന്റെ സാക്ഷാത്കാരം തേടിയലയുന്നുവെന്ന സങ്കല്പം കെ.ജി.എസ് കവിതയിലെ എഴുതാപ്പുറത്തു വായിക്കാം. കവിക്കെന്നപോലെ ആർക്കും തന്നെ ഈ സങ്കല്പത്തെ സാക്ഷാത്കരിക്കാനാവുന്നില്ല.'കടമ്പനാട്ട് കടമ്പില്ല എന്ന

കവിത ആവിഷ്കരിക്കണത് ഈ ആശയത്തെയാണ്. കുട്ടിക്കാലത്ത് അമ്മ പറഞ്ഞുകൊടുക്കുന്ന പഞ്ചാംഗപ്പട്ടികിൽ നിന്നു കവി സ്വന്തം സ്വത്വം നിർമ്മിക്കാൻ ശ്രമിക്കുന്നു. എന്നാൽ തന്റെ മരമായ കടമ്പിനെ മാത്രം എവിടെയും കാണാനാവുന്നില്ല. കടമ്പിനെക്കുറിച്ചുള്ള പൗരാണിക സങ്കല്പങ്ങളുടെ സൂക്ഷ്മധ്വനി ഈ കവിതയിലുണ്ട്. എന്നാൽ നേരിൽ കാണുന്ന വർത്തമാനകാലത്തിലെ കടമ്പ് തനിമ നഷ്ടപ്പെട്ട ഒരു ദീനരൂപമാണ്. സ്വന്തം പേരെഴുതിയ തകിടുമായി പാർക്കിൽ വൃദ്ധനായൊരു പൊലീസുകാരനെപ്പോലെ നിൽക്കുന്ന ആ നീലക്കടമ്പ് കാല്പനികകാന്തി നഷ്ടപ്പെട്ട ജൈവസത്തയുടെ പ്രതിരൂപമായിത്തീരുന്നു.

കെ.ജി.എസ്സിന്റെ സമീപകാലരചനകളിൽ വൃക്ഷത്തോളം തന്നെ പ്രാധാന്യത്തോടെ മുഖം കാണിക്കുന്ന മറ്റൊരു ബിംബം പുഴയുടേതാണ്. 'പുഴ നമുക്ക്' എന്ന കവിത ഈ ബിംബത്തിന്റെ ചരിത്രപരവും സാംസ്കാരികമായ മാനങ്ങളെ അനാവരണം ചെയ്യുന്നു. പുഴ ഭൂപടത്തിലെ ഒരു മുടിനാരു മാത്രമാവാം. എന്നാൽ അതു ഭൂമിയിൽ ചരിത്രമാകുന്നു. പണ്ട് അത് പരമാത്മാവിലേക്കൊഴുകുന്ന തീർത്ഥവും മഴ കാത്തു മക്കളെപ്പോറ്റുന്ന തപസ്സും ബന്ധുതയും ശത്രുതയും കലർന്ന അയൽക്കാരന്റെ നിത്യസാന്നിദ്ധ്യവുമായിരുന്നു. എന്നാൽ സമലിക ജീവിതത്തിൽ പുഴ ദീനയായ പ്രകൃതിയുടെതന്നെ പ്രതീകമാകുന്നു. 'അഗ്നിശമന'മെന്ന രചനയിൽ പുഴയുടെ വിഭിന്നമാനങ്ങൾ അങ്കനം ചെയ്യപ്പെടുന്നു. ഭൗതികതലത്തിലത് മദ്ധ്യകേരളത്തിലെ ഭാരതപ്പുഴയ്ക്കു വന്നുചേർന്ന വിപര്യയങ്ങളെ ചിത്രണം ചെയ്യുമ്പോൾ ആന്തരികതലത്തിൽ എല്ലാ ആർദ്രതകളും നഷ്ടപ്പെട്ട പുതിയ മരുഭൂമികളുടെ കാലത്തെയാണ് അടയാളപ്പെടുത്തുന്നത്. ഇടശ്ശേരിയുടെ 'കുറ്റിപ്പുറം പാല'ത്തോടു ചേർത്തു വായിക്കേണ്ട ഈ രചനയിലെ നദീബിംബങ്ങൾ അപൂർവ്വതീക്ഷ്ണതയാർന്നവയാണ്. പുഴയുടെ അവരോഹണഗാനമായ ഇക്കവിത തിരയടിച്ചുയർന്ന ചുഴിവേഗങ്ങളടങ്ങി പുഴ പിൻവാങ്ങിക്കൊണ്ടിരിക്കുകയാണെന്നു സാക്ഷ്യപ്പെടുത്തുന്നു.

> ഇരവുകളിലെ രഹസ്യപ്രളയങ്ങളും
> പകലുകളൊഴുക്കിയ ചോരക്കിനാക്കളും
> വറ്റി വറ്റി പുഴ പിന്മാറി
> പാടങ്ങൾ തോടുകൾ
> ഭയന്നൊരുങ്ങിയ വെള്ളരി വള്ളികൾ
> കർഷകന്റെ കൈരേഖകളിൽ നിന്നുപോലും
> പുഴ പിന്മാറി
> നിസ്വരമായ അവരോഹണം
> തടങ്ങളിൽ എന്നപോലെ

കയങ്ങളിൽ മാത്രം പുഴ തങ്ങി
യാത്രകൾ മതിയാക്കി
വാർദ്ധക്യത്തിലെന്നപോലെ
നിശ്ചലസ്മൃതികളുമായി
കയങ്ങളിൽ മാത്രം പുഴ തങ്ങി

പുഴ ഉൾവലിയുമ്പോൾ അവശേഷിക്കുന്നതു മണൽ മാത്രമാണെന്നു നാമറിയുമ്പോൾ ഭൂതകാലാർദ്രതകൾ വറ്റിവരണ്ട നമ്മുടെ ബന്ധങ്ങളുടെ സ്നേഹരാഹിത്യം ആ പ്രതീകത്തിലൂടെ ആവിഷ്കൃതമാകുന്നു.

എത്ര വേഗങ്ങളാഴങ്ങൾ നദീതട
ദീർഘയാത്രകൾ മാമാങ്കങ്ങൾ പൂവിളികൾ
വഞ്ചിപ്പാട്ടുലകളും
വറ്റി മാഞ്ഞിട്ടാ
ണുദിച്ചുയർന്നതീ
മണൽക്കാലം
ഭൂതഭാവികൾക്കിടയിൽ നാമുയർത്തുമീ
വിസ്തൃത മണൽപ്പാലം.

പ്രകൃതിയുടെ പിൻവാങ്ങൽ നമ്മുടെ കൂട്ടായ്മകളുടെ തിരോധാനവു മാണെന്ന കാഴ്ചപ്പാട് കെ.ജി.എസ്സിന്റെ രചനകളിലുണ്ട്. 'മുട്ടറ്റമേയുള്ളൂ ഭൂതകാലക്കുളിർ' എന്നു കവി പറയുമ്പോൾ മാനുഷികബന്ധങ്ങളുടെ ആർദ്രത ഒരു ഗതകാലാനുഭവം മാത്രമായി ഒതുങ്ങിക്കൂടുന്നുവെന്ന യാഥാർത്ഥ്യം നമ്മെ അലോസരപ്പെടുത്തുന്നു.

ഗതകാലത്തിലെ സർഗ്ഗാത്മകതയിൽ മനുഷ്യനും മറ്റു ജീവ ജാലങ്ങളും തമ്മിലുള്ള അതിർവരമ്പുകൾ നേർത്തതായിരുന്നുവെന്ന വസ്തുത കെ.ജി.എസ്സിന്റെ 'കഥനം' പോലുള്ള രചനകൾ സാക്ഷ്യ പ്പെടുത്തുന്നുണ്ട്. പഞ്ചതന്ത്ര കഥകളും കിളിപ്പാട്ടുകളുമെല്ലാമുൾപ്പെടുന്ന വാങ്മയം രൂപപ്പെട്ടത് ഈ അന്തരീക്ഷത്തിലാണ്. കൊളോണിയൽ ആധുനികത സൃഷ്ടിച്ച യാന്ത്രിക യുക്തിബോധം ഇത്തരം അനുഭവതല ങ്ങളെ നമ്മുടെ ബോധമണ്ഡലത്തിൽനിന്നു നിഷ്കാസനം ചെയ്തു. പ്രിയകഥകളില്ലാതെയായി.

പറയുന്നു നാം പ്രിയകഥക-
ളതുനേരം നമ്മുടെ
ചാരത്തു വന്നിരിക്കുന്നു കുട്ടികൾ
കതിർകാടു വാനവു-
മറിയുന്ന പോലിതിഹാസ-
ഗഹനതയറിയുന്ന തത്തകൾ

ആഴത്തിലാഴക്കു നീര-
മതെങ്ങനെ
നാവിലെത്തിക്കുമെന്നറിയുന്ന കാക്കകൾ
ഓരോ വിരുതിന്റെയഴകുമായ്
എലികൾ പൂച്ചകൾ
മുയലുകൾ സിംഹങ്ങൾ

എന്നിങ്ങനെ കവി ഈ കഥാപർവ്വത്തെ ആലേഖനം ചെയ്യുന്നു. പക്ഷി മൃഗസങ്കുലമായ ഈ ഭൂതകാലാവബോധത്തെയാണ് 'ഒടിച്ചുമടക്കിയ ആകാശം' എന്ന ദീർഘകവിത ആവാഹനം ചെയ്യുന്നത്. ഇവിടെ നമ്മുടെ കുട്ടിക്കാലമൊരു പക്ഷിസങ്കേതമായാണ് മുഖം കാട്ടുന്നത്. ഇവിടെ എല്ലാ പക്ഷികൾക്കും ജൈവരൂപവും തലയെടുപ്പും സ്വതന്ത്രമായ വ്യക്തിത്വവുമുണ്ട്. അവ കഥാപാത്രങ്ങൾ തന്നെയാണ്. ഇന്നു പക്ഷിക്കാലം നമുക്കു നഷ്ടപ്പെട്ടുപോയി. സ്വപ്നകാലത്തിലെ മയിലുകൾ യാത്രയായപ്പോൾ നാം പഴയകാലത്തിലെ പക്ഷികളെ പുസ്തകക്കടകളിലും കവിതകളിലുമെല്ലാം തേടിയലഞ്ഞു നടക്കുന്നു. നഷ്ടപ്പെട്ട അനുഭവങ്ങളെ പ്രതീകങ്ങളിലൂടെ വീണ്ടെടുക്കാനുള്ള ശ്രമത്തെ ലക്കാന്റെ മനഃശാസ്ത്രം അപഗ്രഥിച്ചിരിക്കുന്നത് ഇവിടെ ഓർക്കാം..

കഥാധന്യമായ ഭൂതകാലത്തിനു പകരം വയ്ക്കാനുള്ളതു കഥകൾ കഴിഞ്ഞ വർത്തമാനകാലത്തെയാണ്. കഥ കഴിഞ്ഞകാലം കഥയില്ലാക്കാലമാണ്. ആ ഇലക്ട്രോണിക് യുഗത്തിൽ നമ്മെ നിരന്തരം സമ്മുഖീകരിക്കുന്നത് ഉപഗ്രഹനുണധാരയാണ്. നവസാങ്കേതികവിദ്യയ്ക്കു നാം കൊടുക്കേണ്ടിവരുന്ന വില എത്ര വലുതാണെന്നു കവി ഇവിടെ കാണിച്ചുതരുന്നുണ്ട്. ഈ മുഖമില്ലാലോകത്തിൽ ആഖ്യാതാവും ശ്രോതാവും തമ്മിൽ ഊഷ്മളമായ ബന്ധം ഇല്ലാതായിത്തീരുന്നു. കഥയില്ലായ്മയിൽ കത്തുന്ന ജന്മങ്ങളെയും മരണഗുഹകളായ വെളുത്ത നഗരങ്ങളെയും കവി പരാമർശിക്കുമ്പോൾ സമകാലിക സംസ്കൃതിയൊരു നിത്യഹേമന്തത്തിലേക്കു പിൻവാങ്ങുന്നതിന്റെ ഭീതിദമായ ചിത്രം തന്നെയാണ് സൃഷ്ടിക്കപ്പെടുന്നത്.

പ്രതിബോധത്തിന്റെയും പ്രതിരോധത്തിന്റെയും രചനകളായ കെ.ജി. എസ്സിന്റെ കവിതകൾ ആത്മഹത്യാപരമായ നിഷ്ക്രിയത്വത്തിനെതിരായുള്ള ഉണർത്തുപാട്ടുകളായി പലപ്പോഴും രൂപാന്തരപ്പെടുന്നുണ്ട്. തീക്ഷ്ണവും സൂക്ഷ്മവുമായ ഹാസ്യത്തിലൂടെയാണ് കവിത ഈ ദൗത്യം നിർവ്വഹിക്കുന്നത്. 'കൊച്ചിയിലെ വൃക്ഷങ്ങൾ' സമാപിക്കുന്നത് എല്ലായിടത്തും ചുറ്റിപ്പടരുന്ന പുകയെക്കുറിച്ചുള്ള പരാമർശത്തോടെയാണ്. 'ഒഴിവുകഴിവുകളുടെ പച്ചവിറകിന്മേലുള്ള നമ്മുടെ ജന്മദീർഘമായ ശവദാഹ'ത്തെക്കുറിച്ചു കവി സൂചിപ്പിക്കുന്നുണ്ട്.

'എണീക്കാൻ ധൃതിപ്പെടേണ്ട
സമയമുണ്ടല്ലോ
വേണ്ടുവോളം'

എന്ന വിരുദ്ധോക്തി സമകാലിക സാഹിത്യത്തിലെ അവിസ്മരണീയമായ കറുത്ത ചിരിയുടെ മുഴക്കം കൊണ്ടാണ് അസാധാരണമാകുന്നത്. മുണ്ടകൻപാടം പിളർന്നു ജവഹർനഗറുണ്ടാകുമ്പോൾ പ്രതികാരമെന്നോണം ക്ലാസ്സ്മുറിയിലെ മേശ പിളർന്നു പശുവിന്റെ രൂപം ഉയർന്നു വരുന്നത് കവി കാണിച്ചുതരുന്നുണ്ട്.'പ്രാർത്ഥിക്കുന്നെങ്കിലിങ്ങനെ' എന്ന കവിതയിൽ, ഹിംസാത്മകമായ ശബ്ദഘോഷത്തിനെതിരെ കൂട്ടായ്മയുടെ ഏകോപിതപ്രവർത്തനത്തിന്റെ സാദ്ധ്യത തന്നെയാണ് സൂക്ഷ്മമായി ആവിഷ്കൃതമാകുന്നത്. എന്നാൽ നേരും നെറിയും കലർന്ന ഒരു കാലത്തിന്റെ നഷ്ടമൂല്യങ്ങൾ വീണ്ടെടുക്കുക അത്ര എളുപ്പമല്ലെന്ന വസ്തുത തന്നെയാണ് ഇക്കവിതകൾ പറഞ്ഞുവെയ്ക്കുന്നത്.

(സമകാലിക മലയാളം, ഫെബ്രുവരി, 2005)

കവിതയും സംഗീതവും

സംഗീതസാഹിത്യങ്ങളെ വാഗ്ദവതയുടെ വാത്സല്യമധുരങ്ങളായ സിദ്ധികളായി കൊണ്ടാടുന്ന ഒരു പ്രസിദ്ധ സംസ്കൃതശ്ലോകമുണ്ട്. സംഗീതത്തെയും സാഹിത്യത്തെയും ഒന്നിച്ചുകാണാനുള്ള മനുഷ്യമനസ്സിൻെറ സഹജ പ്രേരണയെ ഉദാഹരിക്കുന്ന ഒരു കല്പനയത്രേ ഇത്. സാഹിത്യം ഗദ്യപദ്യമയമാകാമെങ്കിലും ഛന്ദോനിയതമായ വാങ്മയത്തെയാണ് സംഗീതത്തോടൊപ്പം നിർത്താൻ നാമിഷ്ടപ്പെടുന്നതെന്നു വ്യക്തം. യഥാർത്ഥത്തിൽ ഗായനകല സപ്തസ്വരപ്രസ്തരണത്തിലൂടെ ആവിഷ്കരിക്കാൻ ശ്രമിക്കുന്ന രാഗലയമേളനത്തെ ഭാഷയെന്ന മാധ്യമത്തിലൂടെ ആവിഷ്കരിക്കാനാണു കവി യത്നിക്കുന്നതെന്നു കരുതുന്ന ഒരു പ്രബലപക്ഷമുണ്ട്. ഛന്ദസ്സും അക്ഷരവിന്യാസവൈചിത്ര്യവുമെല്ലാം സമൃദ്ധമായെടുത്തു പെരുമാറാൻ അവസരം ലഭിക്കുന്ന കവിക്കല്ലാതെ മറ്റാർക്ക് സംഗീത മാധുര്യത്തെ സ്വാംശീകരിക്കാൻ സാധിക്കും? കഥാകൃത്തിനും നോവലിസ്റ്റിനും തത്ത്വശാസ്ത്രജ്ഞനും സംഗീതമുണ്ടെന്നു പറയുന്നതും വളരെ വിശാലാർത്ഥത്തിലുള്ള ഒരാലങ്കാരികപ്രയോഗമാകാനേ നിർവ്വാഹമുള്ളൂ. കവിതയ്ക്കു ഗാന്ധർവവിദ്യയോടും കൂടുതൽ അടുപ്പമുണ്ട്.

കവിതയുടെ സംഗീതാംശം അതിലെ കലർപ്പ് മാത്രമാണെന്നു കരുതുന്നവരും ഇല്ലാതില്ല. ചങ്ങമ്പുഴക്കവിതയുടെ ആപാതമധുരമായ നാദധോരണി ഉപരിപ്ലവമായൊരു പുറംപൂച്ചുമാത്രമാണെന്നു വിലയിരുത്തിയ വിമർശകരുണ്ട്. നാദസൗഭാഗ്യം കലർന്ന ചെറുശ്ശേരിയുടെ '*കൃഷ്ണഗാഥ*'യെക്കുറിച്ച് കഷ്ണമില്ലാത്ത എരിശ്ശേരിയെന്ന പ്രവാദമുണ്ടായിരുന്നുവല്ലോ. ചങ്ങമ്പുഴയുടെ കാല്പനിക വ്യാമോഹങ്ങളിൽനിന്നും നമ്മുടെ സംവേദനത്തെ വിമോചിപ്പിക്കാൻ ശ്രമിച്ച ആധുനികരിൽ ചിലർ, ചെറുശ്ശേരിപ്പാരമ്പര്യത്തിനെതിരായി എഴുത്തച്ഛൻ പൈതൃകം എടുത്തുകാട്ടിയിരുന്ന വസ്തുതയും ഓർക്കാം. ഗദ്യകവിതയോട് വിശേഷിച്ചൊരു പ്രതിപത്തിയും ഇല്ലാതിരുന്ന കുട്ടികൃഷ്ണമാരാരുപോലും സാഹിത്യം നിശ്ശബ്ദവായനയ്ക്കുള്ളതാണെന്നു രേഖപ്പെടുത്തിക്കൊണ്ട് അതിലെ ആശയതലത്തിനു ഊന്നൽ നൽകി. ശതാബ്ദങ്ങളായി ഭാരതീയചേതനയെ

രാഗഭാവലഹരിയിലാറാടിച്ച ജയദേവന്റെ ഗീതഗോവിന്ദത്തിൽ വിശേഷിച്ചൊരു സാംസ്കാരികമൂല്യവും കണ്ടെത്താൻ അദ്ദേഹത്തിലെ വിമർശകനു കഴിഞ്ഞില്ല.

കവിതയും സംഗീതവും രണ്ടു സ്വതന്ത്രസിദ്ധികളാണെന്നതിനാൽ അവയെ വേർതിരിച്ചു കാണുന്നതല്ലേ യുക്തിയെന്നാണു ഇത്തരം വിയോജനക്കുറിപ്പുകളുടെ പിന്നിലുള്ള ചിന്താധാര. യുക്തി ഇതാകാമെങ്കിലും അനുഭവം മറിച്ചാണ്. വൃത്തവും വ്യാകരണത്തിലൂടെയും ഗദ്യകവിതയിലൂടെയും മറ്റും നാം ബോധപൂർവ്വം സാഹിത്യത്തെ സംഗീതത്തിൽ നിന്നകറ്റി നിർത്താൻ യത്നിച്ചപ്പോഴെല്ലാം തന്നെ ഒരു സഹജപ്രേരണയാലെന്നപോലെ സംഗീതാംശം കവിതയിലേക്കും തിരിച്ചുവരവു നടത്തിയിട്ടില്ലേ? ഉണ്ടെന്നതാണ് വസ്തുത. ജനചേതനയിൽ സഹസ്രാബ്ദങ്ങളായി ആണ്ടിറങ്ങിയ താളലയബോധത്തെ തൊട്ടുണത്താൻ കഴിയാത്ത കവിതയ്ക്ക് ജനപദത്തിൻറ കവിതയാവാൻ കഴിയുകയില്ലെന്നതാണ് അനിഷേധ്യമായ വസ്തുത.

സംഗീതവാസന ആത്മാവിൽ ഒരു സിദ്ധിയായുള്ള വ്യക്തിക്കേ കാവ്യരചന നിർവഹിക്കാൻ കഴിയൂ എന്നു കരുതുന്നവരുണ്ട്. കോളറിഡ്ജ് പറയുന്നു: The man who hath no music in his soul can indeed never be a genuine poet. Imagery, affecting incident, just thoughts, interesting personal or domestic feelings may all by incessant effort be acquired as a trade. But the sequence of musical delight, with the power of producing it, is a gift of imagination. കാവ്യരചനയുടെ ഏറ്റവും അനുപേക്ഷണീയ ഘടകം നാദാനുഭൂതി സൃഷ്ടിക്കാനുള്ള ശക്തിയാണെന്നും അത് അനന്യലഭ്യമായ ഒരു സിദ്ധിയാണെന്നും കോളറിഡ്ജ് ആണയിട്ടു പറയുന്നു.

കവിത സംഗീതാത്മകമാണെന്ന സങ്കല്പത്തിന് നരവംശശാസ്ത്രത്തിന്റെ പിൻബലമുണ്ട്. ഏതു സംസ്കാരത്തിലും കവിതയും സംഗീതവും ആവിർഭവിച്ചതും അവ രണ്ടും ഒത്തിണങ്ങിയ അനുഷ്ഠാനങ്ങളുടെ പ്രാക്തന സ്രോതസ്സിൽനിന്നാണ്. പ്രാചീന മൗഖിക പാരമ്പര്യം സംഗീതസാഹിത്യങ്ങളെ ഔപചാരികമായി വേർതിരിച്ചു കാണുന്നില്ലെന്നതു തന്നെ ശ്രദ്ധേയമാണ്. ഭാരതീയ കാവ്യ-സംഗീതപാരമ്പര്യങ്ങളുടെ പ്രാചീനാകരമായ വേദങ്ങൾ കാവ്യാത്മകതയും സംഗീതാത്മകതയും ഒത്തിണങ്ങിയ വാങ്മയമത്രേ.വേദങ്ങളിൽ മന്ത്രദ്രഷ്ടാക്കളായി വാഴ്ത്തപ്പെടുന്ന മഹർഷിമാരെ കവികളെന്നു വ്യവഹരിക്കുന്നു. ഉഷസ്സൂക്തങ്ങൾ പോലുള്ള ഉൽകൃഷ്ടകാവ്യമാതൃകകൾ വേദങ്ങളിൽ എത്രയോ കാണാം. അതേ സമയം ഉദാത്താദിസ്വര വ്യവസ്ഥയോടെ ചൊല്ലാനുള്ള അനുഷ്ഠാനഗാനങ്ങളുമാണ് മന്ത്രങ്ങൾ എന്ന വസ്തുത ശ്രദ്ധേയമത്രേ. വിശിഷ്യ സാമവേദം ഭാരതീയസംഗീതത്തിന്റെ ഏറ്റവും പ്രാചീനമായ മാതൃക നമുക്കു കാട്ടിത്തരുന്നുണ്ട്, സാമവേദസംഗീതത്തിൽനിന്നാണ്

ഭാരതീയ സംഗീതത്തിന്റെ ആധാരമേളമായ 'ഖരഹരപ്രിയ' ഉരുത്തിരിഞ്ഞുവന്നതെന്നു ഗവേഷകർ കരുതുന്നു.

ഇതേ ഉഭയാത്മകത ഇതിഹാസ സാഹിത്യത്തിലും കാണാം. രാമായണവും മഹാഭാരതവും നിശ്ശബ്ദ വായനയ്ക്കായി എഴുതിയ സാഹിത്യമാതൃകകളല്ല. ജനപദങ്ങളിലെ ചത്വരങ്ങളിലും രാജസദസ്സുകളിലും യാഗാദ്യവസരങ്ങളിലും സ്വരമധുരമായി ആലപിക്കാൻ ഉദ്ദിഷ്ടമായ സംഗീത-കാവ്യശില്പങ്ങളത്രേ അവ. ആദികാവ്യമായ രാമായണത്തിന്റെ ഉല്പത്തികഥയിൽത്തന്നെ അതിൻറ നാദഭംഗിയെക്കുറിച്ചുള്ള പരാമർശം അടങ്ങിയിരിക്കുന്നു. 'മാനിഷാദ'എന്നു തുടങ്ങുന്ന തന്റെ ആദിമശ്ലോകം ആകസ്മികമെന്നോണം രൂപം പൂണ്ടപ്പോൾ വാല്മീകി പറയുന്നു.

പാദബദ്ധോക്ഷര*f* സമസ്തതന്ത്രീലയ സമന്വിതഃ

ശോകാർത്തസ്യ പ്രവൃത്തോ മേ ശ്ലോകോ ഭവതു നാന്യഥാ.

ഇവിടെ 'തന്ത്രീലയസമന്വിത'മെന്ന വിശേഷണം *രാമായണ* കാവ്യത്തിന്റെതന്നെ സ്വരമാധുരിയെ സൂചിപ്പിക്കുന്നതു കാണാം. *രാമായണം* പാടി നടന്ന കുശലവന്മാരുടെ പേർ ഗായകരെന്നർത്ഥമുള്ള 'കുശീലവ'ന്മാർ എന്ന പദത്തിൽനിന്നാണുണ്ടായതെന്നും ഗവേഷകർ സിദ്ധാന്തിക്കുന്നുണ്ട്. ലവകുശന്മാരുടെ സ്വരമാധുരിയെക്കുറിച്ചും ആലാപനത്തിന്റെ തന്മയത്വത്തെക്കുറിച്ചുമൊക്കെ *രാമായണ*ത്തിൽത്തന്നെ ധാരാളം പരാമർശങ്ങൾ കാണാം. ഇതേ മൗഖിക പാരമ്പര്യം ഈ അളവിലില്ലെങ്കിലും നമ്മുടെ പ്രാചീന വീരഗാഥയായ *മഹാഭാരത*ത്തിലും കാണാം. കുശീലവന്മാർ, വൈതാളികന്മാർ തുടങ്ങിയ വിഭാഗങ്ങളിൽ പ്രാചീനഭാരതത്തിലെ സംഗീത സാഹിത്യ സമന്വയം നമുക്കു കണ്ടെത്താൻ കഴിയും.

വാത്സ്യായനന്റെ *കാമസൂത്ര*ത്തിലും മറ്റും വിവരിക്കുന്ന 'പ്രാചീന ഭാരതത്തിലെ നാഗരിക' സംസ്കൃതി ഈ പാരമ്പര്യത്തെ അനുസന്ധാനം ചെയ്യുന്നുണ്ട്. സംഗീതത്തിലും സാഹിത്യത്തിലും ഒരുപോലെ പ്രവീണന്മാരായ അഭ്യസ്തവിദ്യരായ സദസ്യരെ കേൾവിക്കാരായി ഉദ്ദേശിച്ചുകൊണ്ട് എഴുതിയതാണ് സംസ്കൃത സാഹിത്യത്തിലെ കാതലായ ഭാഗം മുഴുവനും. കാവ്യശ്രവണവും ഗാനശ്രവണവും അവരുടെ ദിനചര്യയിലെ തുല്യപ്രധാനമായ വിനോദങ്ങളായിരുന്നു. അവ തമ്മിലുള്ള അതിർത്തി വരമ്പ് വളരെ നേർത്തതുമായിരുന്നു. വാസ്തവത്തിൽ ശ്രവ്യകാവ്യമെന്ന സാങ്കേതികസംജ്ഞതന്നെ ഉരുത്തിരിഞ്ഞുവന്നത് ആ വാങ്മയത്തിന്റെ ശ്രവണസുഭഗതയെ അടിസ്ഥാനമാക്കിയാണെന്നു കാണാവുന്നതാണ്. ദൃശ്യകാവ്യങ്ങളായ നാടകാദികളിൽ സംഗീതത്തിനുള്ള സ്ഥാനം പറയേണ്ടതുമില്ല. ഇത്തരമൊരു പാരമ്പര്യത്തിൽനിന്നാണ് കാളിദാസാദികളുടെ സാഹിത്യം പിറവിയെടുത്തതെന്നും ശ്രവണ സുഭഗമായി ആലപിക്കുമ്പോൾ മാത്രമേ *കുമാരസംഭവ*ത്തിന്റെയും *രഘുവംശ*ത്തിന്റെയും മറ്റും ചൈതന്യം പൂർണ്ണമായി സാക്ഷാൽക്കരിക്കാൻ കഴിയുകയുള്ളൂവെന്നും നാം ഓർക്കേണ്ടതാണ്.

ഗീതഗോവിന്ദം പോലുള്ള ഗാനസാഹിത്യത്തിൽ ഈ സമന്വയം കൂടുതൽ ഗാഢമാണ്. യാത്രോത്സവത്തിൽനിന്നു പ്രചോദനമുൾക്കൊണ്ട് എഴുതിയ ജയദേവൻ ഈ കൃതി ലളിതമധുരമായ പദവിന്യാസം കൊണ്ടും താളവൈചിത്ര്യം കൊണ്ടും രാഗസ്ഫൂർത്തികൊണ്ടും സർവ്വോപരി രസസ്ഫുടതകൊണ്ടും ഇന്ത്യയൊട്ടുക്കുള്ള ജനങ്ങളെ ശതാബ്ദങ്ങളായി സാന്ദ്രാനുഭൂതിയിലാറാടിച്ചു വന്നു. സംഗീതാംശത്തിന്റെ ആധിക്യം സാഹിത്യാംശത്തിന്റെ ന്യൂനത്വത്തിനെ പരിഹരിച്ചിട്ടുണ്ടായിരിക്കാം, എന്നാൽ കവി ഗായകനാകുന്ന ആർക്കിടൈപ്പൽ സങ്കല്പത്തിനെ മൂർത്തമാക്കുന്ന ഇത്തരം അസുലഭകലാരൂപങ്ങൾ അന്യാദൃശമായ വിധം ജനമനസ്സുകളിൽ പ്രതിഷ്ഠ നേടുമെന്ന വസ്തുത നാം അംഗീകരിക്കാതിരുന്നുകൂടാ. സമീപകാലത്ത് രവീന്ദ്രനാഥടാഗോർ, സുബ്രഹ്മണ്യഭാരതി തുടങ്ങിയ മഹാകവികൾ കൈവരിച്ച ഔന്നത്യങ്ങൾക്കും സംഗീതസിദ്ധിയുടെ പിൻബലമുണ്ട്.

ഏറെക്കുറെ ഇതേ കഥതന്നെയാണു പാശ്ചാത്യ സാഹിത്യത്തിന്റെ പ്രാചീനപർവ്വത്തിനും പറയാനുള്ളത്. ഭാവകാവ്യത്തെ സൂചിപ്പിക്കാൻ ഉപയോഗിക്കുന്ന 'ലിറിക്ക്'ലയറെന്ന തന്ത്രീ വാദ്യവുമായി ബന്ധമുള്ളതാണല്ലോ. പാശ്ചാത്യസാഹിത്യത്തിന്റെ സംഗീതബന്ധത്തെ പല ഘട്ടങ്ങളായിത്തിരിക്കാറുണ്ട്. ആദ്യഘട്ടത്തിൽ രണ്ടു കലകളും പരസ്പരം വ്യവച്ഛേദിക്കാനാവാത്ത വിധം ഒന്നായിരുന്നു. ആറ്റിക്-പൂർവ്വകാലഘട്ടമെന്നു പറയാവുന്ന ഈ പ്രാക്തന ദശയിലെ സംഗീത-സാഹിത്യബന്ധം നാടോടിപ്പാട്ടുകളിൽ ഇന്നും അനുസ്യൂതമായി നിലനില്ക്കുന്നു. രണ്ടാം ഘട്ടത്തിൽ രണ്ടു കലകളും പരസ്പരം വേർതിരിയാൻ തുടങ്ങി. നാദശാസ്ത്രത്തിലുള്ള താത്പര്യം സംഗീതത്തിന്റെ ഭാഷാപരവും പുരാവൃത്തപരവുമായ പരിഗണന സാഹിത്യത്തിന്റെയും വിശദാംശങ്ങളിലുള്ള വ്യാവർത്തനത്തിനു വഴിവെച്ചതായി കരുതുന്നു. പത്തുമുതൽ പതിനഞ്ചുവരെയുള്ള നൂറ്റാണ്ടുകളിൽ സംഗീത സാഹിത്യങ്ങൾ പരിപൂർണ്ണസ്വാതന്ത്ര്യം കൈവരിച്ചതും മൂന്നാംഘട്ടത്ത സൂചിപ്പിക്കുന്നു. എഴുതിയ ഗാനത്തിനു സംഗീതം നൽകുന്ന സംവിധായകന് സാഹിത്യ പരിഗണനകൾക്കതീതമായ സ്വാതന്ത്ര്യം ലഭിച്ചുതുടങ്ങിയത് ഈ ഘട്ടത്തിലത്രേ. സംഗീത സാഹിത്യങ്ങളെ പുനരേകോപിപ്പിക്കാൻ ശ്രമിച്ച നവോത്ഥാന കാലഘട്ടം മറെറാരു ദശാന്തരത്തെ പ്രതിനിധാനം ചെയ്യുന്നു. പൊതുവെ വൈകാരികാംശത്തിനും ഊന്നൽ നൽകുന്ന കാല്പനികരും മറ്റും കവിതയിലെ സംഗീതാംശത്തെ ഉയർത്തിപ്പിടിക്കാൻ ശ്രമിച്ചിട്ടുണ്ട്.

സംഗീതത്തെ സാഹിത്യവുമായി താരതമ്യപ്പെടുത്തി നോക്കുമ്പോൾ ആദ്യമായി നാം ഓർക്കുന്നത് അതിന്റെ തീവ്രമായ വൈകാരികതയാണ്. എല്ലാ കലകളുടെയും പൊതുവായ ധർമ്മം വ്യഞ്ജകത്വമാണെന്നഭിപ്രായപ്പെടുന്ന ആനന്ദവർദ്ധനൻ കവിതയിൽ ആ വ്യഞ്ജകത്വം അർത്ഥമെന്ന മാധ്യമത്തെ അപേക്ഷിക്കുമ്പോൾ സംഗീതത്തിൽ അത്

അർത്ഥനിരപേക്ഷമാണെന്ന് സൂചിപ്പിച്ചു കാണുന്നുണ്ട്. Music is a language wherein emotion is divorced from information എന്നു സിദ്ധാന്തിച്ച ബർട്രന്റ് റസ്സലും അർത്ഥമാക്കുന്നതു ഇതുതന്നെ. ഇത് സംഗീതത്തിന്റെ വികാരാവിഷ്കരണശക്തിയോടൊപ്പം ആശയതലത്തിലുള്ള ദാരിദ്ര്യത്തെയും ഭംഗ്യന്തരേണ സൂചിപ്പിക്കുന്നുണ്ടല്ലോ. സംഗീത സാഹിത്യങ്ങളെ താരതമ്യപ്പെടുത്തുന്ന ഒരു സംസ്കൃതശ്ലോകം 'കർണ്ണം ഗതം ശുഷ്യതി കർണ്ണ ഏവ' എന്നിങ്ങനെ സംഗീതത്തിന്റെ ക്ഷണികതയെ എടുത്തു പറയുന്നു. ആലോചനാമൃതമായ സാഹിത്യമാകട്ടെ, പുനഃ പുനരനുസന്ധാനാത്മകവും ദീർഘദീർഘവുമായ ഒരു ആസ്വാദനപ്രക്രിയെയാണ് ഉളവാക്കുന്നത്. സാഹിത്യത്തിന്റെ ധൈഷണികവും ദാർശനികവുമായ മേഖലകൾ സംഗീതത്തിനപ്രാപ്യമത്രേ.

എന്തുതന്നെ വൈജാത്യങ്ങളുണ്ടായാലും കവിത ഒരു ലക്ഷ്യമായിക്കാണുന്നതും സംഗീതവുമായി സാത്മ്യം പ്രാപിക്കുന്ന ഒരവസ്ഥയെയാണ്. എല്ലാ കലകളും സംഗീതത്തോടടുക്കാൻ ശ്രമിക്കുന്നുവെന്ന ചൊല്ല് ഏറ്റവും സാർത്ഥകമായിട്ടുള്ളതും കവിതയുടെ കാര്യത്തിലാണ്. ഈണത്തിലൂടെയും താളത്തിലൂടെയും ബിംബാവലീ യോജനത്തിലെ പാറ്റേണുകളിലൂടെയും അനുപ്രാസാദിശബ്ദാലങ്കാരങ്ങളിലൂടെയും കവിത സംഗീതമാവാൻ നിരന്തരം യത്നിക്കുന്നു. സംഗീതത്തോടുള്ള പ്രാചീന ഗോത്രബന്ധത്തെ പുനഃസ്ഥാപിക്കാൻ കവിത വെമ്പൽ കൊള്ളുകയാവാം. മനുഷ്യസംസ്കൃതിയുടെ ശൈശവത്തിന്റെ അദ്ഭുതലോകത്തെ വീണ്ടെടുക്കാനുള്ള പ്രയത്നം ആണ് കാവ്യരചനയ്ക്കു പുറകിലുള്ളതെന്നു പറയാം. നവംനവങ്ങളായ അനുഭൂതി വൈചിത്ര്യങ്ങളെ അതിപ്രാക്തനമായ മാനസിക തലങ്ങളുമായി സമരസപ്പെടുത്തുന്ന വിഭ്രാമകയത്നമാണിത്. ഭാഷ എന്നോ കൈവെടിഞ്ഞ പ്രചാരലുപ്ത പ്രയോഗങ്ങളും (archaism) പദങ്ങളും ഇന്നും കവിതയിൽ നിലനില്ക്കുന്നതു കാണാമല്ലോ. ഇതുപോലെ മാനവ സംസ്കാരം അതിന്റെ മുന്നോട്ടുള്ള പ്രയാണത്തിൽ എന്നോ വേർതിരിച്ച സംഗീതാംശത്തെ വീണ്ടും കണ്ടെത്താനുള്ള ഉൾപ്രേരണയാവണം കവിതയെ സംഗീതാംശത്തിലേക്കു നയിക്കുന്ന ഘടകം.

(സാഹിത്യലോകം മെയ് ആഗസ്റ്റ് 1990)

ചരിത്രം, സംസ്കാരം

കേരളത്തിന്റെ പഴയകാല മതബന്ധങ്ങൾ

കൊളോണിയൽ അധിനിവേശത്തിനുശേഷം സ്വാതന്ത്ര്യം ലഭിച്ച മൂന്നാം ലോകരാഷ്ട്രങ്ങളുടെ നിർമാണപ്രക്രിയയിൽ ചരിത്രരചനാ ശീലങ്ങളുടെ പുനരവലോകനം അത്യന്തം പ്രാധാന്യമർഹിക്കുന്നു. ഭിന്നിപ്പിച്ചു ഭരിക്കുകയെന്ന അധിനിവേശതന്ത്രം ബോധപൂർവവും അബോധപൂർവവും ആ കാലഘട്ടത്തിലെ ചരിത്രരചനകളിൽ സ്വാധീനം ചെലുത്തിയിട്ടുണ്ട്. ഭാഷ, മതം, ആചാരം തുടങ്ങിയ മേഖലകളിൽ വൈവിധ്യങ്ങൾ നിലനിൽക്കുന്ന ഇന്ത്യപോലുള്ള ഒരു രാഷ്ട്രത്തിൽ ഇത്തരം വിഭാഗീയ സമീപനങ്ങൾ വലിയ ദൂഷ്യഫലങ്ങൾ ചെയ്തിട്ടുണ്ടെന്ന് ചരിത്രം നമ്മെ പഠിപ്പിക്കുന്നു. വിഭിന്നമതങ്ങൾക്കും ജനവിഭാഗങ്ങൾക്കും വ്യതിരിക്തമായ അസ്തിത്വം ചാർത്തിക്കൊടുക്കൽ കൊളോണിയൽ ഭരണത്തിന്റെ ഒരു നയപരിപാടിയായിരുന്നു. ഇന്ത്യൻ ജനത ജാതിമതഭാഷകൾക്കതീതമായി ഒരു രാഷ്ട്രത്തിലെ പൗരന്മാരെന്ന സ്വത്വം നേടുന്നത് തടയുക അവരെ സംബന്ധിച്ചിടത്തോളം ആവശ്യവുമായിരുന്നു. ഇന്ത്യാ ചരിത്രത്തെ ഹൈന്ദവ-മുസ്ലീം കാലഘട്ടങ്ങളായി വേർതിരിച്ചുകാണുന്നതു മുതൽ സായുധസേനയെ ജാതിവംശങ്ങളുടെ അടിസ്ഥാനത്തിൽ റജിമെൻറുകളാക്കിത്തിരിക്കുതുവരെയുള്ള ആസൂത്രിതമായൊരു കർമ്മപദ്ധതി കൊളോണിയൽ ഭരണകൂടത്തിനുണ്ടായിരുന്നു. ഇത്തരം വികലീകൃതമായ കാഴ്ചപ്പാടുകളിൽ നിന്നു മോചനം നേടിക്കൊണ്ട് പ്രാക്-കൊളോണിയൽ, കൊളോണിയൽ കാല ചരിത്രത്തെ വസ്തുനിഷ്ഠമായി വിശകലനം ചെയ്യാനുള്ള യത്നങ്ങൾ ഉണ്ടായിത്തുടങ്ങിയിട്ടുണ്ട്. അധിനിവേശകാലത്തിന്റെ വീക്ഷണ വൈകല്യങ്ങളെ തുറന്നുകാട്ടുന്ന എഡ്വേർഡ് സെയ്ദിന്റെ 'പൗരസ്ത്യവാദം' (Orientalism) എന്ന ഗ്രന്ഥം ഈ പുനർവിചിന്തനപ്രക്രിയയ്ക്ക് ആക്കം കൂട്ടിയിട്ടുണ്ട്. മതബന്ധങ്ങളുടെ ചരിത്രത്തിന്റെ വസ്തുനിഷ്ഠമായ പഠനം ഇന്ന് പല കാരണങ്ങൾകൊണ്ടും ഒരടിയന്തിരാവശ്യമായി മാറിയിരിക്കുന്നു. കേരളക്കരയിൽ കൊളോണിയൽ ശക്തികൾ നിലയുറപ്പിക്കുന്നതിനു മുമ്പുണ്ടായിരുന്ന മതസമൂഹങ്ങളുടെ പരസ്പരബന്ധം അവലോകനം ചെയ്യാനാണ് ഈപ്രബന്ധം ഉദ്യമിക്കുന്നത്.

വൈദേശികാക്രമണവുമായി ബന്ധിപ്പിച്ചുകൊണ്ടാണല്ലോ പലരും ഇന്ത്യാചരിത്രത്തിലെ ഹൈന്ദവേതര സമൂഹങ്ങളുടെ ആവിർഭാവത്തെ നോക്കിക്കാണുന്നത്. എന്നാൽ, ഭൂപ്രകൃതികൊണ്ടും കാലാവസ്ഥ കൊണ്ടും ഇന്ത്യയുടെ ഇതരപ്രദേശങ്ങളിൽ നിന്നു വ്യത്യസ്തത പുലർത്തുന്ന കേരളത്തിൽ ജൂതന്മാരും ഗ്രീക്കുകാരും റോമാക്കാരും സുറിയാനി ക്രിസ്ത്യാനികളും അറബികളും ഉൾപ്പെടുന്ന ജനവിഭാഗ ങ്ങൾ പ്രത്യക്ഷപ്പെടുന്നത് നാവിക വ്യാപാര സംഘങ്ങളെന്ന നില യ്ക്കാണ്. കാർഷികമായ ഫ്യൂഡൽ വ്യവസ്ഥ രൂപപ്പെടുന്ന പ്രക്രിയയ്ക്ക് സമാന്തരമായിത്തന്നെ ഈ വണിക് സമൂഹങ്ങൾ കേരളത്തിന്റെ സമ്പദ്‌വ്യവസ്ഥയുടെ അടിക്കല്ലായി നിലയുറപ്പിച്ചു. കുരുമുളകിന്റെയും മറ്റു സുഗന്ധദ്രവ്യങ്ങളുടെയും അന്താരാഷ്ട്രീയ വിപണനത്തിൽ പങ്കാളി കളായിരുന്ന ഈ സമൂഹങ്ങൾ ഇവിടെ സ്വാഗതം ചെയ്യപ്പെട്ടത് സ്വാഭാവി കമാണ്. ആക്രമണകാരികളായ വിദേശികൾ എന്ന നിലയ്ക്കല്ല, ബഹു മാന്യരായ അതിഥികൾ എന്ന നിലയ്ക്കാണ് അവർ കേരളക്കരയിൽ സ്വീകരിക്കപ്പെട്ടത്. ബൗദ്ധ-ജൈന സന്നിവേശങ്ങളോടു പോലും കാണി ക്കാത്ത സഹിഷ്ണുതയും അനുഭാവവും കേരളത്തിലെ രാജാക്കന്മാർ ജൂത-ക്രൈസ്തവ-ഇസ്ലാമിക സമൂഹങ്ങളോട് കാണിച്ചിരുന്നതിന്റെ പിന്നിൽ പരിപക്വമായ രാഷ്ട്രതന്ത്രജ്ഞതയുണ്ടായിരുന്നു.

ഈ മതസമൂഹങ്ങൾ കേരളക്കരയിൽ എപ്പോൾ എങ്ങനെ ആവിർ ഭവിച്ചുവെന്നു കൃത്യമായിപ്പറയുക വിഷമമാണെങ്കിലും ഒറ്റപ്പെട്ട ചില ചരിത്രപരാമർശങ്ങളും പലതരം ഐതിഹ്യങ്ങളും ഈ പ്രക്രിയ യിലേക്കു വെളിച്ചം വീശുന്നുണ്ട്. റോമാസാമ്രാജ്യവുമായി കേരളത്തി നുണ്ടായിരുന്ന സമ്പർക്കമായിരിക്കണം ഇവിടെ ജൂതന്മാരുടെയും സുറി യാനി ക്രിസ്ത്യാനികളുടെയും ആവിർഭാവത്തിനു വഴിയൊരുക്കിയത്. ക്രിസ്തുവർഷം ഒന്നാം ശതകത്തിൽ ജറുസലത്തിനു സംഭവിച്ച തകർച്ച യോടെയാണ് തങ്ങൾ കേരളത്തിലെത്തിയതെന്നു ജൂതന്മാർ വിശ്വസി ക്കുന്നു. ഇതുപോലെ സെന്റ് തോമസിന്റെ സ്വാധീനത്തിൽ മതപരിവർ ത്തനത്തിനു വിധേയരായവരുടെ പിൻഗാമികളാണ് തങ്ങളെന്നു സുറി യാനി ക്രൈസ്തവരും കരുതുന്നു. ഏതായാലും ക്രിസ്തുവർഷത്തിന്റെ ആദ്യശതകങ്ങളിലാണ് ജൂതരും ക്രൈസ്തവരും കേരളത്തിലെത്തി പ്പെട്ടതെന്നു സംശയാതീതമാണ്.

അറബികൾക്കു കേരളവുമായുണ്ടായിരുന്ന വ്യാപാരബന്ധത്തിന് വളരെ പഴക്കമുണ്ട്. ഒമ്പതാംശതകം മുതൽ മുസ്ലീങ്ങളെക്കുറിച്ചുള്ള പരാമർശങ്ങൾ സുലഭമാണ്.

ഇതിൽ നിന്നെല്ലാം കേരള സമൂഹരൂപവത്കരണ പ്രക്രിയയിൽ ആര്യ-ദ്രാവിഡ ധാരകളുടെ സമ്മിശ്രണ ഫലമായുണ്ടായ ക്ഷേത്രകേന്ദ്രി തമായ ഹൈന്ദവ സമൂഹത്തോടൊപ്പം തന്നെ ഇതര മതവിഭാഗങ്ങളും ഭാഗഭാക്കുകളായിരുന്നുവെന്നു വ്യക്തമാണ്.

ഈ വണിക് സമൂഹങ്ങളിൽ താരതമ്യേന വ്യാപക സ്വാധീനം കുറവായ ജൂതന്മാരുടെ പല അധിവാസ കേന്ദ്രങ്ങളും പിൽക്കാലത്ത് ഇല്ലാതായിത്തീർന്നു. കൊടുങ്ങല്ലൂർ, പാലയൂർ, മാള, പുല്ലൂറ്റ്, കൊല്ലം, മാടായി, പന്തലായിനിക്കൊല്ലം, ചാവക്കാട് തുടങ്ങിയ സ്ഥലങ്ങളിലെല്ലാം ജൂതസന്നിവേശങ്ങളുണ്ടായിരുന്നതായി കരുതപ്പെടുന്നു. പതിന്നാലാം ശതകത്തിലെഴുതപ്പെട്ട ഒഡോറിക് പാതിരിയുടെ വിവരണങ്ങളിൽ പന്തലായിനിക്കൊല്ലത്തെ ജൂതന്മാരെക്കുറിച്ച് പരാമർശമുണ്ട്. യമനിലെ ജൂതക്കച്ചവടക്കാരുടെ സാമ്പത്തികസഹായം ഇവിടെയുള്ള ജൂതവണിക്കുകൾക്കു ലഭിച്ചിരുന്നു. അവർ കുരുമുളക്, മറ്റു സുഗന്ധവിളകൾ, ഔഷധസസ്യങ്ങൾ, ഇരുമ്പ്, ഉരുക്ക്, ചീനക്കളിമൺപാത്രങ്ങൾ എന്നിവ കേരളത്തിൽ നിന്നു കയറ്റിക്കൊണ്ടുപോയിരുന്നതായി പറയപ്പെടുന്നു. സമ്പന്നമായ ജൂതസമൂഹത്തിന് മാന്യമായ സ്ഥാനമാണ് നാടുവാഴികൾ നൽകിയിരുന്നത്. ഭാസ്കരരവിവർമ്മ ചക്രവർത്തിയുടെ എ.ഡി. 1000-ാമാണ്ടത്തെ ജൂതശാസനം, ജോസഫ് റബ്ബാൻ എന്ന ജൂത മുഖ്യന്, അദ്ദേഹം അനുവദിച്ച ആനുകൂല്യങ്ങളുടെ രേഖയാണ്. ജൂതന്മാർ പലവിധ പീഡനങ്ങൾക്കും വിധേയരായത് പോർച്ചുഗീസുകാരുടെ വരവോടെയാണ്. എന്നാൽ, മറ്റു കൊളോണിയൽ ശക്തികളിൽ നിന്ന് അവർക്ക് കാര്യമായ പീഡനമൊന്നും നേരിടേണ്ടിവന്നില്ല. ഇരുപതാം നൂറ്റാണ്ടിൽ ഇസ്രായേൽ നിലവിൽ വന്നപ്പോഴാണ് കേരളത്തിലെ ബഹുഭൂരിഭാഗം ജൂതന്മാരും നാടുവിട്ടത്. ഇപ്പോൾ മട്ടാഞ്ചേരി, പറവൂർ, എറണാകുളം തുടങ്ങിയ പട്ടണങ്ങളിലെ ന്യൂനപക്ഷമായി മാത്രമേ അവർ സമകാലികസമൂഹത്തിൽ നിലനിൽക്കുന്നുള്ളൂ.

അല്പം വ്യത്യസ്തമാണ് കേരളത്തിലെ ക്രൈസ്തവ സമൂഹത്തിന്റെ കഥ. അന്നുമിന്നും കേരളസമൂഹത്തിൽ ഈ ജനവിഭാഗത്തിനുള്ള സ്ഥാനം വലുതാണ്. സമ്പന്നമായ ഒരു ക്രൈസ്തവ സമൂഹത്തെക്കുറിച്ച് കേരളം സന്ദർശിച്ച പാന്തയേനസ് എന്ന അലക്സാൻഡ്രിയൻ വിദ്യാഭ്യാസവിദഗ്ധന്റെ എ.ഡി. രണ്ടാംശതകത്തിലെ രേഖ പരാമർശിക്കുന്നുണ്ട്. ബ്രാഹ്മണരടക്കമുള്ള സമൂഹത്തിലെ ഉന്നതശ്രേണിയുടെ മതപരിവർത്തനത്തിലൂടെയാണ് കേരളത്തിൽ ക്രൈസ്തവ സമൂഹം ഉരുത്തിരിഞ്ഞു വന്നതെന്ന ഐതിഹ്യം സാമൂഹികരംഗത്ത് ഈ മതവിഭാഗത്തിനുണ്ടായിരുന്ന പ്രാമുഖ്യത്തെയാണ് സൂചിപ്പിക്കുന്നത്. എ.ഡി. 52-ൽ സെന്റ് തോമസ് മുസിരിസിനടുത്തുള്ള മാല്യങ്കരയിൽ വന്ന് പലരെയും മതപരിവർത്തനം ചെയ്യിച്ചുവെന്നും മാല്യങ്കര, പാലയൂർ, കോട്ടക്കാവ്, കൊക്കമംഗലം, കൊല്ലം, നിരണം, നിലയ്ക്കൽ എന്നിവിടങ്ങളിൽ ഏഴു പള്ളികൾ സ്ഥാപിച്ചുവെന്നും ക്രൈസ്തവർ വിശ്വസിച്ചുവരുന്നു. മറ്റൊരൈതിഹ്യം ക്നായിത്തൊമ്മൻ എന്ന കച്ചവടക്കാരന്റെ നേതൃത്വത്തിൽ കേരളത്തിൽ കുടിയേറിയ സുറിയാനി ക്രിസ്ത്യാനികളെക്കുറിച്ചുള്ളതാണ്. ബാഗ്ദാദ്, നിനേവ, ജറുസലേം എന്നിവിടങ്ങളിലെ ഏഴു ഗോത്രങ്ങളിൽപ്പെട്ട 72 കുടുംബങ്ങളിൽ

നിന്നുള്ള നാനൂറു ക്രിസ്ത്യാനികളടങ്ങുന്നതായിരുന്നു ഈ കുടിയേറ്റ സംഘമെന്നും ഇവർക്കു കൊടുങ്ങല്ലൂരിൽ ഒരു പട്ടണം സ്ഥാപിക്കാനും ഉള്ള സൗകര്യം ചെയ്തുകൊടുത്തതു ചേരമാൻ പെരുമാളായിരുന്നു വെന്നും ആണ് ഐതിഹ്യം.

കേരളത്തിലെ ക്രൈസ്തവസമൂഹത്തിനു ഭരണാധികാരികൾ അനു വദിച്ച ആനുകൂല്യങ്ങളെയും സ്ഥാനമാനങ്ങളെയും കുറിച്ച് അറിവു നൽകുന്ന പല ചരിത്രരേഖകളും ഉപലബ്ധമാണ്. സ്ഥാണുരവി (844–855) യുടെ ഭരണകാലത്തു വേണാട്ടിലെ അയ്യനടികൾ ചമച്ച തരിസാപ്പള്ളി ചെപ്പേട് കൊല്ലം ഭാഗത്തുള്ള ക്രൈസ്തവർക്കു ലഭിച്ച അധികാരാ വകാശങ്ങളെ സൂചിപ്പിക്കുന്നു. മണിഗ്രാമത്തിലുള്ള ചാത്തൻവടുകൻ, ഇരവിച്ചാത്തൻ എന്നീ ക്രൈസ്തവ വണിക്കുകൾക്കു രാജസിംഹൻ (1028–1043) ചാർത്തിക്കൊടുത്ത അധികാരങ്ങളെ വിവരിക്കുന്നതാണ് 'താഴക്കാട്ടുപള്ളി ശാസനം.' ഇരവികോർത്തനൻ എന്ന ക്രൈസ്തവ വ്യാപാരിക്ക് വീരരാഘവചക്രവർത്തി എ.ഡി. 1225ൽ അനുവദിച്ച അവകാ ശങ്ങളെയും സ്ഥാനമാനങ്ങളെയും പ്രതിപാദിക്കുന്ന ഒരുതാമ്രശാസന മുണ്ട്. റോമാസാമ്രാജ്യകാലത്തോളം നീണ്ടുപോകുന്ന സുദീർഘമായ വ്യാപാരബന്ധത്തിൻ പരിചയവും വൈദഗ്ധ്യവുമുള്ള ഒരു വണിക് സമൂഹത്തിന് വേണ്ട സഹായസഹകരണങ്ങൾ നൽകാൻ ഇവിടുത്തെ നാടുവാഴികൾ മുന്നോട്ടുവന്നതിലദ്ഭുതമില്ല. വാണിജ്യരംഗത്തും ആയോ ധനരംഗത്തും ഗണനീയ സാന്നിധ്യമായി മാറിയ ഇസ്ലാമിക സമൂഹ ത്തിനും ഭരണകൂടങ്ങളുടെ പ്രോത്സാഹനവും പിൻബലവുമുണ്ടാ യിരുന്നു. ഇസ്ലാം മതം പ്രചരിപ്പിക്കാൻ കേരളത്തിലെത്തിയ മലിക് ഇബ്ൻ ദ നാരിനും കുടുംബത്തിനും കൊടുങ്ങല്ലൂർ രാജാവ് ആതിഥ്യ മരുളിയതും ഒടുവിലത്തെ ചേരമാൻ പെരുമാൾ ഇസ്ലാം മതം സ്വീകരിച്ചതു മായ ഐതിഹ്യങ്ങൾ ഈ സൗഹാർദ്ദത്തെ സൂചിപ്പിക്കുന്നു. ഒരു തുറമുഖമെന്ന നിലയ്ക്കും വ്യാപാരകേന്ദ്രമെന്ന നിലയ്ക്കും ഉള്ള കോഴിക്കോടിന്റെ വളർച്ച അറബികളും ഇസ്ലാമികസമൂഹവുമായി ബന്ധ പ്പെട്ടുകിടക്കുന്നു. സാമൂതിരി ഒരു വലിയ സൈനികശക്തിയായി വളർന്ന തിൽ നാവികസേനാനായകന്മാരായ കുഞ്ഞാലിമാർ വഹിച്ച പങ്കു വലുതാണ്. നാവികസൈന്യത്തിലേക്കുള്ള മാപ്പിളമാരിൽ എണ്ണക്കുറവ് അനുഭവപ്പെട്ടപ്പോൾ ഹിന്ദുമുക്കുവക്കുടുംബങ്ങളിൽ നിന്നുള്ളവരെ മുസ്ലീ ങ്ങളായി വളർത്താൻ സാമൂതിരി കല്പനപോലും പുറപ്പെടുവിച്ചിരുന്നു വെന്ന വസ്തുത ഈ ബന്ധത്തിന്റെ ദാർഢ്യം വെളിപ്പെടുത്തുന്നു. എന്നാൽ, പൊതുവിൽ ജാതിവ്യവസ്ഥയുടെ അടിത്തട്ടിൽ കഴിഞ്ഞിരുന്ന വലിയൊരു ജനവിഭാഗം ഇസ്ലാമിലേക്ക് നീങ്ങിയത് സാമൂഹികാവശത കളുടെ വിമോചനോപാധി എന്ന നിലയ്ക്കായിരുന്നു.

കോളനിവാഴ്ചയ്ക്കു മുമ്പുള്ള കേരളത്തിന്റെ സാംസ്കാരികചരിത്രം ഈ ഹൈന്ദവേതരസമൂഹങ്ങൾ കേരള സംസ്കാരത്തിൻറ മുഖ്യധാരയു മായി സമരസപ്പെട്ടു കഴിഞ്ഞതിന്റെ ചിത്രമാണ് കാഴ്ചവെയ്ക്കുന്നത്.

മതപരിവർത്തനത്തിനുശേഷവും ക്രിസ്ത്യാനികളും മുസ്ലീങ്ങളും പ്രാദേശികാചാരങ്ങൾ വലിയ മാറ്റം കൂടാതെ പിന്തുടർന്നുപോന്നു. വടക്കേ മലബാറിലെയും ചില തെക്കൻ പ്രദേശങ്ങളിലെയും മുസ്ലീങ്ങൾ മരുമക്കത്തായം തന്നെ പിന്തുടർന്നുവന്നത് ഇതിനൊരുദാഹരണമാണ്. കേരളീയ ക്ഷേത്രപാരമ്പര്യത്തെ അനുസ്മരിപ്പിക്കുന്ന ശില്പമാതൃക കളും ചന്ദനക്കുടം പോലുള്ള ഉത്സവങ്ങളും മുസ്ലീംപള്ളികളിൽ നിലനിൽ ക്കുന്നു. ഇതുപോലെ തന്നെ, പുലകുളിയടിയന്തിരം, കാതുകുത്തൽ, കുടുമ വളർത്തൽ തുടങ്ങിയ ഹൈന്ദവാചാരങ്ങൾ മതംമാറ്റത്തിനുശേഷം ക്രിസ്ത്യാനികളും പിന്തുടർന്നുവന്നു. പ്രാചീനക്രൈസ്തവന്മാർ ആയുധ ക്കളരിയിൽ പരദേവതകളെ പ്രതിഷ്ഠിച്ച് പൂജകളർപ്പിച്ചിരുന്നുവെന്നു പറയപ്പെടുന്നു. പതിനാറാം നൂറ്റാണ്ടു വരെ കേരളത്തിലെ സുറിയാനി ക്രിസ്ത്യാനികൾ കുട്ടികളുടെ നാമകരണം, ചോറൂണ് തുടങ്ങിയ ചടങ്ങു കൾ നടത്തിയിരുന്നു. ആലിലത്താലികെട്ട്, മന്ത്രകോടി തുടങ്ങിയ നമ്പൂ തിരി സമ്പ്രദായങ്ങൾ ഇന്നും ക്രിസ്ത്യാനികൾ പിന്തുടരുന്നുണ്ട്.

കേരളത്തിന്റെ സവിശേഷ സംസ്കാരത്തിന്റെ ഉത്പന്നങ്ങളായ മാപ്പിളപ്പാട്ട്, ചവിട്ടുനാടകം, കഥകളി തുടങ്ങിയ പല കലകളിലും വിഭിന്ന മതവിഭാഗങ്ങൾ തമ്മിൽ പരസ്പരം ആദാനപ്രദാനങ്ങൾ നടന്നിരുന്ന തിന്റെ തെളിവുകളുണ്ട്. മാപ്പിളപ്പാട്ടിന് സംസ്കൃത പൈതൃകം അന്യ മായിരുന്നില്ലെന്ന വസ്തുത രസകരമാണ്. നാട്ടിലെയും പുറംനാട്ടിലേയും സംസ്കാരങ്ങളുടെ സമ്മിശ്രണം ചവിട്ടുനാടകം പോലുള്ള കലാരൂപ ങ്ങളിൽ കാണാം. കഥകളിയിലെ സ്ത്രീവേഷം മുസ്ലീം സ്വാധീനത്തെ ശക്തിയായി സൂചിപ്പിക്കുന്നു. കലാശമെന്ന നൃത്തസങ്കേതം ഒരറബി വാക്കാണെന്ന വസ്തുതയും കൗതുകമുണർത്തുന്നു. ആയുർവേദം, ശരീരസംസ്കാരം എന്നീ മേഖലകളിൽ മുഖ്യധാരാപാരമ്പര്യത്തിൽ നിന്ന് ഇതരമനസ്കർ അകറ്റിനിർത്തപ്പെട്ടിരുന്നില്ല. ഹൈന്ദവരുടെ മത പരമായ അനുഷ്ഠാനങ്ങളിൽപ്പോലും ഇതര മതവിഭാഗങ്ങൾ ഇണക്കി ച്ചേർക്കപ്പെട്ടിരുന്നുവെന്ന വസ്തുത വളരെ പ്രാധാന്യമർഹിക്കുന്നു. ശബരിമലക്ഷേത്രത്തോടനുബന്ധിച്ചുള്ള വാവരുടെ പള്ളിയും അനു ഷ്ഠാനപരമായ അശുദ്ധികളെ ദൂരീകരിക്കാൻ ക്രിസ്ത്യാനിയുടെ സ്പർശം മതിയെന്ന മധ്യകേരള വിശ്വാസവും മാമാങ്കത്തിൽ സാമൂതി രിയെ സഹായിക്കാനെത്തിയിരുന്ന മുസ്ലീം കാസിയും മറ്റും ഇവിടെ ഉദാഹരണമാകുന്നു.

കൊളോണിയൽ കാലഘട്ടത്തിലാണ് നൂറ്റാണ്ടുകളായി കേരളത്തിൽ നിലവിലുണ്ടായിരുന്ന ഈ സാമൂഹിക പരിതഃസ്ഥിതിക്ക് വലിയ ആഘാതമേറ്റത്. അതിന് പ്രധാന ഉത്തരവാദി ഇവിടെ അധീശത്വത്തിനു വേണ്ടി ശ്രമിച്ച വിദേശശക്തികളായിരുന്നു. കോളനിവാഴ്ചയ്ക്കു മുമ്പുള്ള കേരളസമൂഹം തീർത്തും കുറ്റമറ്റതാണന്നൊന്നും ഇവിടെ വിവക്ഷയില്ല. ജാതിവ്യവസ്ഥയുടെയും മറ്റനാചാരങ്ങളുടെയും നീർച്ചുഴിയിൽപ്പെട്ട കേരളജനതയ്ക്ക് നവീകരണത്തിന്റെയും പരിവർത്തനത്തിന്റെയും

രാസത്വരകമായിത്തീർന്നത് കോളനിവാഴ്ചക്കാലമാണെന്നും വിസ്മരിക്കുന്നില്ല. എന്നാൽ വ്യാപാരക്കുത്തകയ്ക്കും രാഷ്ട്രീയാധികാരത്തിനും വേണ്ടി എല്ലാ അടവുകളും പയറ്റിയ പോർച്ചുഗീസുകാരെപ്പോലുള്ള കൊളോണിയൽ ശക്തികൾ കേരളത്തിൽ നൂറ്റാണ്ടുകളായി നിലവിലുണ്ടായിരുന്ന സാമുദായിക ബന്ധങ്ങളിൽ ആഴത്തിൽ മുറിവേല്പിച്ച വസ്തുത അനിഷേധ്യമാണ്. ജൂതന്മാരോടും മുസ്ലീങ്ങളോടും ശത്രുതയും സുറിയാനി ക്രിസ്ത്യാനികളോട് അവജ്ഞയും ദീക്ഷിച്ച അവർ, സ്വതന്ത്ര തുറമുഖമായിരുന്ന കോഴിക്കോട്ടു നിന്നു മുസ്ലീങ്ങളെ പുറത്താക്കണമെന്ന ആവശ്യം സാമൂതിരിയോടുന്നയിക്കാനോ ജൂതപ്പള്ളികൾ നശിപ്പിക്കാനോ നിർബന്ധ മതപരിവർത്തനം നടത്താനോ മടികാണിച്ചില്ല. സുറിയാനി ക്രിസ്ത്യാനികൾ നൂറ്റാണ്ടുകളായി പിന്തുടർന്നുവന്ന പ്രാദേശികാചാരങ്ങളെ എതിർക്കുകയും അവരെ ലത്തീൻസഭയുടെ കീഴിലാക്കാൻ ശ്രമിക്കുകയും ചെയ്ത പോർച്ചുഗീസ് നയത്തിനെതിരെ ഉണ്ടായ കൂനൻ കുരിശുകലാപത്തിന് കോളനിവത്ക്കരണവിരുദ്ധ സമരത്തിന്റെ മാനങ്ങൾ കാണാം. സാമൂതിരിക്കു മുസ്ലീങ്ങളോടുണ്ടായിരുന്ന ചിരകാലബന്ധത്തിന് ഉടവുതട്ടിയതും കൊളോണിയൽ ശക്തികളുടെ ഇടപെടൽ നിമിത്തമാണെന്നും പറയാം. കൊളോണിയൽ കാലഘട്ടത്തിലുണ്ടായ സാമ്പത്തികാധഃപതനവും നിസ്സഹായതയുമാണ് മലബാർ മുസ്ലീങ്ങളെ മൈസൂർ ആക്രമണവേളയിൽ ആക്രമണകാരികളോടടുപ്പിച്ചത്. ടിപ്പുവിന്റെ സേന പിൻവാങ്ങിയതിനുശേഷം പുനഃസ്ഥാപിതമായ ഹൈന്ദവ രാജഭരണത്തിൽ നിന്നുണ്ടായ പ്രതികാര നടപടികളും ബ്രിട്ടീഷുകാരുടെ ഭാവനാശൂന്യമായ, കാർഷികനയങ്ങളുമാണ് അവരുടെ അന്യവത്കരണത്തിനും തുടർന്നുള്ള കലാപങ്ങൾക്കും വലിയൊരളവിൽ പ്രേരകമായിത്തീർന്നത്.

കൊളോണിയൽ കാലഘട്ടമേൽപ്പിച്ച വിഭാഗീയതകളിൽ നിന്ന് കേരളം ഇന്നും പൂർണമോചനം നേടിയിട്ടില്ല. മതപരമായ വ്യക്തിത്വത്തിന്റെ ലേബലിൽ കേരളീയ ജനതയെ പല തട്ടുകളിലാക്കാൻ ഇന്നും സ്ഥാപിത താത്പര്യക്കാർ പരിശ്രമിച്ചുകൊണ്ടിരിക്കുന്നു. അടിസ്ഥാന പ്രശ്നങ്ങൾ ഈ വിഭാഗീയതയിൽ വിസ്മരിക്കപ്പെടുന്നു. മതങ്ങളുടെ സഹവർത്തിത്വത്തിലാണ് കേരളം നൂറ്റാണ്ടുകളിലൂടെ സ്വത്വം കണ്ടെത്തിയതെന്ന ചരിത്രപാഠം നമ്മെ ഇരുത്തി ചിന്തിപ്പിക്കേണ്ടിയിരിക്കുന്നു.

(സാംസ്കാരിക കേരളം)

മതവും മാനവികതയും

എല്ലാ മതങ്ങളിലും മാനവികതയുടേതായ ഒരു അന്തർധാരയുണ്ട്. അനുഷ്ഠാനങ്ങളിൽ ഇതു മറഞ്ഞുപോകുന്നു. ഹിന്ദുമതത്തിലെ മാന വികതയെക്കുറിച്ചു ചിന്തിക്കുമ്പോൾ തുടക്കത്തിൽത്തന്നെ ചില നിർവ്വ ചനസമസ്യകളെ അഭിമുഖീകരിക്കേണ്ടിവരുന്നു. മറ്റു മതങ്ങൾ പോലെ ഒരു നിയതമതഗ്രന്ഥമോ പ്രവാചകനോ അനുശാസനക്രമങ്ങളോ ഒന്നും കൊണ്ട് വേർതിരിച്ചു മനസ്സിലാക്കാൻ സാധ്യമല്ലാത്തതാണ് ഹിന്ദുമതം. ആസേതുഹിമാചലം വ്യാപിച്ചു നിൽക്കുന്ന ഒരു വിസ്തൃത ജനപദത്തിലെ ആചാര-വിശ്വാസസംഹിതകളെ മൊത്തത്തിൽ സൂചിപ്പിക്കാനാണ് ഹൈന്ദവമെന്ന സംജ്ഞ ഉപയോഗിച്ചുവരുന്നത്. അതൊരു നിയതമത മെന്നതിനേക്കാൾ ഒരു ജീവിത രീതി - അഥവാ അനേകം ജീവിതരീതി കളുടെ സമുച്ചയം - എന്ന നിലയ്ക്കാണ് സമീപിക്കപ്പെടേണ്ടത്. ഒട്ടേറെ ആരാധനാക്രമങ്ങളും ആചാരങ്ങളും, വിശ്വാസങ്ങളും ഹിന്ദുമതത്തിന്റെ കുടക്കീഴിൽ ഉൾപ്പെടുന്നതായിക്കാണാം. ഇവയ്ക്കെല്ലാം സാജാത്യങ്ങളും അവയിലധികം വൈജാത്യങ്ങളും കാണാം. ഏതെങ്കിലുമൊരു വിശുദ്ധ മതഗ്രന്ഥത്തെ പ്രമാണികരിച്ചു കൊണ്ടുള്ള മതമെന്നനിലയ്ക്കും ഹിന്ദു മതത്തെ നിർവ്വചിക്കാനാവില്ല. വേദങ്ങൾ, ഇതിഹാസങ്ങൾ, ഉപനിഷത്തു കൾ, ഭഗവദ്ഗീത, ആഗമങ്ങൾ, തുടങ്ങി പ്രാമാണികഗ്രന്ഥങ്ങളും അനേക മുള്ളതാണ് കാരണം. ചുരുക്കത്തിൽ ഒരു വിശാലമായ ഭൂഖണ്ഡത്തിലെ അനേകായിരം സംവത്സരങ്ങളിലൂടെ ഉരുത്തിരിഞ്ഞുവന്ന ജീവിതരീതി യെന്ന നിലയ്ക്കു മാത്രമേ "ഹൈന്ദവം" എന്ന സംവർഗ്ഗത്തെ നോക്കി ക്കാണാൻ നിർവ്വാഹമുള്ളൂ.

അടുത്ത പ്രശ്നം മാനവികതയുടേതാണ്. മനുഷ്യനെ പ്രപഞ്ചത്തിന്റെ കേന്ദ്രബിന്ദുവായി കണ്ടുകൊണ്ടുള്ള ജീവിതവീക്ഷണമാണ് ദാർശനിക രംഗത്ത് 'ഹ്യൂമനിസം' അഥവാ മാനവികതയെന്ന പേരിൽ അറിയപ്പെടു ന്നത്. പ്രകൃതിയിൽനിന്നു വ്യതിരിക്തനായ കേവലമനുഷ്യൻ എന്ന ആശയം നവോത്ഥാനകാലത്തെ സാംസ്കാരിക വ്യവഹാരങ്ങളിലെ കേന്ദ്രസ്ഥാനീ യമായ സങ്കല്പമായിരുന്നു. ഇത്തരമൊരു ജീവിതവീക്ഷണത്തെ ഇന്ത്യൻ ചിന്താമണ്ഡലത്തിൽ അതേപടി കണ്ടെത്തുക വിഷമകരമായിരിക്കും.

പൊതുവെ പറഞ്ഞാൽ ഇന്ത്യയുൾപ്പെടെയുള്ള പൗരസ്ത്യ ദേശങ്ങളിലെ ചിന്താധാരയിൽ മനുഷ്യൻ ചരാചരപ്രപഞ്ചത്തിലെ ഒരു ഭാഗം മാത്ര മായാണ് വീക്ഷിക്കപ്പെട്ടു വന്നത്. ഈ പരിമിതി അംഗീകരിക്കാതെയുള്ള ഏതു പര്യവേക്ഷണവും ഒരു വൃഥാവ്യായാമം മാത്രമായിരിക്കും.

ഇന്ത്യയിൽ സഹസ്രാബ്ദങ്ങളായി നിലനിന്നുപോന്ന സാമാന്യജന ങ്ങളുടെ ആരാധനാരീതിയും വൈദികമായ ജീവിത ദർശനവും തമ്മിലു ണ്ടായ ഒരു സമന്വയത്തിലൂടെയാണ് ഹിന്ദുമതം രൂപമെടുത്തതെന്നു ഗവേഷകന്മാർ കരുതുന്നു. വൈദികകാലത്തെ ഇന്ദ്രൻ, അഗ്നി, വരുണൻ തുടങ്ങിയ പ്രകൃതിശക്തികളെ ആധാരമാക്കിയ അനുഷ്ഠാന ക്രമം പിൽ ക്കാലത്ത് ആഗമികപാരമ്പര്യത്തെ അടിസ്ഥാനപ്പെടുത്തിക്കൊണ്ടുള്ള, ക്ഷേത്രകേന്ദ്രിതമായ ആരാധനാക്രമത്തിനു വഴിമാറിക്കൊടുത്തതായി ക്കാണാം. ബൗദ്ധ, ജൈനദർശനങ്ങളും ഭാരതീയ ജീവിത വീക്ഷണ ത്തിനു വൈവിധ്യം പ്രദാനം ചെയ്ത തിരുത്തൽ ശക്തികളായി നില കൊണ്ടിട്ടുണ്ട്. ശങ്കരാചാര്യർ ഇന്ത്യയിൽ വിഭിന്നപ്രദേശങ്ങളിൽ നില നിന്നുപോന്ന ആരാധനാക്രമങ്ങളെയെല്ലാം അദ്വൈതദർശനത്തിന്റെ കാഴ്ചപ്പാടിൽ സമന്വയിപ്പിക്കാൻ ശ്രമിച്ചു. മധ്യകാല ഭക്തിപ്രസ്ഥാനം സാമാന്യജനങ്ങളുടെ വൈകാരികമായ ഏകീകരണത്തിനു ശ്രമിച്ചു. വിഭിന്നകാലഘട്ടങ്ങളിൽ ഇപ്രകാരം രൂപപ്പെടുത്തുന്ന പ്രവണതകളിലും പ്രസ്ഥാനങ്ങളിലുമെല്ലാം മനുഷ്യസങ്കല്പത്തിനു സൂക്ഷ്മമായ മാറ്റങ്ങൾ ഉണ്ടായിട്ടുണ്ട്. എന്നാൽ ഈ പരിണാമങ്ങൾക്കപ്പുറത്ത് ഇന്ത്യയുടെ തനതെന്നു വിശേഷിപ്പിക്കാവുന്ന ഒരു മനുഷ്യസങ്കല്പത്തെ നമുക്ക് അവ്യക്തമായാണെങ്കിലും കാണാവുന്നതാണ്.

പ്രപഞ്ചത്തിന്റെ നിഗൂഢതകൾക്കു മുമ്പിൽ ആശ്ചര്യപരതന്ത്രനായി നിൽക്കുന്ന ആദിമനുഷ്യന്റെ ഉദാത്തചിന്തകളെ ചിത്രണം ചെയ്യുന്ന വൈദികസാഹിത്യത്തിൽ മനുഷ്യൻ ഒരു കൂട്ടായ്മയുടെ ഭാഗമായാണ് മുഖം കാണിക്കുന്നത്. ഗോത്രഗാനങ്ങളാണ് ഋഗ്വേദമന്ത്രങ്ങൾ. ഇവിടെ മനുഷ്യന്റെ സമഷ്ടസ്വത്വത്തിന്റെ പ്രസാദത്തികവിൽ ഒറ്റയാനായ മനു ഷ്യന്റെ അന്യതാബോധത്തിന് പ്രസക്തിയൊന്നുമില്ല. ജാതിവ്യവസ്ഥ രൂഢമൂലവുമായിരുന്നില്ല. പാരത്രികലോകത്തേക്കാൾ ഐഹികലോക ത്തിലെ സുഖസമൃദ്ധികൾക്ക് മുൻതൂക്കം നൽകുന്ന മനോഭാവമാണ് വൈദിക സാഹിത്യത്തിൽ നിഴലിച്ചുകാണുന്നത്. പിൽക്കാല ഭാരതീയ ചിന്തയിലെ കാതലായ സങ്കല്പത്തെ കുറിക്കുന്ന ധർമ്മം എന്ന പദം ഋഗ്വേദത്തിലില്ലെങ്കിലും സത്യം, ആർജ്ജവം, പ്രപഞ്ചത്തിന്റെ ധാർമ്മിക ക്രമം എന്നിവയെല്ലാം സൂചിപ്പിക്കുന്ന 'ഋത'മെന്ന സങ്കല്പം വേദത്തി ലുണ്ട്. വരുണനാണ് ഋതത്തിന്റെ സംരക്ഷകൻ. സജ്ജനങ്ങൾ ഋതം പിന്തുടരുന്നു. ഋഗ്വേദത്തിൽ ആദർശജീവിതത്തെക്കുറിച്ചുള്ള സങ്കല്പ ത്തിൽ അനുഷ്ഠാനങ്ങൾക്കെന്നപ്പോലെ സദ്ഗുണങ്ങൾക്കും ഇതര മനുഷ്യ രോടുള്ള സഹാനുഭൂതിക്കും സ്ഥാനം നൽകിയിട്ടുണ്ട്. ഋഗ്വേദത്തിലെ

ചില സൂക്തങ്ങൾ ദാനധർമ്മങ്ങൾ അനുഷ്ഠിക്കുന്നവന്റെ സമ്പത്തു നശിക്കുന്നില്ലെന്നും വിശപ്പുള്ളവനു ഭക്ഷണം നൽകാതെ സ്വയം സുഖമനുഭവിക്കുന്നവന് ആരും തുണയുണ്ടാവുകയില്ലെന്നും പറയുന്നു. പ്രപഞ്ചത്തിലെ എല്ലാ അനീതികളും ദേവതമാർ കാണുന്നുണ്ടെന്ന ഒരു വിശ്വാസം ഋഗ്വേദത്തിലുണ്ട്. ആകാശദേവതയും സൂര്യചക്ഷസ്സുമായ വരുണന്റെ സർവ്വജ്ഞദൃഷ്ടിക്കുഗോചരമാകാത്ത ഒന്നും ഈ പ്രപഞ്ചത്തിലില്ലെന്നും ഋതപാലകനാണ് വരുണനെന്നുമുള്ള സങ്കല്പം ഋഗ്വേദത്തിൽ ഉടനീളം കാണാം.

വൈദികകാലത്തെ താരതമ്യേന ലളിതമായ അനുഷ്ഠാനങ്ങൾ ബ്രാഹ്മണങ്ങളിൽ സങ്കീർണ്ണവും സ്വയം കേന്ദ്രിതങ്ങളുമായിത്തീർന്നപ്പോൾ അത്തരത്തിലുള്ള അനുഷ്ഠാനപരമായ തീവ്രവാദത്തിനെതിരെ രൂപമെടുത്തതാണ് ഔപനിഷദക ചിന്തകൾ. വർണ്ണാശ്രമവ്യവസ്ഥ ജാതിവിഭക്തമായ സമൂഹത്തിനു വഴിയൊരുക്കിയതും ഏകദേശം ഇതേ കാലത്തായിരുന്നു. ഉപനിഷത്കാലത്തിനുശേഷം രൂപമെടുത്ത ബുദ്ധദർശനം അനുഷ്ഠാനാത്മകവും വർഗ്ഗവിഭക്തവുമായ ജീവിതവീക്ഷണത്തിനൊരു തിരുത്തൽ ശക്തിയായി മാറി. ഉപനിഷത്തുകളുടെ ഊന്നൽ വ്യക്തിയുടെ സാക്ഷാൽക്കാരത്തിലാണ്. ഐഹികവും പാരലൗകികവുമായ അഭ്യുദയങ്ങൾ ക്ഷണികമാണെന്നും യാഗാദിജന്യമായ സ്വർഗ്ഗാദികങ്ങൾപോലും ശാശ്വതസുഖം നൽകുന്നില്ലെന്നും ആത്മസാക്ഷാൽക്കാരത്തിലൂടെ മാത്രമേ ആത്യന്തികാഭ്യുദയം നേടാനാകുകയുള്ളൂവെന്നും ഉപനിഷത്തുക്കൾ ഉദ്ബോധിപ്പിക്കുന്നു. സുഖദുഃഖങ്ങളും ധർമ്മാധർമ്മങ്ങൾപോലും മായികമായ സാംസ്കാരിക ജീവിതത്തിന്റെ വിഷയപരിധിയിൽപ്പെട്ടവയാണെന്നും കേവലമായ ബ്രഹ്മം മാത്രമാണ് ശാശ്വതസത്യമെന്നുമുള്ള ജീവിതവീക്ഷണമാണ് ഉപനിഷത്തുക്കളുടേത്. സ്വാഭാവികമായും ഇത്തരമൊരു ജീവിതദർശനത്തിൽ മാനവികമൂല്യങ്ങൾക്ക് ആത്യന്തികമായ പ്രാധാന്യം പ്രതീക്ഷിക്കുന്നത് അസ്ഥാനത്താണ്. എന്നാൽ ഉപനിഷദ്ദർശനങ്ങൾ സാന്മാർഗ്ഗികവും മാനവികവുമായ മൂല്യങ്ങൾക്ക് വളരെ പ്രാധാന്യം കല്പിക്കുന്നുണ്ടെന്നതാണ് വാസ്തവം. ബൃഹദാരണ്യകോപനിഷത്തിൽ പ്രജാപതി അസുരന്മാർക്കു നൽകുന്ന ഉപദേശം 'ദയധ്വം'- ദയ കാണിക്കുവിൻ എന്നാണ്. ദത്ത -'ദാനം ചെയ്യുവിൻ' എന്നതാണ് മനുഷ്യനുള്ള ഉപദേശം. 'ദാമ്യത-ദമനം ചെയ്യുവിൻ എന്നു ദേവന്മാർക്കും അദ്ദേഹം ഉപദേശം നൽകുന്നു.

'ഈശാവാസ്യമിദം സർവ്വം യത് കിം ച ജഗതാം ജഗത്

തേന ത്യക്തേന ഭുഞ്ജീഥാഃ മാ ഗൃധഃ കാവ്യസ്വിദ്ധനം

എന്ന ഈശാവാസ്യോപനിഷത്മന്ത്രം മറ്റൊരു വ്യക്തിയുടേയും ധനം കാംക്ഷിക്കരുതെന്നനുശാസിക്കുന്നു. ഇത്തരം സദുപദേശങ്ങൾ ഉപനിഷത്സാഹിത്യത്തിൽ അങ്ങുമിങ്ങും ചിതറിക്കിടക്കുന്നതു കാണാം. എന്നാൽ ഉപനിഷത്തുക്കളിലെ മാനവികാവബോധം സ്ഥിതി ചെയ്യുന്നത്

ഇത്തരം ഉപരിതലാനുശാസനങ്ങളിലല്ല. മനുഷ്യനുൾപ്പെടെയുള്ള സമസ്തചരാചരങ്ങളുടേയും അടിസ്ഥാനതത്ത്വം ബ്രഹ്മമാണെന്ന അദ്വൈതാവബോധമാണ് ഉപനിഷത്തുക്കളുടെ മൂല്യബോധത്തിന്റെ ദാർശനികാടിത്തറ. രാധാകൃഷ്ണൻ പറയുന്നു.

"If men were really external to each other, as the hebridean manasa, without the corrective of the pre established harmony, then the ethical ideal is impossible of realisation. If we are called upon to love our neighbour, it is because all are one in realtiy. My neighbour and myself are one in our inmost self if the superficial and ephemeral distinctions are transcended... To live in perfect goodness is to realise ones life for all."

സാന്മാർഗ്ഗിക പരിശുദ്ധിയും സദ്ഗുണ സമ്പത്തും ആത്മസാക്ഷാൽക്കാരത്തിന് അനുപേക്ഷണീയമാണെന്ന ഒരു നിലപാടിലേക്ക് പിൽക്കാലത്തെ അദ്വൈതചിന്ത വികസിക്കുന്നുണ്ട്. മൂല്യാധിഷ്ഠിതമാണ് വേദാന്തത്തിന്റെ ആത്മസാക്ഷാൽക്കാരപ്രക്രിയയെന്നതിനു തെളിവാണ് വേദാന്തദർശനത്തിലെ യോഗ്യതാപരീക്ഷണം. വേദ വേദാംഗങ്ങളിലുള്ള അവഗാഹവും വൈരാഗ്യവും മാത്രമല്ല, ശമം, ദമം, ഉപരതി, തിതിക്ഷ, സമാധാനം, ശ്രദ്ധ തുടങ്ങിയ ഗുണങ്ങളും ആവശ്യമാണ്. സാക്ഷാൽക്കാരം ലഭിച്ചുകഴിഞ്ഞ ജീവൻ മുക്തന് സർവ്വാദ്വൈതഭാവനയും ഭൂതദയയും മറ്റും നൈസർഗ്ഗികമായി വന്നുചേരുന്നുവെന്നു അദ്വൈതികൾ കരുതുന്നു. ചുരുക്കത്തിൽ ഉപനിഷത്തുക്കളിലും പിൽക്കാല വേദാന്തത്തിലും ഊന്നൽ നൽകുന്നത് വൈയക്തിക സാക്ഷാൽക്കാരത്തിനാണെങ്കിലും മാനവികതയുടേതായ ഒരു തലം കൂടി ആ ജീവിതസങ്കൽപ്പത്തിൽ അന്തർലീനമാണ്.

ഉത്തരവേദകാലത്തോടെ ഭാരതീയ മാനവികതയ്ക്കു ജാതിവിഭക്ത സമൂഹം ഗണ്യമായ പോറലേൽപ്പിച്ചുവെന്നത് ഒരു ചരിത്രവസ്തുതയാണ്. തൊഴിൽ വിഭജനത്തെക്കുറിച്ചുള്ള സങ്കൽപ്പങ്ങൾ ഋഗ്വേദത്തിലെ ആദ്യഭാഗങ്ങളിലും അവ്യക്തമായാണെങ്കിലും കാണുന്നുണ്ടെങ്കിലും ജാതീയത സമൂഹത്തിന്റെ ശ്രേണികരണത്തിനു വഴിയൊരുക്കുന്നത് പിൽക്കാലത്താണ്. ഋഗ്വേദം പത്താം മണ്ഡലത്തിലാണ് ഇത്തരം സൂചനകൾ ആദ്യമായിക്കാണുന്നത്. വർണ്ണാശ്രമധർമ്മവിഭക്തമായ സമൂഹത്തിൽ മനുഷ്യർ എല്ലാവരും തുല്യരാണെന്ന സങ്കൽപ്പം ഇല്ലെന്നു പറയാം. നിയമത്തിന്റെ മുമ്പിൽപ്പോലും മനുഷ്യർക്ക് സ്മൃതിഗ്രന്ഥങ്ങൾ തുല്യത്വം കല്പിക്കുന്നില്ല. സ്ത്രീകളും ശൂദ്രന്മാരും വർണാശ്രമബാഹ്യന്മാരും മുഖ്യധാരയിൽനിന്ന് അകറ്റപ്പെട്ടിരുന്നുവെന്നതും അനിഷേധ്യമായ വസ്തുതയാണ്. ഈ പശ്ചാത്തലത്തിൽ ഒരു വലിയ തിരുത്തൽ ശക്തിയായി വന്നത് ബൗദ്ധദർശനമാണ്. ബുദ്ധൻ പ്രപഞ്ചത്തിലെ മനുഷ്യദുരിതങ്ങളുടെ

പരിഹാരത്തിനാണ് തന്റെ ദർശനത്തിൽ എന്നും പ്രാമുഖ്യം നൽകിയിരുന്നത്. മാനവികതയുടെ ഉദാത്തമാതൃകയായി ബർട്രന്റ് റസ്സൽ ഉദാഹരിക്കുന്നതു ബുദ്ധനെയാണെന്നത് ശ്രദ്ധേയമാണ്. ജനസാമാന്യത്തിന്റെ ഭാഷയിൽ അവരോട് ഉദ്ബോധനം നടത്തിയ ബുദ്ധൻ അമാനവീകൃതമായ അനുഷ്ഠാന സംസ്കാരത്തേയും ജാതീയതയെയും എതിർത്തു. എല്ലാ സാഗരങ്ങളിലെ ജലങ്ങൾ ഒരുമിച്ചാലും പ്രപഞ്ചോൽപ്പത്തിക്കു ശേഷം ചൊരിയപ്പെട്ട കണ്ണീരിനൊപ്പമെത്തുകയില്ലെന്ന് അദ്ദേഹം നിരീക്ഷിച്ചിട്ടുണ്ട്. "ബഹുജനഹിതായ, ബഹുജന സുഖായ" എന്ന ബുദ്ധദർശനത്തിന്റെ കാതലായ സന്ദേശം ഭാരതീയ ചേതനയെ ആഴത്തിൽ സ്വാധീനിച്ചിട്ടുണ്ട്. "ലോകാഃ സമസ്താഃ സുഖിനോ ഭവന്തു" എന്ന കാഴ്ചപ്പാട് ഇവിടെ ഉദാഹരിക്കാവുന്നതാണ്.

താരതമ്യേന യാഥാസ്ഥിതികമായ ജീവിതവീക്ഷണം പുലർത്തുന്ന സ്മൃതി-ധർമ്മ ശാസ്ത്രാദിഗ്രന്ഥങ്ങളിൽ പോലും പ്രാചീന ഭാരതത്തിലെ മാനവികവീക്ഷണം ഇടയ്ക്കിടെ മുഖം കാണിക്കുന്നുണ്ടെന്നതു ശ്രദ്ധേയമാണ്. കൗടില്യന്റെ അർത്ഥശാസ്ത്രത്തിൽ പ്രജാഹിതൈഷിയായിരിക്കണം രാജാവ് എന്ന സങ്കല്പം നിലീനമാണ്. വൃദ്ധർ, നിരാലംബർ, വിധവകൾ, ബാലന്മാർ തുടങ്ങിയവരെ ഭരണകൂടം സംരക്ഷിക്കണമെന്നും അവർക്ക് ആവശ്യമായ പരിരക്ഷണം നൽകണമെന്നും കൗടില്യൻ അനുശാസിക്കുന്നു. ഋണബാധ്യതയുള്ള തൊഴിലാളികൾക്ക് ഉപജീവനത്തിനാവശ്യമായ ആയുധങ്ങളെയും ഉപകരണങ്ങളെയും കണ്ടുകെട്ടരുതെന്ന് ശ്രദ്ധേയമായ നിർദ്ദേശവും അർത്ഥശാസ്ത്രത്തിലുണ്ട്. അശരണരും ദുർബ്ബലരുമായ ജനങ്ങൾക്ക് രാജസന്ദർശനത്തിനു മുൻഗണന നൽകുവാൻ അർത്ഥശാസ്ത്രത്തിൽ വ്യവസ്ഥയുണ്ട്; സ്ത്രീകളെ, വിശിഷ്യ ഗർഭിണികളെ ദണ്ഡമുപയോഗിച്ചു ചോദ്യം ചെയ്യുന്നതിനെ കൗടില്യൻ വിലക്കുന്നു. നിരാലംബകളായ സ്ത്രീകൾക്ക് അസംസ്കൃതപദാർത്ഥങ്ങൾ വീട്ടിലെത്തിച്ച് അവരിൽ നിന്നും നെയ്ത വസ്ത്രം വാങ്ങിക്കൊണ്ടുപോകാനുള്ള സംവിധാനത്തെപ്പോലും *അർത്ഥശാസ്ത്രം* വിഭാവനം ചെയ്യുന്നതിൽ നിന്ന് പ്രാചീന ഭാരതത്തിലെ രാഷ്ട്രകൂടത്തിൽ മാനവികമൂല്യങ്ങൾക്ക് പരിമിതമായാണങ്കിലും നൽകപ്പെട്ടിരുന്ന സ്ഥാനത്തെക്കുറിച്ച് ഒരു ഏകദേശചിത്രം ലഭിക്കുന്നു.

വർണ്ണാശ്രമധർമ്മങ്ങൾക്കു പുറമെ എല്ലാ ജനങ്ങൾക്കും പൊതുവിൽ അനുവർത്തനീയമായ ചില സാധാരണധർമ്മങ്ങളെ ധർമ്മശാസ്ത്രഗ്രന്ഥങ്ങൾ വിവരിക്കുന്നുണ്ട്. അഹിംസ, സത്യം, ശൗചം, ഇന്ദ്രിയനിഗ്രഹം എന്നിവയെ മനു എടുത്തു പറയുന്നു. ക്ഷമ, ദാനം തുടങ്ങിയ മൂല്യങ്ങളെ യാജ്ഞവൽക്യനും വിവരിക്കുന്നു. ശ്രേണിവൽക്കൃതമായ സമുഹത്തിൽ വിശാലമായ അർത്ഥത്തിലുള്ള മാനവികത പരിമിതികൾക്കു വിധേയമായിരുന്നുവെന്ന വസ്തുത അംഗീകരിച്ചുകൊണ്ടു തന്നെ ദൈനംദിന ജീവിതത്തിൽ വൈയക്തികമായൊരു ധർമ്മബോധം ദീക്ഷിച്ചു കൊണ്ടുള്ള ഒരു ജീവിതചര്യയാണ് ഭാരതീയ

ധർമ്മശാസ്ത്രകാരന്മാർ വിഭാവനം ചെയ്തിരുന്നതെന്നു കാണാം. ഇതിഹാസപുരാണങ്ങളും സാഹിത്യവുമെല്ലാം ഇത്തരമൊരു ജീവിത ചര്യയെ പുഷ്ക്കലമാക്കി. സമജീവി സ്നേഹം, ആർദ്രത, സേവനമനോ ഭാവം തുടങ്ങിയ മൂല്യങ്ങളെ മഹാഭാരതവും രാമായണവും പോലുള്ള ഇതിഹാസഗ്രന്ഥങ്ങൾ ആഴത്തിൽ പറഞ്ഞുറപ്പിച്ചു. മഹാഭാരതത്തിലെ വിദുരനെപോലെയും കർണ്ണനെപ്പോലെയുള്ള കഥാപാത്രങ്ങൾക്ക് ഇത്തര ത്തിലുള്ള ഒരു വിശാലമാനവികത കാണാം. എളിയവന്റെ ജീവിതദർശ നത്തിന്റെ മൂല്യവത്തയിലൂന്നുന്ന വിദുരൻ ഐശ്വര്യമദത്തേയും അധർ മ്മചര്യയെയും നിശിതമായി വിമർശിക്കുന്നു. രാജനീതിയുടെ കർക്കശത്വം ചോദ്യം ചെയ്യുന്ന കാളിദാസനും ഭവഭൂതിയും രാമായണകഥയെ മാന വിക മൂല്യങ്ങളുടെ വെളിച്ചത്തിൽ പുനഃപാരായണം നടത്തുന്നുണ്ട്. മാനവികതയുടെ വിളംബരം മുഴക്കിയ ബാണഭട്ടൻ കാദംബരിയിൽ സതി സമ്പ്രദായത്തെ നിശിതമായി വിമർശിക്കുന്നുണ്ട്. മൃച്ഛകടികം പോലുള്ള കൃതികളിൽ വിളംബരം ചെയ്യപ്പെടുന്നതും മാനവികതയുടെ മൂല്യങ്ങൾ തന്നെ. കൃത്യമായ അർത്ഥത്തിൽ ഹൈന്ദവമതാധിഷ്ഠിതം എന്നു വിശേഷിപ്പിക്കാനാവില്ലെങ്കിലും ഇത്തരം ജീവിതാദർശങ്ങളും ഉൾക്കാഴ്ച കളും പ്രാചീന ഭാരതീയ ജീവിതത്തിന്റെ മൂല്യബോധത്തെ പുഷ്ക്കല മാക്കിയെന്ന വസ്തുത അനിഷേധ്യമാണ്.

ഹൈന്ദവദർശനത്തിന്റെ മാനവീയതലങ്ങളെ വിശാലവും സാന്ദ്രവു മാക്കിയത് മധ്യകാല ഭക്തിപ്രസ്ഥാനമാണെന്നു കാണാം. ഒരർത്ഥത്തിൽ ഭക്തിപ്രസ്ഥാനവും ഔപനിഷദകചിന്താധാരപോലെ നിലവിലുള്ള ജീർണ്ണവ്യവസ്ഥയ്ക്കും അനുഷ്ഠാനാത്മക മതത്തിനുമെതിരായുള്ള നൈതികമുന്നേറ്റമായിരുന്നു. എന്നാൽ ഉപനിഷദ്ദർശനം സമൂഹത്തിലെ ഉച്ചശ്രേണിയിൽ മാത്രം ഒതുങ്ങിനിന്നപ്പോൾ ഭക്തിപ്രസ്ഥാനം സാധാ രണ ജനങ്ങളുടെ ആശയാഭിലാഷങ്ങളുടെ പ്രതീകമായി മാറി. ഈശ്വ രന്റെ മുമ്പിൽ എല്ലാവരും സമന്മാരാണെന്ന ആശയം ഉയർത്തിപ്പിടിച്ച ജ്ഞാനികളും സിദ്ധന്മാരും ഇന്ത്യയിലുടനീളം പ്രത്യക്ഷപ്പെട്ടു. മാധ്വനും രാമാനുജനും അമൂർത്തമായ അദ്വൈതദർശനത്തിന് സേശ്വരമായ ബദൽ സമീപനങ്ങൾ രൂപപ്പെടുത്തിയതോടെ ഭക്തിപ്രസ്ഥാനത്തിനു സൈദ്ധാ ന്തികമായ അടിത്തറ ലഭിച്ചു. ജ്ഞാനേശ്വരൻ, നാമദേവൻ, ഏകനാഥൻ, തുക്കാറാം, രാമദാസൻ, തുളസി, ചൈതന്യൻ, കബീർ തുടങ്ങിയ യോഗി വര്യന്മാർ പുതിയ വിശ്വാസസംഹിതകളുടെ പ്രണേതാക്കളായി രംഗത്തു വന്നു.

ഭക്തിപ്രസ്ഥാനത്തിന്റെ അടിസ്ഥാനസ്വഭാവം അതിന്റെ സമൂഹാ ധിഷ്ഠിതത്ത്വമാണ്. പലപ്പോഴും ജാതിമതശ്രേണികളെപ്പോലും അതി ലംഘിച്ചുകൊണ്ടുള്ള ഒരു സാഹോദര്യമനസ്ഥിതി സൃഷ്ടിക്കാൻ ബസ വനെയും കബീറിനെയും പോലുള്ളവർക്കു കഴിഞ്ഞു. അന്തണനും അന്ത്യജനും ഒരുപോലെ ഈശ്വരസാക്ഷാൽക്കാരത്തിനർഹതയുണ്ടെന്നു രാമാനുജൻ വ്യക്തമാക്കുന്നുണ്ട്. എളിയവനോടുള്ള സ്നേഹം, ആർഭാട

പ്രകടനങ്ങളിലുള്ള അവിശ്വാസം, ധനം, പ്രതാപം തുടങ്ങിയവ കൊണ്ടുള്ള മതത്തോടുള്ള രോഷം, ജീർണ്ണിച്ച ആചാരാനുഷ്ഠാനങ്ങളോടുള്ള എതിർപ്പ് തുടങ്ങിയ മാനവികമൂല്യങ്ങളാണ് ഭക്തിപ്രസ്ഥാനം ഉയർത്തിപ്പിടിച്ചത്. അനുഷ്ഠാനങ്ങളിലും ആചാരങ്ങളിലും കേന്ദ്രീകൃതമായ പഴയ മതത്തിന്റെ സ്ഥാനത്ത് സമസ്തജനങ്ങളുടെയും സാഹോദര്യത്തിൽ അധിഷ്ഠിതമായൊരു ജീവിത സങ്കല്പം പ്രതിഷ്ഠിക്കാൻ ഭക്തിപ്രസ്ഥാനത്തിനു സാധിച്ചു. പാർശ്വവൽകൃതരായിരുന്ന സ്ത്രീകളും കീഴ്ജാതിക്കാരും മറ്റും സാംസ്കാരിക രംഗത്തിന്റെ മുഖ്യധാരയിലേക്കു പ്രവേശിക്കുന്നതും ഇക്കാലത്തുതന്നെ.

ഹൈന്ദവ സമൂഹം മാനവികമൂല്യങ്ങളെക്കുറിച്ച് കൂടുതൽ ആഴത്തിൽ പരിചിന്തനം ചെയ്യാൻ തുടങ്ങിയത് ദേശീയ നവോത്ഥാന കാലഘട്ടത്തിലാണ്. ഇംഗ്ലീഷ് വിദ്യാഭ്യാസത്തിലൂടെയും പാശ്ചാത്യസമ്പർക്കത്തിലൂടെയും യൂറോപ്യൻ മാനവികതാസങ്കല്പനത്തെ സാക്ഷാൽക്കരിച്ച ഭാരതീയ ചിന്തകർ തങ്ങളുടെ പാരമ്പര്യത്ത പുനർനിർവ്വചനത്തിനും പുനർവ്യഖ്യാനത്തിനും വിധേയമാക്കുകയുണ്ടായി. എന്നാൽ ഇത്തരമൊരു പശ്ചാത്തലവുമില്ലാതിരുന്നിട്ടുകൂടി രാമകൃഷ്ണപരമഹംസരെപ്പോലുള്ള ഒരു യോഗിവര്യൻ ആവിഷ്ക്കരിച്ച ജീവിത സങ്കല്പം മാനവിക മൂല്യങ്ങളിൽ അധിഷ്ഠിതമായിരുന്നുവെന്നതു ശ്രദ്ധേയമാണ്. ഹൈന്ദവ ധ്യാനരീതികളിലെന്നപോലെ ഇസ്ലാമികവും ക്രൈസ്തവവുമായ മതചര്യകളിലും ആദരവുപുലർത്തിയ ശ്രീരാമകൃഷ്ണൻ ഉയർത്തിപ്പിടിച്ചത് അദ്വൈതാധിഷ്ഠിതമായ സർവ്വമതസാഹോദര്യത്തിന്റെ സന്ദേശമാണ്. സകലചരാചരങ്ങളുടെയും ഏകതയാണ് അദ്വൈത ദർശനത്തിന്റെ പൊരുളെങ്കിൽ ഐഹികജീവിതത്തിൽ മനുഷ്യനെ ശ്രേണീകരിക്കുന്ന ജാതിവ്യവസ്ഥയ്ക്കും മറ്റനാചാരങ്ങൾക്കും പ്രസക്തിയെന്തെന്ന ചോദ്യം നവോത്ഥാനകാലചിന്തകർ ഉന്നയിക്കുകതന്നെ ചെയ്തു. വ്യക്തിസാക്ഷാൽക്കാരത്തിൽ നിന്ന് ഇന്ത്യയുടെ മോചനവും അന്താരാഷ്ട്രീയമായ ഒരു പുതുയുഗത്തിന്റെ പിറവിയും വരെയുള്ള ഉദാത്തതലങ്ങളിലേക്കു തന്റെ ചിന്തയെ വികസിപ്പിച്ച സ്വാമി വിവേകാനന്ദനാണ് ഈ പുതുയുഗത്തിന്റെ പ്രതിനിധി. കർമ്മസിദ്ധാന്തം അകർമ്മണ്യതയുടെ നിതീകരണമാകുന്നതിനെ ചോദ്യം ചെയ്ത വിവേകാനന്ദൻ അതിന്റെ സ്ഥാനത്തു കർമ്മയോഗത്തെ പ്രതിഷ്ഠിച്ചു. വിവേകാനന്ദനിലെത്തുമ്പോൾ വേദാന്തം മാനവികമായ പാഠാന്തരങ്ങൾ നിമിത്തം മനുഷ്യന്റെ സമഗ്രമായ വിമോചനത്തിന്റെ രൂപരേഖയായി മാറുന്നു. ആത്മീയതലത്തിലെ മുക്തിയെയെന്നപോലെ ഐഹികജീവിതത്തിലെ സാമൂഹിക-സാമ്പത്തിക ചൂഷണങ്ങളിൽനിന്നുള്ള മോചനത്തെയും വിഭാവനം ചെയ്ത വിവേകാനന്ദൻ ഭാരതീയ ചിന്തയുടെ സമഗ്രമായൊരു നവീകരണം വിഭാവനം ചെയ്തു. ടാഗോറും ഗാന്ധിജിയും ഉൾപ്പെടെയുള്ള നവകാലവിധാതാക്കൾ ഊർജ്ജം സംഭരിച്ചത് ഈ ധൈഷണിക കാലാവസ്ഥയിൽ നിന്നാണ്. "ഒരു ജാതി, ഒരു മതം, ഒരു ദൈവം"എന്ന

സങ്കല്പം ഉയർത്തിപ്പിടിച്ചുകൊണ്ട് ശ്രീനാരായണനെപ്പോലുള്ള യോഗിവര്യന്മാർ അദ്വൈതത്തിന് സമസ്തജനസാഹോദര്യത്തിന്റേതായ പാഠാന്തരങ്ങൾ സൃഷ്ടിച്ചു. പ്രാചീന ഭാരതത്തിൽ ബൗദ്ധ-ജൈന പാരമ്പര്യങ്ങളിൽ രൂപമെടുത്തതും ക്രൈസ്തവ മതസങ്കല്പത്തിലെ സുപ്രധാന ഘടകമായിത്തീർന്നതുമായ ജനസേവനം മതചര്യയുടെ ഭാഗമായിത്തീരുന്നതും ഈ കാലത്താണ്.

മാനവികതാസങ്കല്പം ഭാരതീയ മതചിന്തയിൽ നിരന്തരമായ അഴിച്ചുപണികൾക്കും പുനർനിർവ്വചനത്തിനും വിധേയമായിട്ടുണ്ടെന്നു ചരിത്രം നമ്മെ പഠിപ്പിക്കുന്നു. ഉപനിഷദ്ദർശനത്തിലും ബൗദ്ധ-ജൈനധാരകളിലുമെല്ലാം ഇതിന്റെ സ്ഫുലിംഗങ്ങൾ കാണാം. രാമായണമഹാഭാരതാദികളും മറ്റു ഉൽക്കൃഷ്ടഗ്രന്ഥങ്ങളും മാനവികമൂല്യങ്ങളെ പുരഃക്ഷേപിക്കുന്നതു കാണാം. നിഷ്കാമകർമ്മം അനുശാസിക്കുന്ന ഭഗവദ്ഗീതയിൽ നിന്നു മാനവസേവനത്തിന്റെ ഉദാത്തസന്ദേശം വായിച്ചെടുത്തവരുണ്ട്. ഭക്തിപ്രസ്ഥാന കാലഘട്ടത്തിൽ മതങ്ങൾ തമ്മിലുള്ള അതിർവരമ്പുകൾ പോലും പലപ്പോഴും ഭേദിച്ചുകൊണ്ട് മാനവികത അതിന്റെ വിജയം ഉദ്ഘോഷിച്ചു. മാനവികതയ്ക്ക് ധൈഷണികവും സൈദ്ധാന്തികവുമായ അടിത്തറ രചിച്ചത് നവോത്ഥാന സംസ്കാരമാണ്. ഉപഭോഗാധിഷ്ഠിതമായ ആധുനികോത്തരകാലത്ത് മതങ്ങൾ അവയുടെ മാനവിക രൂപം കൈവെടിഞ്ഞ് അക്രമോത്സുകമായി മാറുന്ന ഭീതിദമായ കാഴ്ചയാണ് നമ്മെ അഭിമുഖീകരിക്കുന്നത്. മനുഷ്യന്റെ സമഗ്രവിമോചനത്തിനുള്ള ഉപാധിയായി മതത്തെ മാറ്റിയെടുക്കാൻ കഴിയുമോ എന്ന വെല്ലുവിളി പുതിയ കാലം നമ്മുടെ മുമ്പിലേക്ക് എറിഞ്ഞുതന്നിരിക്കുന്നു.

(ഗസറ്റഡ് ഓഫീസേഴ്സ് അസോസിയേഷൻ സുവനീർ)

ഭാഷകൾ മരിക്കുമ്പോൾ

പ്രകൃതിയിലെ സസ്യജാലങ്ങളും പ്രാണിവർഗവും വംശനാശം നേരിടുന്നതിന്റെ ഭവിഷ്യത്തുക്കളെക്കുറിച്ച് ഇന്ന് പരിഷ്കൃത മനുഷ്യൻ ബോധവാനാണ്. ഒരു സസ്യമോ പക്ഷിയോ മൃഗമോ ഉന്മൂലനം ചെയ്യപ്പെട്ടാൽ അതിനെ നമുക്കൊരിക്കലും വീണ്ടും സൃഷ്ടിക്കാൻ സാധ്യമല്ലെന്ന തിരിച്ചറിവാണ് ഈ ജാഗരൂകതയ്ക്കു കാരണം. എന്നാൽ ഏകദേശം ഇതുപോലൊരു വിപത്താണ് സാംസ്കാരികമണ്ഡലത്തിൽ ഭാഷകളുടെ തിരോധാനത്തിലൂടെ സംഭവിക്കുന്നതെന്ന വസ്തുത അധികമാരും മനസ്സിലാക്കിക്കാണുന്നില്ല. ഭാഷകളുടെ അപമൃത്യു വരുത്തിവെയ്ക്കുന്ന തീരാനഷ്ടങ്ങളെക്കുറിച്ച് ഭാഷാശാസ്ത്രജ്ഞനും ഗവേഷകനുമായ ഡേവിഡ് ക്രിസ്റ്റൽ 'ഭാഷാമൃത്യു' (Language death) എന്ന പേരിൽ ഒരു പുസ്തകം തന്നെ എഴുതിയിട്ടുണ്ട്. ഭാഷകൾ മനുഷ്യസംസ്കൃതിയിൽ നിന്നു പിൻവാങ്ങുമ്പോൾ മനുഷ്യരാശിക്കു വന്നുചേരുന്ന സാംസ്കാരികവും വൈജ്ഞാനികവും ആയ വിപത്തുകൾ അക്കമിട്ടുനിരത്തുന്ന ഈ പുസ്തകം ഒരു പരിസ്ഥിതി ഭാഷാശാസ്ത്രത്തിന്റെ ആവശ്യകതയിലേക്ക് വിരൽ ചൂണ്ടുന്നു.

ഈ ഭൂമിയിൽ എത്ര ഭാഷകളാണ് നിലവിലുള്ളതെന്ന കാര്യത്തിൽ പ്പോലും നമുക്ക് വേണ്ടത്ര പിടിപാടില്ലെന്ന വസ്തുത ഡേവിഡ് ക്രിസ്റ്റൽ എടുത്തു പറയുന്നുണ്ട്. പരിഷ്കൃത സമൂഹങ്ങളിൽ സംസാരിക്കുന്ന ഭാഷകൾക്കു പുറമെ പുറംലോകം ഇനിയും അറിയാത്ത എത്രയോ ഗോത്രവർഗ ഭാഷകൾ ലോകത്തിന്റെ വിവിധ ഭാഗങ്ങളിൽ നിലനിൽക്കുന്നു. ഒരേകദേശക്കണക്കുപ്രകാരം ലോകത്തിൽ ആറായിരം മുതൽ ഏഴായിരം വരെ ഭാഷകൾ ഇന്നും നിലനിൽക്കുന്നുണ്ടെന്നാണ് ഭാഷാഗവേഷകന്മാരുടെ നിഗമനം. എത്നലോഗ് (1996) എന്ന പ്രസിദ്ധീകരണത്തിന്റെ 13-ാം പതിപ്പിൽ 6,703 ഭാഷകളെക്കുറിച്ചു പരാമർശിക്കുന്നുണ്ട്.

പല ഭാഷകൾക്കും പലതരം പേരുകളുണ്ടെന്നതും ഒരേ ഭാഷയുടെ ദേശ്യഭേദങ്ങൾ തന്നെ അസംഖ്യങ്ങളാണെന്നതും സ്ഥിതിവിവരക്കണക്കെടുപ്പിനെ ദുഷ്കരമാക്കുന്നുണ്ട്. ഏതായാലും ഈ ഭാഷകളിൽ ചൈനീസ് (മന്ദാരിൻ), സ്പാനിഷ്, ഇംഗ്ലീഷ്, ബംഗാളി, ഹിന്ദി,

പോർച്ചുഗീസ്, റഷ്യൻ, ജാപ്പനീസ് എന്നീ എട്ടു ഭാഷകൾക്കു മാത്രമേ ഇപ്പോൾ സമ്പൂർണ സുരക്ഷ അവകാശപ്പെടാനാവുകയുള്ളൂ. അവയോരോന്നും നൂറു ദശലക്ഷത്തിലധികം ആളുകളുടെ സംസാരഭാഷയാണെന്നതാണിതിനു കാരണം. ബാക്കി ഭാഷകളിൽ ഒരു ദശലക്ഷത്തിലധികം പേർ സംസാരിക്കുന്നവ 311 ഭാഷകൾ മാത്രമാണ്. ലോക ഭാഷകളിൽ പകുതിയെണ്ണവും പതിനായിരത്തോളം വീതം ആളുകളിലായി ഒതുങ്ങി നിൽക്കുന്നു. അഞ്ഞൂറോളം ഭാഷകൾക്ക് നൂറിൽ കുറഞ്ഞ ഭാഷകന്മാരേയുള്ളൂ. നാലായിരത്തോളമെങ്കിലും ഭാഷകൾ വംശനാശം നേരിടുന്നുവെന്നതാണ് കണക്കുകൾ സൂചിപ്പിക്കുന്നത്.

ഭാഷകൾ തിരോധാനം ചെയ്യുന്നത് അതിവേഗമാണ്. ബ്രൂസ് കോണൽ എന്ന ഭാഷാശാസ്ത്രഗവേഷകൻ കാമറോണിലെ ഒരു പ്രദേശത്ത് കസബേ എന്ന ഭാഷ നാശോന്മുഖമായിത്തീർന്ന കാര്യം കണ്ടെത്തിയത് 1994-95 കാലത്തായിരുന്നുവത്രെ. 1996 നവംബറിൽ അദ്ദേഹം ആ ഭാഷയെക്കുറിച്ച് കൂടുതൽ വിവരങ്ങൾ ശ്രവിക്കാൻ ചെന്നപ്പോഴേക്ക് അവസാനത്തെ ആവേദകനും മരിച്ചുപോയ വസ്തുതയാണ് അദ്ദേഹത്തെ എതിരേറ്റത്. ഒരു ഭാഷ അങ്ങനെ ഭൂമുഖത്തുനിന്ന് എന്നന്നേക്കുമായി അന്തർധാനം ചെയ്യുന്നു. ഒരു ചരമക്കുറിപ്പായാണദ്ദേഹം ആ ഭാഷയുടെ തിരോധാനത്തെക്കുറിച്ച് പുറംലോകത്തിനെയറിയിച്ചത്. മനുഷ്യചരിത്രത്തിൽ ഭാഷകൾ ഇതിലും നാടകീയമായ വിധത്തിൽ ഇല്ലാതായതിന്റെ ഒട്ടേറെ ഉദാഹരണങ്ങൾ കാണാൻ കഴിയും. പ്രകൃതിക്ഷോഭങ്ങളും രാഷ്ട്രീയ വിപ്ലവങ്ങളുമെല്ലാം പല ജനവിഭാഗങ്ങളെയും ഭൂമിയിൽനിന്നു തുടച്ചുമാറ്റിയിട്ടുണ്ട്. അപ്പോഴെല്ലാം അവർ സംസാരിക്കുന്ന ഭാഷകളും ഇല്ലാതാവുന്നു.

എന്നാൽ ഇന്നു ഭാഷകൾ മരിച്ചുകൊണ്ടിരിക്കുന്നത് ഇങ്ങനെ നാടകീയമായ വിധത്തിലല്ല. പരമ്പരാഗത സമൂഹങ്ങളുടെ ആധുനികീകരണത്തിലൂടെ അവയുടെ ജീവിതശൈലിക്കുതന്നെ മാറ്റം സംഭവിക്കുന്നു. ജീവിതാവസരങ്ങൾ പ്രദാനം ചെയ്യുന്ന വരേണ്യഭാഷകളിലേക്ക് സ്വയം പറിച്ചു നടാൻ ആളുകൾ നിർബന്ധിതരായിത്തീരുന്നു. ഇംഗ്ലീഷ്, ഫ്രഞ്ച് സങ്കരഭാഷാരൂപങ്ങൾ അതിവേഗം വ്യാപിക്കുന്നതുകാരണം പശ്ചിമാഫ്രിക്കയിലെ ഒട്ടേറെ തനതുഭാഷകൾ ഉന്മൂലനാശം നേരിട്ടുകൊണ്ടിരിക്കുന്നു. ദക്ഷിണാഫ്രിക്കയിൽ പതിനൊന്നു പ്രാദേശിക ഭാഷകൾ സംസാരിക്കാൻ കഴിവുള്ള ഒരു ഡ്രൈവറെ കണ്ടുമുട്ടിയ കാര്യം ഡേവിഡ് ക്രിസ്റ്റൽ അനുസ്മരിക്കുന്നുണ്ട്. അയാൾക്കതിൽ അസാധാരണമായൊന്നും തോന്നിയിരുന്നില്ല. എന്നാൽ തന്റെ മക്കൾ പ്രാദേശിക ഭാഷകൾ പഠിക്കുന്നതിൽ അയാൾക്ക് വലിയ താത്പര്യമൊന്നുമുണ്ടായിരുന്നില്ല. അവർ ഇംഗ്ലീഷ് പഠിക്കണമെന്നായിരുന്നു അയാളുടെ താത്പര്യം. 'മറ്റൊരു ഭാഷയും ഇംഗ്ലീഷിനെപ്പോലെ മാന്യമല്ല' എന്നതായിരുന്നു അയാളുടെ ന്യായീകരണം. ഏറ്റവും സങ്കടകരമെന്ന് ഡേവിഡ് ക്രിസ്റ്റൽ ചൂണ്ടി

ക്കാണിക്കുന്നതും ഇതേ വസ്തുതതന്നെ: ഭാഷകൾ ഇല്ലാതാവുകയെ ന്നത് ഒരു സ്വാഗതാർഹമായ കാര്യമാണെന്ന മട്ടിലാണ് നാശം നേരി ടുന്ന ഭാഷകൾ സംസാരിക്കുന്നവർ പോലും പെരുമാറുന്നത്. ഭാഷാ വൈവിധ്യം ഒരു ശല്യമാണെന്ന നിലപാടിന് ബാബേൽ ഗോപുരത്തെ ക്കുറിച്ചുള്ള ബൈബിൾ കഥയോളം പഴക്കമുണ്ട്. സ്വർഗത്തേക്കു ഗോപുരം നിർമിക്കാൻ ശ്രമിച്ചതിന്റെ പേരിൽ മനുഷ്യനു ലഭിച്ച ശാപമായാണല്ലോ ഭാഷാവൈവിധ്യം ഇവിടെ ചിത്രീകരിക്കപ്പെടുന്നത്. അനേകം ഭാഷകൾ പഠിക്കാൻ ആയാസപ്പെടുന്നത് വെറുതെയാണെന്നും ആ സമയം വല്ല സാങ്കേതിക പരിജ്ഞാനം ആർജ്ജിക്കുവാൻ വിനിയോഗിക്കുകയാണ് നല്ലതെന്നും കരുതുന്നവർ ധാരാളം. നമ്മുടെ സാങ്കേതിക വിദ്യാഭ്യാസ ത്തിലും ശാസ്ത്രവിദ്യാഭ്യാസത്തിലും ഭാഷകൾക്കു സ്ഥാനംകൊടുക്കു ന്നതു തെറ്റാണെന്നു കരുതുന്നവരും ധാരാളം.

ഇതു തികച്ചുമൊരബദ്ധധാരണയാണെന്ന് ക്രിസ്റ്റൽ സയുക്തികം സമർത്ഥിക്കുന്നുണ്ട്. ഭാഷകളുടെ ചരമത്തോടുള്ള സമീപനം വൈകാ രികമായിരിക്കണമെന്നു കരുതാത്തവർക്കുപോലും തള്ളിക്കളയാനാ വാത്ത യുക്തികളാണ് അദ്ദേഹം ഉന്നയിക്കുന്നത്. ഭാഷാവൈവിധ്യം ജൈവവൈവിധ്യം പോലെതന്നെ പ്രധാനമാണെന്ന് അദ്ദേഹം സമർത്ഥി ക്കുന്നു. എന്തെന്നാൽ ഓരോ ഭാഷയും തനതായ ഓരോ സംസ്കാര ത്തിന്റെ പ്രതീകമാണ്. സാംസ്കാരികവൈവിധ്യം ജൈവവൈവിധ്യം പോലെ മനുഷ്യന്റെ അസ്തിത്വത്തിന് സാന്ദ്രത നൽകുന്നു. ഏകമുഖ മായ സംസ്കാരവും ഭാഷയും മാത്രമുള്ള മനുഷ്യജീവിതം ഈ ഭൂമി യിൽ ഭീതിദമാംവണ്ണം ഏകതാനമായിരിക്കും. ഈ ഭൂമുഖത്തെ എല്ലാ ആളുകളും ഒരേ ഭാഷ മാത്രം സംസാരിക്കുന്ന അവസ്ഥയെക്കുറിച്ച് ആലോചിച്ചു നോക്കുക. ഒരു തരം യന്ത്രമനുഷ്യരുടെ ജീവിതമായി രിക്കും അത്. ചരിത്രവും സംസ്കാരവും നമുക്ക് നൽകിയ വൈവിധ്യ ങ്ങളുടെ ചാരുത നമുക്ക് അന്നു നഷ്ടപ്പെടും.

ഭാഷകൾ നശിക്കുമ്പോൾ മനുഷ്യരാശി നൂറ്റാണ്ടുകളിലൂടെ ആർജിച്ച പാരമ്പര്യവിജ്ഞാനത്തിനും നാശം സംഭവിക്കുന്നു. കാലാവസ്ഥ, ഭൂപ്ര കൃതി, ജൈവസമ്പത്ത്, ജീവിതശൈലി തുടങ്ങിയ നിരവധി ഘടകങ്ങളിൽ വ്യത്യസ്തത പുലർത്തുന്ന മനുഷ്യസമൂഹങ്ങളുടെ വിലപ്പെട്ട അനുഭവ സഞ്ചയത്തിന്റെ രൂപരേഖ കൂടിയാണ് ഓരോ ഭാഷയും. വനാന്തരങ്ങളിലെ ജൈവസമ്പത്തുകളുടെയും ഓരോ നാട്ടിലെയും സൂക്ഷ്മമായ കാലാവ സ്ഥാവ്യതിയാനങ്ങളെയും രോഗങ്ങളെയും ഒറ്റമൂലികളെയുമെല്ലാം കുറിച്ചുള്ള നാട്ടറിവുകൾ അടങ്ങിയ വിജ്ഞാനഖനികളാണ് ലോക മെമ്പാടുമുള്ള ഭാഷകളെല്ലാം തന്നെ. ഒരു ഭാഷ ഇല്ലാതായാൽ തലമുറ കളിലൂടെ നമുക്ക് പകർന്നുകിട്ടിയ അറിവിന്റെ ഒരു ഉറവിടം മനുഷ്യ രാശിക്ക് എന്നന്നേക്കുമായി ഇല്ലാതായിത്തീരുകയാണുണ്ടാവുന്നത്. മാത്രമല്ല, ഓരോ ഭാഷയും മനുഷ്യന്റെ സമൂഹമസ്തിഷ്കത്തിന്റെ

സർഗാത്മകതയുടെ ഓരോ ആവിഷ്കരണമാണ്. മനുഷ്യരാശിയുടെ ജനിതക വൈവിധ്യത്തിനു സംഭവിക്കുന്ന നാശംപോലെ തന്നെ ഗൗരവാവഹമാണ് ഭാഷാ വൈവിധ്യത്തിനുണ്ടാവുന്ന നാശവും.

ഭാഷാവൈവിധ്യത്തിന്റെ പ്രാധാന്യം നമുക്കു ബോധ്യപ്പെടുക ഒന്നിലധികം ഭാഷകൾ കൈകാര്യം ചെയ്യുമ്പോഴാണ്. രണ്ടു ഭാഷകളറിയുന്ന വ്യക്തി രണ്ടു വ്യക്തികൾക്കു സമനാണെന്ന ഒരു ചൊല്ലുണ്ട്. ജീവിതത്തിന്റെ എല്ലാ വശങ്ങളെയും കുറിച്ചുള്ള ഒന്നിലധികം കാഴ്ചപ്പാടുകൾ അയാൾക്കു ലഭിക്കുന്നു. ഓരോ ഭാഷയുടെയും ആവിഷ്കരണ വിഭവങ്ങളുടെ ശക്തിയും ദൗർബല്യവും അയാൾ കണ്ടെത്തുന്നു. ഇംഗ്ലീഷിലെ 'We'ക്കു പകരമായി 'ഞങ്ങളും' 'നമ്മളും' ഉള്ള മലയാളത്തിന്റെ ആവിഷ്കരണ സാധ്യതകൾ നോക്കുക. ഒരേ ഭാഷയ്ക്ക് തന്നെ വ്യത്യസ്ത ഭാഷാസ്രോതസ്സുകളിൽനിന്നു കരഗതമാകുന്ന പദവൈവിധ്യം നൽകുന്ന ആശയവൈവിധ്യവും ഓർത്തുനോക്കുക. Kingly, Royal, Regal തുടങ്ങിയ ഇംഗ്ലീഷ് പദങ്ങളും തായ, അമ്മ, ജനനി തുടങ്ങിയ മലയാള പദങ്ങളും വ്യത്യസ്തമായി നമുക്കനുഭവപ്പെടുന്നത് അവയുടെ ഭാഷാചരിത്രത്തിന്റെ വ്യത്യാസം നിമിത്തമാണ്.

വൈജ്ഞാനിക ഗവേഷകന്മാരെ സംബന്ധിച്ചേടത്തോളം നിലയ്ക്കാത്ത അറിവുകൾ തുറന്നിടുന്ന വാതായനങ്ങളാണ് ഓരോ ഭാഷയും. ചരിത്രകാരൻ, സാമൂഹിക ശാസ്ത്രജ്ഞൻ, നാടോടി വിജ്ഞാനവിദഗ്ധൻ, നരവംശശാസ്ത്രജ്ഞൻ, ഭാഷാശാസ്ത്രജ്ഞൻ, മനശ്ശാസ്ത്രജ്ഞൻ തുടങ്ങിയ വിഭിന്ന മണ്ഡലങ്ങളിലെ ഗവേഷകന്മാർക്കെല്ലാം ഓരോ ഭാഷയിൽനിന്നും ലഭിക്കുന്ന അറിവുകളുടെ വൈപുല്യം അമ്പരപ്പിക്കുന്നതാണ്. ഭാഷയുടെ ഓരോ ശൈലിക്കും ഓരോ കഥ പറയാനുണ്ടാവും. ഭാഷ മനുഷ്യചരിത്രം ഒപ്പിയെടുത്തു നശിക്കാതെ സൂക്ഷിക്കുന്നു. ജോർജ് സ്റ്റീനർ പറയുന്നു, "എല്ലാ വസ്തുക്കളും നാം വിസ്മരിക്കുന്നു; എന്നാൽ ഭാഷ മാത്രം ഒന്നും മറക്കുന്നില്ല" ആയിരക്കണക്കിനു ഭാഷകൾ ഈ ലോകത്തിലുണ്ടെങ്കിൽ അവയോരോന്നിനെയും ഓരോ വിജ്ഞാനകോശമായി സങ്കല്പിക്കാമെങ്കിൽ അവയിലൂടെ അനാവൃതമാകുന്ന വിജ്ഞാന സാമ്രാജ്യത്തിന്റെ വൈപുല്യം എന്തായിരിക്കും?

ഓരോ ഭാഷയും പ്രപഞ്ചത്തെക്കുറിച്ച് മനുഷ്യന്റെ സമഷ്ടി മനസ്സ് രൂപം കൊടുത്ത ഓരോ ചിന്താമാതൃകയെയാണ് പ്രദാനം ചെയ്യുന്നത്. പ്രപഞ്ചത്തെ മനസ്സിലാക്കാനുള്ള ചിഹ്നവ്യവസ്ഥയാണ് ഓരോ ഭാഷയും. നാലായിരം ഭാഷകൾ ഈ ഭൂമുഖത്തുണ്ടെങ്കിൽ ഈ ലോകത്തെ നാലായിരം വ്യത്യസ്തമായ വിധത്തിൽ നോക്കിക്കാണാനുള്ള രീതികളാണ് നമുക്കു കരഗതമാകുന്നത്. ഭാഷ ഓരോ സമൂഹത്തിന്റെയും തനിമയാണ് പ്രകാശിപ്പിക്കുന്നത്. വാസ്തവത്തിൽ ഭാഷാവൈവിധ്യത്തെ വെറുത്ത ഒറ്റ ഭാഷാ സംസ്കാരങ്ങളാണ് കോളനീകരണം നടത്തിയിട്ടുള്ളതെന്നു ലോകചരിത്രം നമ്മെ പഠിപ്പിക്കുന്നു. ഭാഷാ വൈവിധ്യത്തെ

വീണ്ടെടുക്കുന്നതിലൂടെ മാത്രമേ നമുക്കു കോളനീയതയിൽ നിന്നു പൂർണമോചനം നേടാനാവൂ എന്ന് ക്രിസ്റ്റൽ സിദ്ധാന്തിക്കുന്നു.

താരതമ്യേന അപരിഷ്കൃതമെന്നു നാം പലപ്പോഴും മുദ്രകുത്താറുള്ള ഗോത്രവർഗഭാഷകൾ പോലും ചിന്താമണ്ഡലത്തിൽ പുലർത്തുന്ന അദ്ഭുതകരമായ ഗഹനതയെക്കുറിച്ച് എഫ്. ഡേവിഡ് പീറ്റ് എന്ന ഭൗതിക ശാസ്ത്ര സൈദ്ധാന്തികൻ പഠനം നടത്തിയിട്ടുണ്ട്. വടക്കൻ മൊൺടാനോയിലെ 'ബ്ലാക്ക്ഫൂട്ട്' ഭാഷയെക്കുറിച്ചുള്ള തന്റെ പഠനത്തിലൂടെ വെളിവാകുന്ന ആ ഭാഷയുടെ 'അതിഭൗതിക-ദാർശനിക വ്യവഹാരങ്ങൾ, ദേശം, കാലം, ഭാഷ, ചിന്ത, ഇന്ദ്രിയാനുഭവം, ഗണിതം, ആത്യന്തിക യാഥാർത്ഥ്യം, കാര്യകാരണഭാവം, വസ്തുക്കളുടെ പരസ്പരബന്ധം, ഗോള ശാസ്ത്രം, കാലഗതി, രോഗചികിത്സ, മൃഗസ്വഭാവം, പാറകൾ, സസ്യങ്ങൾ, ജീവശക്തി, ഊർജപരിരക്ഷണം, കൃഷി, ജനിതകം, പരിസ്ഥിതി, മനുഷ്യപ്രപഞ്ചബന്ധം, ജ്ഞാനപ്രക്രിയ' തുടങ്ങിയ സംവർഗങ്ങളെക്കുറിച്ചുള്ള ഉൾക്കാഴ്ചകൾ നമ്മെ അമ്പരപ്പിക്കുന്നവയാണെന്നദ്ദേഹം എടുത്തുപറയുന്നു. സമുദ്രയാത്ര, നൗകകൾ, ഔഷധ നിർമാണം, കണക്കെഴുത്ത് എന്നീ മേഖലകളിൽ ആ ഭാഷയിലുള്ള ആവിഷ്കരണസങ്കേതങ്ങൾ അദ്ഭുതപ്പെടുത്തുന്നവയാണ്. തികച്ചും ആധുനികമായ പരിസ്ഥിതിവിജ്ഞാനവും സമകാലികമായ ഭൗതിക ശാസ്ത്രാവബോധവും ആ ഭാഷയിൽ നിലീനമാണെന്നതാണ് ഡേവിഡ് പീറ്റിന്റെ മറ്റൊരു കണ്ടെത്തൽ. 'ഹോർത്തൂസ് മലബാറിക്കസ്' പോലുള്ള ഒരു സസ്യവിജ്ഞാനകോശമുണ്ടാവാൻ നമ്മുടെ നാട്ടുഭാഷകൾ നൽകിയ സംഭാവനകളെന്തെന്ന് നമുക്കും അറിവുള്ളതാണല്ലോ. വിജ്ഞാനം = പരിഷ്കൃത ഭാഷ എന്ന സമവാക്യം തികച്ചും അപ്രസക്തമാണന്നാണ് ഇത്തരം കണ്ടെത്തലുകൾ തെളിയിക്കുന്നത്.

അധീശഭാഷകൾ അധഃകൃതഭാഷകളെ പാർശ്വവൽക്കരിക്കുന്ന കാഴ്ചയാണ് ഇന്നു ലോകമെമ്പാടും നാം കാണുന്നത്. കെനിയയിൽ ഗിക്കുയു എന്ന നാട്ടുഭാഷ സംസാരിക്കുന്ന വിദ്യാർഥി 'I am stupid' എന്നെഴുതിയ ബോർഡു കയ്യിലെടുത്തു നിൽക്കണമെന്നുണ്ടത്രേ. മാതൃഭാഷ സംസാരിച്ചതിന്റെ പേരിൽ തല മൊട്ടയടിക്കണമെന്ന നിയമത്തെക്കുറിച്ച് നമ്മുടെ നാട്ടിൽ നാം കേട്ടറിഞ്ഞിരുന്നുവല്ലോ. ഇത്തരം ഭീഷണമായ അധികാര പ്രയോഗങ്ങൾ നാട്ടുഭാഷകളെക്കുറിച്ച് ആളുകൾക്കിടയിൽ അപകർഷതാബോധമുളവാക്കുമെന്നു പറയേണ്ടതില്ലല്ലോ. ഇതിനെതിരെയുള്ള ബദൽ സംസ്കാരം സൃഷ്ടിക്കുന്നതിന്റെ ആവശ്യകതയെക്കുറിച്ച് ഇന്ന് ആളുകൾ ഉറക്കെ ചിന്തിക്കാൻ തുടങ്ങിയിട്ടുണ്ട്. ബുക്കർ സമ്മാന സ്വീകരണവേളയിൽ ജെയിംസ് കെൽമാൻ പറഞ്ഞു: "എന്റെ സംസ്കാരത്തിനും ഭാഷയ്ക്കും നിലനിൽക്കാനവകാശമുണ്ട്. ആർക്കും തന്നെ അതു തള്ളിക്കളയാനാവില്ല."

അപമൃത്യു അടയുന്ന ഭാഷകളെ സംരക്ഷിക്കാൻ ബഹുമുഖമായൊരു പ്രവൃത്തി പദ്ധതിതന്നെ ഡേവിഡ് ക്രിസ്റ്റൽ നിർദ്ദേശിക്കുന്നുണ്ട്.

ക്ഷയോന്മുഖഭാഷകൾ സംസാരിക്കുന്ന ജനവിഭാഗങ്ങൾക്ക് സമൂഹത്തിൽ ഉള്ള സ്ഥാനം മെച്ചപ്പെടുത്തുകയാണ് ആദ്യത്തെ കർത്തവ്യം. സാമ്പത്തിക ഭദ്രത ഉറപ്പുവരുത്തുന്നതും അനുപേക്ഷണീയമാണ്. മുഖ്യഭാഷാവിഭാഗങ്ങളുടെ മുൻപിൽ ക്ഷയോന്മുഖഭാഷാവിഭാഗക്കാർ തങ്ങളുടെ അവകാശങ്ങൾ ശക്തിയായവതരിപ്പിക്കുകയും വിദ്യാഭ്യാസ രംഗത്തു സ്വന്തം ശക്തി തെളിയിക്കുകയും വേണം. സാഹിത്യരചനകളുടെ വർധമാനമായ ആവിർഭാവത്തിലൂടെയും ഇലക്ട്രോണിക് മാധ്യമങ്ങളുടെ പങ്കാളിത്തത്തിലൂടെയും ഭാഷാനാശത്തെ കുറേയൊക്കെ ഇല്ലായ്മ ചെയ്യാനാവും.

ഇന്ത്യപോലുള്ള ഒരു ബഹുഭാഷാത്മക സമൂഹത്തിൽ വംശനാശം നേരിടുന്ന ഭാഷകളുടെ കൃത്യമായ കണക്കു പോലും ഇന്നു നമുക്ക് ലഭ്യമല്ലെന്നതു ഖേദകരമാണ്. ഒരു കാര്യം തീർച്ച. നിരവധി ഭാഷകളും ഭാഷാഭേദങ്ങളും ഇന്ന് നാശോന്മുഖമായിത്തീർന്നിട്ടുണ്ട്. ഓരോ ഭാഷയിലുള്ള ദേശ്യഭേദങ്ങളും മാനകഭാഷയുടെ സമ്മർദ്ദത്തിൽ അപ്രത്യക്ഷമായിക്കൊണ്ടിരിക്കുന്നു. മലയാളത്തിന്റെ മാത്രം കാര്യമെടുക്കുക. വള്ളുവനാട്ടിലെയും കടത്തനാട്ടിലെയും കുറുമ്പ്രനാട്ടിലെയുമെല്ലാം തനതു ശൈലീഭേദങ്ങളിൽ എത്ര ശതമാനം ഇന്നു നിലനിൽക്കുന്നുണ്ട്? നഷ്ടപ്പെട്ട പല ശൈലീരൂപങ്ങളെക്കുറിച്ച്, കുട്ടിക്കുഷ്ണമാരാർ 'മലയാള ശൈലി'യിൽ പരിദേവനം ചെയ്യുന്നുണ്ട്. ഓണാട്ടുകരയിലെ ഭാഷയുടെ തനിമയെക്കുറിച്ച് പ്രൊഫ.എസ്. ഗുപ്തൻ നായർ എഴുതിയിട്ടുള്ളത് ഇവിടെ ഓർക്കാം. വള്ളുവനാടൻ ഭാഷയിലെ ചില ശൈലീഭേദങ്ങൾ എം.ടി.കഥകളിലും മറ്റുമായി മാത്രം ഇന്നു നിലനിൽക്കുന്നു. ഓരോ പ്രദേശത്തെയും ശൈലീഭേദങ്ങളെയും പദാവലിയെയും രേഖപ്പെടുത്തി വെയ്ക്കുന്ന ഭാഷാഭേദ നിഘണ്ടുക്കൾ നമുക്കാവശ്യമാണ്. വൈവിധ്യത്തെ ആഘോഷിക്കുന്ന ഒരു സംസ്കാരത്തിനു മാത്രമേ ഒറ്റ ഭാഷാ സംസ്കാരത്തിന്റെ ഏകതാനതയെ ചെറുത്തു തോൽപ്പിക്കാൻ സാധിക്കൂ എന്നാണ് ഭാഷാചരിത്രം നമ്മെ പഠിപ്പിക്കുന്നത്.

(വിജ്ഞാനകൈരളി)

പുതിയ നിയമങ്ങളും പഴയ അറിവുകളും

വൈദികവാങ്മയത്തിനെ യാഗാദികളായ അനുഷ്ഠാനകർമങ്ങൾക്ക നുസൃതമായി വ്യാഖ്യാനിക്കാൻ രൂപമെടുത്ത ഒരു ചിന്താപദ്ധതിയാണ് മീമാംസാദർശനം. മീമാംസ എന്ന പദത്തിന് മനനം, അന്വേഷണം എന്നൊക്കെയാണർത്ഥം. വേദങ്ങൾക്കും വൈദികവാങ്മയത്തിനും യുക്തിസഹമായ ഒരു ഏകോപിതാർത്ഥം കണ്ടെത്തുക അത്ര എളുപ്പ മല്ല. സംഹിത, ബ്രാഹ്മണം, ആരണ്യകം, ഉപനിഷത്ത് എന്നിങ്ങനെ പല തായി പിരിഞ്ഞുകിടക്കുന്നു വൈദികവാങ്മയം. ഇതിൽ പലതരത്തിലുള്ള ചിന്താധാരകൾ അടങ്ങിയിരിക്കുന്നു. യാഗാദികളായ കർമങ്ങൾ പ്രാധാന്യം നൽകുന്ന ബ്രാഹ്മണങ്ങൾ ഒരുവശത്തുണ്ടെങ്കിൽ ജീവ ബ്രഹ്മൈക്യം ഉൽഘോഷിക്കുന്ന ഉപനിഷത്തുക്കൾ മറ്റൊരു ഭാഗത്തുണ്ട്. മീമാംസകരുടെ പൊതുനിലപാട് വേദങ്ങൾ അനുഷ്ഠാനപ്രധാനങ്ങളാ ണെന്നതാണ്. ഈ നിലപാട് സ്ഥാപിച്ചെടുക്കുന്നതിന് അവർ സ്വന്ത മായൊരു ഭാഷാദർശനവും വ്യാഖ്യാനരീതിശാസ്ത്രവും രൂപപ്പെടുത്തി. ഈ വ്യാഖ്യാനശാസ്ത്രത്തിന്റെ ഒരു പ്രത്യേകത, അതു വൈദിക വാങ് മയത്തിൽ മാത്രം ഒതുങ്ങി നിൽക്കുന്നില്ലെന്നതാണ്. അർത്ഥതാത്പര്യ നിർണയത്തിനു വിഷമമുള്ള ഏതൊരിടത്തും ആർക്കും സമർത്ഥമായി ഉപയോഗിക്കാവുന്ന വ്യാഖ്യാനതത്ത്വങ്ങളാണവ. ആധുനിക ജുഡീഷ്യ റിയിൽ മീമാംസാദർശനത്തിന്റെ ഉൾക്കാഴ്ചകൾ പല നിയമജ്ഞരും പ്രയോജനപ്പെടുത്താൻ തുടങ്ങിയിട്ടുണ്ടെന്ന വസ്തുത കൗതുകകര മാണ്.

മീമാംസകന്മാർ വാക്യത്തെയാണ് ഭാഷയുടെ അടിസ്ഥാനഘടകമായി കൈക്കൊള്ളുന്നത്. അതിനാൽ മീമാംസ വാക്യശാസ്ത്രമെന്ന പേരിലും അറിയപ്പെടുന്നു. യാഗാദികർമങ്ങൾ പ്രതിപാദിക്കുന്ന ബ്രാഹ്മണങ്ങളാണ് മീമാംസകരെ സംബന്ധിച്ചിടത്തോളം ഏറ്റവും പ്രധാനപ്പെട്ട വേദഭാഗം. ഇതു കർമകാണ്ഡമെന്നറിയപ്പെടുന്നു. എന്നാൽ വേദാന്തികളെ സംബ ന്ധിച്ചിടത്തോളം ബ്രഹ്മസ്വരൂപം വിവരിക്കുന്ന ഉപനിഷദ്ഭാഗങ്ങൾ ക്കാണ് പ്രാധാന്യം. ഈ ഭാഗത്തെയാണ് ജ്ഞാനകാണ്ഡമെന്നു പറഞ്ഞു

വരുന്നത്. വേദത്തിലെ പൂർവഭാഗമായ ബ്രാഹ്മണങ്ങൾക്കു പ്രാധാന്യം നൽകുന്നതുകൊണ്ട് മീമാംസയ്ക്ക് പൂർവമീമാംസയെന്നും ഉത്തര ഭാഗമായ ഉപനിഷത്തുക്കൾക്കു പ്രാധാന്യം കല്പിക്കുന്നതു കൊണ്ട് വേദാന്തത്തിന് ഉത്തരമീമാംസയെന്നും പേരുകളുണ്ട്. മീമാംസകർക്കു 'യാഗം ചെയ്യണം', 'സത്യം പറയണം' തുടങ്ങിയ വിധിവാക്യങ്ങളിലാണ് താത്പര്യം. 'ഞാൻ ബ്രഹ്മമാകുന്നു' തുടങ്ങിയ പ്രസ്താവനകളിലല്ല. വിവരണാത്മക പ്രസ്താവനകൾക്കും (ഉദാ: 'വായു ഏറ്റവും വേഗതയുള്ള ദേവത'യാണ്) ദേവതാസ്തുതികൾക്കു തന്നെയും വേദത്തിൽ അവർ അപ്രധാനമായൊരുസ്ഥാനമേ നൽകുന്നുള്ളൂ. വേദത്തിലെ വിധി നിഷേധപ്രസ്താവങ്ങളെ നേരിട്ടും അല്ലാതെയും സഹായിക്കുകയെന്നതാണ വയുടെ ദൗത്യം. ഉദാഹരണത്തിനു 'വായുവേഗതയുള്ള ദേവത'യാണെന്ന പ്രസ്താവനത്തിന്റെ താത്പര്യാർത്ഥം ക്ഷിപ്രഫലത്തിനു വായുവിനെ പ്രസാദിപ്പിച്ചാൽ മതിയെന്നാണ്. ഇത്തരം പ്രസ്താവനകളെ 'അർത്ഥ വാദ'മെന്നാണ് മീമാംസകർ വിശേഷിപ്പിക്കുന്നത്. അർത്ഥവാദങ്ങൾ ഒരിക്കലും അക്ഷരാർത്ഥത്തിലെടുക്കാനുള്ളവയല്ല, വിധി നിഷേധങ്ങളെ സഹായിക്കുകയെന്നതുമാത്രമേ അവയുടെ പ്രയോജനമായി പരിഗണിക്കേണ്ടതുള്ളൂ.

വേദവ്യാഖ്യാനപ്രകിയയിൽ മീമാംസകന്മാർ വികസിപ്പിച്ചെടുത്ത 'ന്യായ'ങ്ങൾ (maxims) നിരവധിയാണ്. ആദ്യമായി അവർ വൈദിക വാങ്മയത്തെ അഞ്ചായി വകതിരിക്കുവാനാണ് ശ്രമിക്കുന്നത്. വിധി, മന്ത്രം, നാമധേയം, നിഷേധം, അർത്ഥവാദം എന്നിവയാണ് അവ. ഇവയിൽ വിധി നിഷേധങ്ങൾക്കു തന്നെയാണ് പ്രാധാന്യം. ഈശ്വരസ്തുതിപരമായ മന്ത്രങ്ങൾ യാഗാദിവേളയിൽ അതാതു സന്ദർഭങ്ങളിൽ ആലപിക്കപ്പെടാനുള്ളതാണ്. നാമധേയഭാഗങ്ങളിൽ നിന്നാണ് അതാതു കർമങ്ങളുടെ സാങ്കേതികനാമം ഗ്രഹിക്കേണ്ടത്. വിധിവാക്യങ്ങളെ നാമധേയവാക്യങ്ങളിൽ നിന്നു കൃത്യമായിത്തന്നെ വേർതിരിച്ചു മനസ്സിലാക്കേണ്ടതുണ്ട്. വിധിവാക്യങ്ങളെ മുഖ്യവിധി, ഗുണവിധി, വിശിഷ്ടവിധി എന്നിങ്ങനെ മൂന്നായും ഉൽപ്പത്തി, വിനിയോഗം, പ്രയോഗം, അധികാരം എന്നിങ്ങനെ നാലായും വിഭജിച്ചിരിക്കുന്നു. മുഖ്യവിധികളും ഗുണവിധികളും തമ്മിലുള്ള വ്യത്യാസം നിർണായകമാണ്. മുഖ്യവിധികളാണ് യാഗാദികർമങ്ങളെ വിധിക്കുന്നത്. ഗുണവിധികൾ യാഗാദികൾക്കാവശ്യമായ ദ്രവ്യങ്ങളെയും മറ്റുപകരണങ്ങളെയും നിർദേശിക്കുന്നുവെന്നു മാത്രം. ആധുനിക ട്രാഫിക് നിയമങ്ങളിൽ റോഡുചിഹ്നങ്ങളെ അവശ്യം അനുസരിക്കാനുള്ളവ, വിവരണാത്മകങ്ങൾ എന്നിങ്ങനെയൊക്കെ വേർതിരിക്കാറുണ്ടല്ലോ. ഗുണവിധിയും മുഖ്യവിധിയും തിരിച്ചറിയാൻ മീമാംസകന്മാർ ശ്രുതി, ലിംഗം, വാക്യം, പ്രകരണം, സ്ഥാനം, സമാഖ്യ എന്നിങ്ങനെ ആറു പ്രമാണങ്ങളെ അവലംബിക്കുന്നു. ഇവയിൽ ആദ്യമാദ്യം പറഞ്ഞ ഘടകത്തിനാണ് പിന്നീടു പറഞ്ഞതിനേക്കാൾ ശക്തി. ഉദാഹരണത്തിന് ധാന്യം കൊണ്ടു യാഗം ചെയ്യണമെന്ന വിധിയെടുക്കാം. ഇവിടെ ധാന്യം

യാഗത്തിന്റെ അംഗമാണെന്നു വിഭക്തിപ്രയോഗം കൊണ്ടു തന്നെ വ്യക്തമാണ്. ലിംഗാദിപ്രമാണങ്ങളിൽ ഇത്തരം വസ്തുതകൾ നാം അർത്ഥത്തിൽ നിന്നു നിർധാരണം ചെയ്യേണ്ടി വരുന്നു. അതിനാലാണ് അവയെ അപേക്ഷിച്ച് ശ്രുതിക്ക് പ്രാധാന്യം കൂടുതലുള്ളത്. നിത്യജീവിതത്തിലും വിവക്ഷ കൊണ്ടു നാം ഊഹിക്കുന്നതിനേക്കാൾ ശക്തി ഒരു നിയമം നേരിട്ടൊരു കാര്യം അനുശാസിക്കുമ്പോഴാണല്ലോ.

മീമാംസകർ വേദവ്യാഖ്യാനത്തിനുപയോഗിക്കുന്ന ഭാഷാശാസ്ത്ര തത്ത്വങ്ങളിൽ പലതിനും സാർവലൗകിക പ്രസക്തിയുണ്ടെന്നു പലരും ചൂണ്ടിക്കാട്ടിയിട്ടുണ്ട്. ഉദാഹരണത്തിന് ഒരു പദത്തിന്റെ അവയവാർത്ഥവും പ്രയോഗം കൊണ്ട് അതിനു ലഭിച്ച രൂഢാർത്ഥവും തമ്മിലുള്ള ബലാബലം പരിശോധിക്കുമ്പോൾ മീമാംസകരെടുക്കുന്ന നിലപാടു നോക്കാം. 'രൂഢിർയോഗാദ് ബലീയസി' എന്നാണ് അവരുടെ സിദ്ധാന്തം. അതായത് പ്രയോഗത്തിലൂടെ ഒരു പദം ആർജ്ജിക്കുന്ന അർത്ഥത്തെ അവയവാർത്ഥത്തിനു മറികടക്കാനാവില്ലെന്നർത്ഥം. ഉദാഹരണമായി 'പങ്കജ'മെന്ന പദമെടുക്കുക. ഇതിനു താമരയെന്ന അർത്ഥം ഉറച്ചു പോയതിനാൽ ആരെങ്കിലും പങ്കത്തിൽ നിന്നുണ്ടാവുന്നതെന്ന അവയവാർത്ഥമെടുത്ത് ആമ്പൽപ്പൂവിനെ സൂചിപ്പിക്കാൻ ശ്രമിക്കുന്നതു ശരിയാവില്ലെന്നർത്ഥം. ഫ്രാങ്ക്ലിൻ എഡ്ഗർട്ടൻ പ്രസ്താവിച്ചിരിക്കുന്നതു നോക്കുക.

പ്രയോഗസിദ്ധമായ അർത്ഥം അവയവാർത്ഥത്തേക്കാൾ ബലവത്തരമാണെന്ന ഈ ഗഹനമായ ഭാഷാശാസ്ത്ര തത്ത്വത്തെ മറികടന്നുകൊണ്ട് വാക്ക് ഏതർത്ഥത്തിലാണുപയോഗിച്ചിരിക്കുന്നതെന്നു അതാതു കൃതികളിൽത്തന്നെ പരതാതെ നിരുക്തി നോക്കി മാത്രം വ്യാഖ്യാനിച്ച് പല ആധുനിക പാശ്ചാത്യപണ്ഡിതന്മാരും അബദ്ധത്തിൽ ചെന്നു ചാടാറുണ്ട്.

ഇതുപോലെ നിഷേധാർത്ഥകമായ അവ്യയം (നഞ്) വാക്യത്തിൽ എങ്ങനെയാണന്വേഷിക്കുന്നതെന്ന വിഷയത്തെക്കുറിച്ചു മീമാംസകർ നടത്തിയിട്ടുള്ള വിചിന്തനങ്ങളും ശ്രദ്ധേയമാണ്. ക്രിയയോടു കൂടി നിഷേധാർത്ഥം അന്വയിച്ചാൽ പ്രസജ്യപ്രതിഷേധം. വാക്യത്തിന്റെ ഉദ്ദേശ്യാംശ(subject)ത്തിൽ മാത്രം നിഷേധം ഒതുങ്ങി നിന്നാൽ പര്യുദാസം. ഉദാഹരണമായി

(1) ബ്രാഹ്മണോ ന ഗച്ഛതി

'ബ്രാഹ്മണൻ പോകുന്നില്ല'

എന്ന വാക്യമെടുക്കാം. ഇവിടെ ഇല്ല എന്ന നിഷേധത്തിലാണൂന്നൽ. അതിനാൽ ഇതു പ്രസജ്യപ്രതിഷേധം.

(2) അബ്രാഹ്മണോ ഗച്ഛതി

'ബ്രാഹ്മണനല്ലാത്ത വ്യക്തി പോകുന്നു'

ഇവിടെ നിഷേധാംശം ബ്രാഹ്മണനിലേക്ക് ഒതുങ്ങിപ്പോയിരിക്കുന്നു. അതിനാൽ ഇതു പര്യുദാസത്തിനുദാഹരണം.

ദായക്രമത്തിൽ ഈ സങ്കല്പങ്ങൾക്ക് ഏറെ പ്രാധാന്യമുണ്ടെന്നത്

രസകരമത്രേ. പകർച്ചവ്യാധി പിടിച്ചവരും അംഗവൈകല്യം സംഭവിച്ചവരും പിന്തുടർച്ചാക്രമത്തിൽ നിന്ന് ഒഴിവാക്കപ്പെടുന്ന ഒരു വ്യവസ്ഥ സ്മൃതി ഗ്രന്ഥങ്ങളിൽ നിലവിലുണ്ടായിരുന്നു. ഇവിടെ ഒരു പ്രശ്നം പൊന്തി വന്നു. ഭാഗം നടന്നതിനു ശേഷം ഒരാൾക്ക് അംഗ വൈകല്യമോ പകർച്ച വ്യാധിയോ പിടിപെട്ടാൽ അയാൾക്ക് സ്വത്തിനുള്ള അവകാശം നഷ്ടപ്പെടുമോ എന്നതാണ് പ്രശ്നം. ഇവിടെ വിധി പകര്യുദാസമാണ്. ഒരു കാര്യം നടക്കുമ്പോൾ ചിലരെ ഒഴിവാക്കുന്നുവെന്നേയുള്ളൂ. അല്ലാതെ ഭാഗത്തിനു ശേഷം സംഭവിക്കാവുന്ന അംഗവൈകല്യത്തേയും മറ്റും ആ വിധി ഉൾക്കൊള്ളുന്നില്ല.

മീമാംസകരുടെ നിരവധി വ്യാഖ്യാനതന്ത്രങ്ങൾ സ്മൃതി ഗ്രന്ഥങ്ങളുടെ വ്യാഖ്യാതാക്കന്മാർ ഉപജീവിച്ചിട്ടുണ്ട്. മനുസ്മൃതിക്കു വ്യാഖ്യാനമെഴുതിയ മേധാതിഥി, പരാശരസ്മൃതിയുടെ വ്യാഖ്യാതാവായ മാധവൻ, ദായാദഭാഗ കാരനായ ജീമൂതവാഹനൻ, ഭഗവന്തഭാസ്കരകാരനായ നീലകണ്ഠൻ തുടങ്ങിയ നിരവധി ധർമശാസ്ത്ര ഗ്രന്ഥകാരന്മാർ മീമാംസാതത്ത്വങ്ങളുപയോഗിച്ചാണ് തങ്ങളുടെ കൃതികളിൽ താത്പര്യനിർണയം നടത്തിയിട്ടുള്ളത്. ദായാദകമം, വ്യവഹാരം, സാക്ഷിമൊഴി, ദത്തെടുക്കൽ തുടങ്ങിയ പല വിഷയങ്ങളിലും നിഗമനങ്ങളിലെത്താൻ അവർ മീമാംസാതത്ത്വങ്ങളെ ഉപജീവിക്കുന്നു. ഇതിഹാസപുരാണാദികളിലും കാവ്യങ്ങളിലും താത്പര്യനിർണയത്തിന് മീമാംസാതത്ത്വങ്ങൾ ഉപയോഗിക്കപ്പെട്ടിട്ടുണ്ട്. പ്രൊഫസർ എം.പി. ശങ്കുണ്ണിനായർ മലയാള കവിതാപഠനങ്ങളിൽ മീമാംസാതത്ത്വങ്ങൾ ധാരാളമായി ഉപജീവിച്ച നിരൂപകനാണ്. അദ്ദേഹത്തിന്റെ 'കാവ്യവ്യുൽപ്പത്തി'യിലെ വൈലോപ്പിള്ളിയുടെ 'കണ്ണീർപ്പാട'ത്തെക്കുറിച്ചുള്ള പഠനത്തിൽ പല മീമാംസാസങ്കേതങ്ങളും ഉപജീവിച്ചിട്ടുണ്ട്.

മീമാംസകർ ആവിഷ്കരിച്ച വ്യാഖ്യാനതന്ത്രങ്ങൾക്കു ദാർശനികമായൊരു മാനവും സാർവലൗകികസ്വഭാവവമുണ്ടെന്നത്രെ ശ്രദ്ധേയം. ഏതു വാങ്മയത്തിന്റെയും താത്പര്യാർത്ഥം കണ്ടുപിടിക്കാൻ സഹായകമായ വ്യാഖ്യാനതത്ത്വങ്ങളായി അവ വികസിച്ചു. ധർമശാസ്ത്രം, സ്മൃതി, പുരാണം, ഇതിഹാസം, സാഹിത്യം തുടങ്ങിയ മേഖലകളിൽ വ്യാഖ്യാനത്തിനു മീമാംസാതത്ത്വങ്ങൾ ഉപയോഗപ്പെട്ടത് ഈ സാഹചര്യത്തിലാണ്.

മീമാംസാതത്ത്വങ്ങൾ ആധുനികനീതിന്യായ വ്യവസ്ഥയിൽ ഉപയോഗിക്കാമെന്ന് ആദ്യം കണ്ടെത്തിയത് ഇന്ത്യയിലെ യൂറോപ്യൻ ന്യായാധിപന്മാരാണെന്നതത്രേ രസകരമായ വസ്തുത. 1892ൽ അലഹബാദ് ഹൈക്കോടതി യിലുണ്ടായ ബേനിപ്രസാദ് ഹർദായ് ബീബി എന്ന വ്യവഹാരത്തിൽ അന്നത്തെ ചീഫ് ജസ്റ്റിസ്സായിരുന്ന ജോൺ എഡ്ജ് ജൈമിനിയുടെ മീമാംസാസൂത്രങ്ങളിലെ ഹേതുമന്നഗദാധികരണമെന്ന ഭാഗത്തിൽ വിവരിക്കപ്പെടുന്ന വ്യാഖ്യാനതത്ത്വത്തെ ആസ്പദമാക്കിയാണ് തന്റെ വിധിനിർണയം നടത്തിയത്. ചീഫ് ജസ്റ്റിസിനു സംസ്കൃത

പരിജ്ഞാനം തീരെയുണ്ടായിരുന്നില്ലെന്നതാണ് രസകരമായ വസ്തുത. അതേസമയം അദ്ദേഹം മീമാംസാസൂത്രങ്ങളുടെ പരിഭാഷകളുടെ സഹായത്തോടെ വ്യാഖ്യാനതത്ത്വങ്ങൾ കൃത്യമായിത്തന്നെ മനസ്സിലാക്കുകയും ചെയ്തു. വസിഷ്ഠ സ്മൃതിയിൽ ഒറ്റമകനെ ദത്തു നൽകുകയോ ദത്തെടുക്കുകയോ ചെയ്യുന്നതിനെ വിലക്കുന്ന ഒരു പ്രസ്താവമുണ്ട്. പിതൃകർമങ്ങൾ ചെയ്യാൻ സന്തതിപരമ്പര ആവശ്യമായതിനാൽ ആണ് ആ വിലക്കെന്നും സ്മൃതി പറയുന്നു. ഹൈക്കോടതിയിൽ വന്ന അന്യായത്തിൽ ഒരു ഒറ്റമകനെ ദത്തെടുത്ത കൃത്യം റദ്ദുചെയ്യണമെന്നതായിരുന്നു ആവശ്യം. മേൽപ്പറഞ്ഞ സ്മൃതിവാക്യപ്രകാരം ആ ദത്ത് നിയമവിരുദ്ധമാണോ എന്നതാണ് ന്യായാധിപനു തീരുമാനിക്കാനുണ്ടായിരുന്നത്. ചീഫ് ജസ്റ്റിസ് ജോൺ എഡ്ജ് 'ശൂർപ്പേണ ജൂഹോതി തേന ഹ്യന്നം ക്രിയതേ' എന്ന തൈത്തിരീയ ബ്രാഹ്മണ (1.6.5) വാക്യത്തിന്റെ വ്യാഖ്യാനരീതിയെയാണ് ഇവിടെ തന്റെ വിധിക്ക് അവലംബമാക്കിയത്. "മുറം കൊണ്ടു യാഗം ചെയ്യുന്നു; അതുകൊണ്ടാണല്ലോ അന്നമുണ്ടാക്കുന്നത്" എന്നാണ് ഈ വാക്യത്തിനർത്ഥം. ഈ വാക്യത്തെ ഒരു വിധിവാക്യമായി എടുക്കണോ എന്ന പ്രശ്നം മീമാംസാസൂത്രകാരനായ ജൈമിനി ഉന്നയിക്കുന്നുണ്ട്. ഇവിടെ വാക്യത്തിന്റെ ഭാഗമായി ഒരു ഹേതുവിനെയും നിർദ്ദേശിക്കുന്നുണ്ടല്ലോ. അന്നമുണ്ടാക്കുന്നതിനു സഹായകമായതുകൊണ്ട് മുറത്തെ യാഗത്തിനുപയോഗിക്കണമെന്നാണ് ബ്രാഹ്മണ വാക്യം നിർദ്ദേശിക്കുന്നത്. ഇപ്രകാരം കാരണത്തെ നിർദ്ദേശിച്ചതു നിമിത്തം ഈ വാക്യത്തിന്റെ താത്പര്യം ആകെ മാറിപ്പോകുന്നു. മുറം കൊണ്ടു യാഗം ചെയ്യണമെന്ന വിധിയല്ല ഇവിടെ വിവക്ഷിതമെന്നു നാം മനസ്സിലാക്കേണ്ടതുണ്ട്. പ്രത്യുത, അന്നോപകാരിയായ മുറം ശ്ലാഘനീയമാണെന്ന അർത്ഥത്തിനാണ് ഇവിടെ താത്പര്യം. മീമാംസകരുടെ സാങ്കേതികഭാഷയിൽ ഇവിടെ വിധിയല്ല, അർത്ഥവാദമാണ് ഉദ്ദിഷ്ടം. ഇതേ ന്യായമനുസരിച്ച് ദത്തെടുക്കരുതെന്ന പ്രസ്താവവും വിധിപരമല്ലെന്നും മറ്റൊരാളുടെ ഏകമകനെ ദത്തെടുത്ത പ്രതിയുടെ നടപടി റദ്ദുചെയ്യപ്പെടാനുള്ളതല്ലെന്നും കോടതി കണ്ടെത്തി. മീമാംസാതത്ത്വങ്ങളെ ശാസ്ത്രീയമായി ഉപജീവിച്ചു നിഗമനങ്ങളിലെത്തുന്നതിനുള്ള ഒരു മികച്ച ഉദാഹരണമായാണ് ഈ വിധിയെ ജസ്റ്റിസ് ബി.എൻ. ശ്രീകൃഷ്ണ വിലയിരുത്തുന്നത്.

സുപ്രീം കോടതിയിൽ ന്യായാധിപനായിരുന്ന ജസ്റ്റിസ് മാർക്കണ്ഡേയ കാട്ജു പല വിധിന്യായങ്ങളിലും മീമാംസാതത്ത്വങ്ങളെ ഉപജീവിച്ചിട്ടുണ്ട്. സർദാർ മുഹമ്മദ് അൻസാർ ഖാൻ ഉത്തർപ്രദേശ് സർക്കാർ കേസിൽ അദ്ദേഹം വിധിന്യായത്തിനുപയോഗിച്ചത് അതിദേശം (Etxrapolaration) എന്ന മീമാംസാ തത്ത്വമാണ്. ഈ തത്ത്വം പ്രകൃതി/വികൃതി യാഗങ്ങളിലാണ് ഉപയോഗിക്കപ്പെട്ടിരുന്നത്. യാഗങ്ങൾ പ്രകൃതി, വികൃതി എന്നിങ്ങനെ രണ്ടു വിധമുണ്ട്. പ്രകൃതിയാഗം ആദിമാതൃകയാണ്. അതിൽ എല്ലാ വിശദാംശങ്ങളും വ്യക്തമായിത്തന്നെ വിവരിച്ചു കാണും.

പ്രകൃതിയാഗത്തിന്റെ രൂപാന്തരങ്ങളാണ് വികൃതിയാഗങ്ങൾ. ഇവിടെ വിശദാംശങ്ങളൊന്നും വിവരിക്കാറില്ല. 'പ്രകൃതിവത് വികൃതി കർത്തവ്യാം' എന്നാണ് ന്യായം. വിധികളില്ലാത്ത കാര്യങ്ങളിൽ പ്രകൃതിയാഗത്തിന്റെ വിധികൾ അനുവർത്തിക്കാമെന്നാണിതിനർത്ഥം. ഉത്തർപ്രദേശിലെ സംസ്ഥാനജീവനക്കാരിലൊരാൾ സീനിയോറിറ്റി പ്രശ്നവുമായി ജസ്റ്റിസ് കാട്ജുവിന്റെ കോടതിയിലെത്തി, അയാൾ അധ്യാപകേതര ജീവനക്കാരനായിരുന്നു. ഉത്തർപ്രദേശിൽ ഒരേ ദിവസം സർവീസിൽ ചേരുന്ന രണ്ടധ്യാപകർ തമ്മിൽ സീനിയോറിറ്റി തർക്കം വന്നാൽ അവരുടെ പ്രായം നോക്കിയാണ് സീനിയോറിറ്റി തർക്കം പരിഹരിക്കേണ്ടതെന്ന വ്യവസ്ഥയുണ്ട്. എന്നാൽ ഈ വ്യവസ്ഥ അധ്യാപകർക്കു മാത്രമേ ബാധകമായുള്ളൂ. അനധ്യാപകരുടെ കാര്യത്തിൽ നിയമം നിശ്ശബ്ദത പുലർത്തുന്നു. ഈ കേസിൽ വിധിപറയാൻ കോടതി അതിദേശതത്ത്വമാണവലംബിച്ചത്. അധ്യാപകർക്ക് അനുവർത്തിക്കുന്ന അതേ മാനദണ്ഡം അനധ്യാപകർക്കും ബാധകമാണെന്നു കോടതി വിധിച്ചു.

രൂഢ്യർത്ഥമാണ് അവയവാർത്ഥത്തേക്കാൾ ശക്തമെന്ന മീമാംസാതത്ത്വത്തെക്കുറിച്ച് മുമ്പ് സൂചിപ്പിച്ചുവല്ലോ. ഈ തത്ത്വമുപയോഗിച്ചാണ് ജസ്റ്റിസ് കാട്ജു ഉത്തർപ്രദേശിലെ മീററ്റ് ജില്ലയിലെ കരിമ്പുകൃഷിക്കാരുടെ പരാതിയിൽ തീർപ്പുകല്പിച്ചത്. 'മൃഗങ്ങൾ വലിച്ചുകൊണ്ടുപോകുന്ന വണ്ടികൾ' (Animal Driven Vehicles - ADV) കാർഷികോപകരണങ്ങളാണോ എന്നതായിരുന്നു തർക്കവിഷയം. മീററ്റിലെ കരിമ്പുകൃഷിക്കാർ കരിമ്പും മറ്റും ഫാക്ടറികളിലെത്തിച്ചിരുന്നത് അത്തരം വണ്ടികളിലാണ്. 1996 നവംബറിൽ സർക്കാരൊരു ഉത്തരവിറക്കി. കൈകൊണ്ടും മൃഗശക്തിയുപയോഗിച്ചും പ്രവർത്തിക്കുന്ന എല്ലാ കാർഷികോപകരണങ്ങളും സംസ്ഥാന അഗ്രോ ഇൻഡസ്ട്രിയൽ ക്ലിപ്തത്തിൽ നിന്നു മാത്രമേ വാങ്ങാവൂ എന്നനുശാസിക്കുന്നതായിരുന്നു ആ ഉത്തരവ്. കരിമ്പു കൊണ്ടുപോകാൻ ഉപയോഗിച്ചിരുന്ന വണ്ടികളും ഈ നിയമത്തിന്റെ പരിധിയിൽ വരുമെന്നു സർക്കാർ ശഠിച്ചു. എല്ലാ കാർഷികോപകരണങ്ങൾക്കും സർക്കാർ കാലാകാലം യഥാവിധി സബ്സിഡി നൽകിയിരുന്നു. സംസ്ഥാന അഗ്രോ ഇൻഡസ്ട്രിയൽ ക്ലിപ്തത്തിൽ നിന്നു വാങ്ങാത്ത കാർഷികോപകരണങ്ങൾക്ക് ഇത്തരം സബ്സിഡിക്ക് അർഹതയുണ്ടാവുകയില്ലെന്നും സർക്കാർ വ്യക്തമാക്കിയിരുന്നു. പുറമേ നിന്നു വാങ്ങുന്ന ഉപകരണങ്ങൾക്ക് സബ്സിഡി നൽകുകയില്ലെന്ന സർക്കാർ നിലപാടിനെതിരെയാണ് കരിമ്പുകർഷകസംഘം കോടതിയെ സമീപിച്ചത്. കാളവണ്ടികളും മറ്റും 'കാർഷികോപകരണ'ങ്ങളുടെ പരിധിയിൽ വരുന്നില്ലെന്ന് അവർ വാദിച്ചു.

ഉപകരണം (Implement) എന്ന വാക്കിന്റെ നിരുക്തി നോക്കിയാൽ കൃഷിക്കു നേരിട്ടോ അല്ലാതെയോ ഉപകരിക്കുന്ന എന്തിനെയും അർത്ഥമാക്കാം. എന്നാൽ കാർഷികോപകരണമെന്ന വാക്ക് കൃഷിക്കു നേരിട്ടുപകരിക്കുന്ന പണിയായുധം എന്ന അർത്ഥത്തിൽ രൂഢമൂലമാണെന്ന്

ജസ്റ്റിസ് കാട്ജു കണ്ടെത്തി. അവയവാർത്ഥത്തെ രൂഢാർത്ഥം കീഴ്പ്പെടുത്തുമെന്ന മീമാംസാതത്ത്വത്തെ തങ്ങളുടെ വിധിന്യായത്തിൽ ഉപജീവിച്ചുകൊണ്ടാണ് ജസ്റ്റിസ് മാഥുറും ജസ്റ്റിസ് കാട്ജുവും സർക്കാരിന്റെ വാദത്തെ തള്ളിയത്. സർക്കാരുത്തരവുപ്രകാരം സംസ്ഥാന അഗ്രോ ഇൻഡസ്ട്രീസ് ക്ലിപ്തത്തിൽ നിന്നു വേണം കാർഷികോപകരണങ്ങൾ വാങ്ങുകയെന്ന വ്യവസ്ഥ വിള കടത്തിക്കൊണ്ടു പോവാനുള്ള വണ്ടികൾക്കു ബാധകമല്ലെന്നു വന്നതിനാൽ പുറമെ നിന്നു വാങ്ങിയ കാളവണ്ടികൾക്കും സബ്സിഡി നൽകാൻ സർക്കാർ നിർബന്ധിതമായി.

ഒരു വാക്യത്തിൽ പദങ്ങളെ അക്ഷരാർത്ഥത്തിലെടുത്താൽ അപാകത അനുഭവപ്പെടുന്നുണ്ടെങ്കിൽ അപാകതയുളവാക്കുന്ന അർത്ഥം വെടിഞ്ഞ് അതുമായി ബന്ധപ്പെട്ട യുക്തിസഹമായ മറ്റൊരർത്ഥം സ്വീകരിക്കാമെന്നും ഇങ്ങനെ മറ്റൊരർത്ഥം ഉണ്ടാക്കുന്നത് ലക്ഷണയെന്ന വ്യാപാരമാണെന്നും മീമാംസകരും മറ്റു പ്രാചീനസൈദ്ധാന്തികന്മാരും ഉപപാദിക്കുന്നു. ഈ സിദ്ധാന്തം സ്വീകരിച്ചാണ് കോടതി ഉദയശങ്കർ സിങ് ഭാർവരി/എൽ.ഐ.സി.ബ്രാഞ്ച് മാനേജർ കേസിൽ വിധി പ്രസ്താവിച്ചത്. 'ശാശ്വതവൈകല്യം' (permanent disabiltiy) ഉണ്ടാക്കുന്ന അപകടമുണ്ടായാൽ എൽ.ഐ.സി നഷ്ടപരിഹാരം കൊടുക്കണമെന്നാണ് അപകട ഇൻഷുറൻസിന്റെ വ്യവസ്ഥ. ഉദയ്ശങ്കർ സിങ് എന്ന പരാതിക്കാരൻ ഇരുചക്രവാഹനത്തിൽ സഞ്ചരിക്കുമ്പോൾ അദ്ദേഹത്തെ ട്രക്കിടിച്ചു. അദ്ദേഹത്തിന് തന്റെ വലതുകാൽ മുറിച്ചുകളയേണ്ടി വന്നു. വലതു കയ്യിനു മരവിപ്പും വന്നു. ഇതു ശാശ്വതവൈകല്യമാണെന്നും തനിക്ക് നഷ്ടപരിഹാരത്തുക ഇൻഷുറൻസ് കമ്പനി നൽകേണ്ടതാണെന്നും പരാതിക്കാരൻ വാദിച്ചു. എന്നാൽ ശാശ്വത വൈകല്യത്തെ കമ്പനിയുടെ പത്താമത്തെ വ്യവസ്ഥയിൽ നിർവചിച്ചിട്ടുണ്ടായിരുന്നത് എടുത്തു കാട്ടി ഇൻഷുറൻസ് കമ്പനി ഈ വാദത്തെ എതിർത്തു. ഒരേസമയം ഇരുകൈകളോ ഇരു കാലുകളോ മുറിച്ചു കളയുകയോ ഒരു കൈയും ഒരു കാലും വീതം മുറിച്ചുകളയുകയോ ചെയ്യേണ്ട സാഹചര്യത്തെ മാത്രമേ ശാശ്വത വൈകല്യമെന്നു പറയാവൂ എന്നാണ് ആ വ്യവസ്ഥയിൽ പറഞ്ഞിരുന്നത്. എന്നാൽ ഇവിടെ ലക്ഷണാവ്യാപാരം സ്വീകരിച്ച് കൈ മുറിച്ചുകളയുകയെന്നതിനെ കൈ ഉപയോഗശൂന്യമായിത്തീരുകയെന്ന അർത്ഥത്തിലേക്കു വിപുലനം ചെയ്യാവുന്നതാണെന്നു കോടതി ചൂണ്ടിക്കാട്ടി. ഉപോദ്ബലകമായി കോടതി ഉദ്ധരിച്ചത് നാഗേശഭട്ടന്റെ പരമലഘുമഞ്ജുഷ, മമ്മട്ടന്റെ കാവ്യപ്രകാശം, വിശ്വനാഥന്റെ സാഹിത്യദർപ്പണം, കുമാരിലന്റെ ശ്ലോകവാർത്തികമെന്ന മീമാംസാ ഗ്രന്ഥം എന്നിവയാണ്.

മാക്സ്വെല്ലിനെയും ക്രെയിസിനെയും നിരന്തരം ഉദ്ധരിക്കുന്ന നമ്മുടെ നിയമവിദഗ്ധർ പ്രാചീന മീമാംസാ ദർശനത്തിലെ വ്യാഖ്യാന തത്ത്വങ്ങളും മനസ്സിലാക്കാൻ ശ്രമിക്കണമെന്ന് ജസ്റ്റിസ് മാർക്കണ്ഡേയ കാട്ജു ഓർമിപ്പിക്കുന്നുണ്ട്. മീമാംസാദർശനത്തെ നീതിന്യായവ്യവസ്ഥയിലുപയോഗിക്കുന്നതിൽ അപാകതയൊന്നുമില്ലെങ്കിലും വേണ്ടത്ര

സജ്ജീകരണങ്ങളോടു കൂടി മാത്രമേ അത്തരം വ്യാഖ്യാനങ്ങൾക്കു മുതിരാവൂ എന്ന് ജസ്റ്റിസ് ശ്രീകൃഷ്ണയെപ്പോലുള്ള ന്യായാധിപന്മാർ വാദിക്കുന്നു. കർക്കശമായ രീതിശാസ്ത്രം ഇവിടെ പലപ്പോഴും അനുവർത്തിക്കപ്പെടുന്നില്ലെന്നതാണ് അദ്ദേഹത്തിന്റെ പരാതി. മീമാംസാ തത്ത്വങ്ങളെ അവയുടലെടുത്ത സാഹചര്യങ്ങളുടെ പശ്ചാത്തലത്തിൽ വിശകലനം ചെയ്ത് മാത്രമേ അവയിലടങ്ങിയ ശാശ്വതതത്ത്വങ്ങളെ നിർധാരണം ചെയ്യാവൂ എന്നു ജസ്റ്റിസ് ശ്രീകൃഷ്ണ നിഷ്കർഷിക്കുന്നു. ഏതായാലും നിലവിലുള്ള വ്യാഖ്യാനസങ്കേതങ്ങൾ കൊണ്ട് അർത്ഥനിർണയം അസാധ്യമാകുന്ന സാഹചര്യത്തിൽ മീമാംസാതത്ത്വങ്ങളെ ഉപയോഗപ്പെടുത്തുന്നതിൽ അപാകതയൊന്നുമില്ലെന്നാണ് പൊതുവിൽ നിയമജ്ഞരുടെ അഭിപ്രായം. മീമാംസാദർശനത്തെ നീതിന്യായപഠന പദ്ധതിയിലുൾപ്പെടുത്തുക, വിധിന്യായങ്ങളിൽ മീമാംസാതത്ത്വങ്ങൾ ഉപയോഗിക്കുമ്പോൾ വേണ്ടത്ര വിശദീകരണങ്ങൾ നൽകുക തുടങ്ങിയ നടപടികളിലൂടെ ഇപ്പോഴത്തെ പല പ്രശ്നങ്ങളും പരിഹരിക്കാനാവും. നിയമത്തിന്റെ ആന്തരികമർമം കണ്ടെത്തുകയെന്നതു തന്നെയാണ് നിയമവിദഗ്ധർ എക്കാലത്തും നേരിടുന്ന പ്രശ്നം. അതിനുതകുന്ന എല്ലാ വിജ്ഞാന ശാഖകളും ഇവിടെ സ്വീകാര്യം തന്നെ. ഏതായാലും അനുഷ്ഠാനങ്ങളുടെ മേഖലയിൽ മാത്രം ഒതുങ്ങിനിന്നിരുന്ന മീമാംസാദർശനത്തിന്റെ വ്യാഖ്യാന സാധ്യതകൾ വികസിപ്പിച്ചെടുക്കുന്നത് ഇന്നത്തെ ആവശ്യമായി മാറിയിരിക്കുന്നു.

(വിജ്ഞാനകൈരളി)

സഹായകഗ്രന്ഥങ്ങൾ

Edgerton; Franklin, (Jr) *Mimamsanyayaprakasa*. Delhi 1986.

Keith, A.B,*The Karmamimamsa*, New Delhi, 1978.

Gachter, Othamer, *Hermeneutics and Language in Purvamimamsa* Delhi, 1990.

Raja, K.Kunjunni *Indian Theories of Meaning*- Madras 1977.

Mimamsa Cotnribution to Language Studies, Universtiy of Calicut 1988.

Satsri, Kuppuswami.C, *A Primer of Indian Logic, Madras* Shatsri, Pashupatinath, *Introduction to purvamimamsa,* Varanasi 1988

Srikrishna, Justice B.N., *Maxwell and Mimamsa* 2004

www.ingramcontent.com/pod-product-compliance
Lightning Source LLC
LaVergne TN
LVHW041611070526
838199LV00052B/3095
* 9 7 8 9 3 8 9 6 7 1 0 3 2 *